இளையராஜா
ஏன்
முதல்வர்
வேட்பாளர்
இல்லை?

டி. தருமராஜ்

இளையராஜா ஏன் முதல்வர் வேட்பாளர் இல்லை?

கிழக்கு

இளையராஜா ஏன் முதல்வர் வேட்பாளர் இல்லை?
Ilayaraja Yaen Mudhalvar Vetpalar Illai?

T. Dharmaraj ©

First Edition: February 2021
176 Pages
Printed in India.

ISBN: 978-81-949321-6-1
Kizhakku - 1225

Kizhakku Pathippagam
177/103, First Floor, Ambal's Building, Lloyds Road,
Royapettah, Chennai - 600 014. Ph: +91-44-4200-9603
Email : support@nhm.in | Website : www.nhm.in

kizhakkupathippagam | kizhakku_nhm

Author's Email: dharmarajant@yahoo.co.in

Cover Image: Ranjit Paranjothi

Kizhakku Pathippagam is an imprint of New Horizon Media Private Limited

உள்ளே

பொறுப்புத் துறப்பு

உலகின், மிக மோசமான
தலைப்பு கொண்ட புத்தகம்!

'இளையராஜா, ஏன் முதல்வர் வேட்பாளர் இல்லை?'

உலகின், மிக மோசமான புத்தகத் தலைப்பு எது என்றால் கூசாமல் நான் இதுதான் என்பேன். இப்படிக் கூச்சப்படாமல் சொல்வததற்கு ஒரு காரணம் உண்டு. புத்தகத் தலைப்பைப் பெரும்பாலும் எழுத்தாளர்களான நாங்கள் எழுதுவதில்லை. வாசகர்களே உருவாக்கிக் கொள்கிறார்கள். புத்தகத்தை எழுதி முடிக்கும் வரை தேவைப் படாதிருக்கும் தலைப்பு, அச்சுக்குச் செல்லும் போது தேவைப்படுகிறது என்றால் தலைப்பை யார், யாருக்காக உருவாக்கு கிறார்கள் என்பது உங்களுக்கு விளங்கும். அந்த வகையில், இந்தத் தலைப்பை உருவாக்கியதில் என் பங்கு எதுவும் இல்லை. அதனால் எனக்குக் கூச்சமும் இல்லை.

அதே போல, இது ஏன் மோசமான தலைப்பு என்பதற்கும் எனக்கு வேறு வேறு காரணங்கள் இருக்கின்றன. முதலில், இந்தத்

தலைப்பு இப்புத்தகத்தில் எழுதப்படாத விஷயங்களையெல்லாம் நினைத்துக் கொள்ளும்படி வாசகர்களைத் தூண்டுகிறது. ஒரு புத்தகத் தலைப்பு இவ்வளவு அதிகப்பிரசங்கியாய் இருப்பது நம் தமிழ்ச் சமூகத்தின் அவலமில்லாமல் வேறு என்ன? அந்த வகையில் இதுவொரு மிக மோசமான தலைப்பு.

இரண்டாவதாக, இந்தத் தலைப்பு இப்புத்தகத்திற்கே எதிராகவும் வேலை செய்கிறது. வழக்கமாய், ஒரு நல்ல தலைப்பு, முன்னட்டையைப் புரட்டும் வாசகர்களை அடுத்தடுத்த பக்கங்களை வாசிக்கும்படித் தூண்ட வேண்டும். ஆனால், இந்தத் தலைப்பு அப்படிச் செய்வதில்லை என்று உங்களுக்கே நன்றாகத் தெரியும். வாசகர்கள் முன்னட்டையைப் புரட்டும் முன்னே, இது அவர்களைப் புரட்டி விடுகிறது. புரட்டி, இன்னமும் எழுதப்படாத வேறு புத்தகங்களுக்குள் தள்ளி விட்டும் விடுகிறது.

இதை விடவும் கொடுமையாக, இந்தத் தலைப்பைக் கேட்ட மாத்திரத்தில் ஒரு அருவருப்பு நமக்குள் ஏற்படுகிறது. அதாவது, இடம் பொருள் ஏவல் தெரியாமல் யாராவது பேசும் போது ஏற்படுமே அது போல. விலக்கப்பட்ட அல்லது தடைசெய்யப்பட்ட விஷயத்தைப் பேசிக் கொண்டிருப்பது போல. பெருத்த சங்கடத்தையும், நிம்மதியின்மையையும் தோற்றுவிக்கிறது. வெளிப்படையாகவே சொன்னால், பெரும் ரசிகர் பலத்தைக் கொண்ட இளையராஜாவை அரசியல் அதிகாரத்தோடு இணைத்து யோசிக்க மறுக்கும் தமிழ் புத்திக்குப் பின்னால் 'சாதி' அழுக்கு இருக்குமோ என்ற சந்தேகத்தை இந்தத் தலைப்பு ஏற்படுத்துவது அபாண்டம், விலக்கப்பட்ட பேச்சு, அருவருப்பும் கூட.

நான்காவதாக, ஏற்கெனவே நிறுவப்பட்ட அறிவியல் உண்மைக்குப் புறம்பாக இந்தத் தலைப்பு பேசிக் கொண்டிருக்கிறது. தமிழ் சினிமாவும் ஜனநாயக அரசியல் அதிகாரமும் பின்னிப் பிணைந்தவை என்பதே அந்த அரசியல் உண்மை. அதனாலேயே தமிழக வெகு ஜனங்களின் பரிசுப் பட்டியலில் 'முதலமைச்சர்' என்ற அதிகாரமே முதலிடத்தை வகிக்கிறது. தங்களுக்குப் பிடித்த ஆளுமைகளை முதலமைச்சர்களாகக் கற்பனை செய்வது தமிழர்களின் இயல்பு.

ஆனால், இந்தத் தலைப்பு இவ்வுண்மையை மறுக்கிறது. அரசியல் அதிகாரத்தை விடவும் மேம்பட்ட பரிசொன்று தமிழர்களிடம் இருக்கிறது என்றும், அந்தப் பரிசு 'கடனாளியாகத்' தன்னை ஒப்புக் கொள்வது என்றும் இந்தத் தலைப்பு பேசத் தொடங்குகிறது. அதாவது, இளையராஜா மாதிரியான ஆகிருதிகளுக்குத் திரும்பிச்

செலுத்தத் தேவையான பரிசுப் பொருட்கள் இவ்வுலகில் இல்லை என்று தமிழர்கள் நம்புவதாக இத்தலைப்பு வியாக்கியானம் பேசுகிறது. அதன் மூலம் தீராக்கடன் சுமையில் தமிழர்கள் தத்தளிப்ப தாகவும் கற்பனை செய்கிறது. அந்த வகையில் இதைவிட மோசமான தலைப்பு வேறேதும் இருப்பதாக எனக்குத் தோன்றவில்லை.

இத்தனைக் குற்றச்சாட்டுகளுக்கு மத்தியிலும் இந்தத் தலைப்பை தேர்ந்தெடுத்ததற்கான ஒரே ஒரு காரணம் - 'சினிமா / சாதி / அதிகாரம்' என்று இப்புத்தகம் பேசும் விஷயங்களின் ரகசியப் பக்கங்களுக்கு இது உங்களை அழைத்துச் செல்கிறது! அதற்காக, இந்தத் தலைப்பை நான் சகித்துக் கொள்கிறேன்.

டி. தருமராஜ்

1

இளையராஜாவை வரைதல்

முன்னறிவிப்பு

'அயோத்திதாசர்' புத்தகத்தில் சமர்ப்பணம் என்ற பக்கத்தில் இப்படி எழுதியிருக்கிறேன்:

'நந்தனைக் கடந்த அயோத்திதாசரைக் கடந்த பெரியாரையும் கடந்த
இசைஞானி இளையாராஜாவிற்கு சமர்ப்பணம்'

இந்த வரியை விளக்குவதற்காகவே இதனை முதலில் கட்டுரையாக எழுத ஆரம்பித்தேன். இந்தக் கட்டுரையே வளர்ந்து வளர்ந்து இன்று இப்படி நிற்கிறது. இதன் ஒரு பகுதி சமூக ஊடகங்களில் வெளி வந்தது. வழக்கமான இளையராஜா ஆய்வுகளைப் போல இதில் பாடல்களைக் குறிப்பிட்டு நான் எதையும் விளக்கவில்லை. இது வேறொரு வித்தியாசமான அனுபவமாக இருக்கும்.

1

*'**ரா**ஜாவின் காதல் கீதங்கள்' - 'ராஜாவின் அம்மா பாடல்கள்' என்ற இரண்டு பாடல் தொகுப்புகள் இல்லாத ராஜா ரசிகன் இந்தப் பிரபஞ்சத்திலேயே இல்லை.*

'அட, ஆமா' என்பவர்களுக்கு ஓர் அறிவிப்பு - இந்தக் கட்டுரை உங்களைப் பற்றியதுதான்.

'இல்லயில்ல' என்று சொல்பவர்கள் தொடர்ந்து கட்டுரையைப் படியுங்கள், இது உங்களுக்காகத்தான் எழுதப்படுகிறது.

'ஆமா, இல்ல!' என்பவர்களுக்கு ஒரு கெட்ட செய்தி - இந்தக் கட்டுரையை நாம்தான் எழுதிக் கொண்டிருக்கிறோம்.

2

'ராஜா பாடல்கள்' என்பது ஒரு வெகுஜன கலை வடிவம். இதை உருவாக்கியது இளையராஜா இல்லை, அவரது ரசிகர்கள்! எனவே காப்புரிமை பிரச்சினைக்கெல்லாம் அப்பாற்பட்டது அது.

வெவ்வேறு திரைப்படங்களில், வெவ்வேறு காரணங்களுக்காக இளையராஜாவால் உருவாக்கப்பட்ட பாடல்களைத் தேர்ந்தெடுத்து, அவரது ரசிகர்கள் ஏறக்குறைய ஒரு புதிய வகைக் கலைப்படைப்பை உருவாக்கி வைத்திருக்கிறார்கள். அதற்குத்தான் 'ராஜா பாடல்கள்' என்று பெயர். இந்தத் தொகுப்புகளை உருவாக்குவதற்கோ அல்லது கேட்பதற்கோ, அவை எந்தத் திரைப்படங்களில், எந்த நடிகர் களுக்காக, எந்தப் பாடகர்களால் பாடப்பட்டன என்ற விபரமெல்லாம் உங்களுக்குத் தேவைப்படுவதில்லை. கொஞ்சம் காதும், கொஞ்சமே கொஞ்சம் தமிழும் தெரிந்திருந்தால் போதும்.

இது ஒரு வித்தியாசமான சூழலை நமக்குக் காட்டுகிறது. வழக்கமாய், இளையராஜாவின் பாடல்கள் திரைப்படங்களுக்கு உயிரூட்டு கின்றன என்று சொல்லித்தான் கேள்விப்பட்டிருக்கிறோம். நிஜத்தில் எல்லாமே தலைகீழாய் இருக்கிறது. ராஜா பாடல்கள் கலகத் தன்மையோடு வெளிப்படுகின்றன. அது ஒரு எதிர்க்குரல். தங்களது திரைப்படங்களைத் தாங்களே நிர்மூலமாக்கும் ஆக்ரோஷம் கொண்டவை.

பொதுவாக, வெளியான வேகத்தில் ஓடி முடித்து விடுபவை இந்தியத் திரைப்படங்கள். ஈசலைப் போல. இதற்குக் காரணமாக, அதன் கதம்ப குணத்தைத்தான் சொல்ல வேண்டும்.

கொஞ்சம் நகைச்சுவை, கொஞ்சம் காமம், கொஞ்சம் வீரம், தூக்கலாக அழுகை என்ற கதம்பகுணம் இந்தியத் திரைப்படங்களை உள்ளிருந்தே அழிக்கக்கூடியது. இதனால், வெளியான கொஞ்ச நாட்களிலேயே ஒரு திரைப்படம் துண்டு துண்டாக கழன்று கொள்ளத் தொடங்குகிறது. பிடித்த நடனம், பிடித்த வசனம், பிடித்த பாடல், பிடித்த ஆடை, பிடித்த ஆபரணம் என்ற பெயரில் வெளியேறும் இத்துணுக்குகள் பின்பு தனித்தனியே வெகுஜன சூழலில் வலம் வர ஆரம்பிக்கின்றன.

வரி கட்ட மாட்டேன் என்று கட்டபொம்மன் சொல்கிற 'சுதேசி' வசனம் இப்படியொரு சிதறிய துணுக்கு. பராசக்தியில் சிவாஜி கணேசன் பேசிய நீதிமன்ற வசனம் கூட அப்படியானதுதான். வடிவேலுவின் ஏராளமான நகைச்சுவை வரிகள் இந்த வகையைச் சார்ந்தவை. எம்ஜியாரின் மூக்குறிதல், சிவாஜிகணேசனின் உதட்டுப் பிதுக்கல், கமலஹாசனின் முத்த முயற்சிகள், ரஜினிகாந்தின் பாரிசப் படியிறங்கல் எனக் கழன்று விழும் துண்டுகளுக்கு பல உதாரணங்களைச் சொல்ல முடியும். அப்படியானவொரு துண்டுதான் 'ராஜா பாடல்கள்'.

ஆனால், பிற துணுக்குகளை விடவும் இசைத் துணுக்குகள் வலிமையானவை.

ஏனென்றால், வடிவேலுவின் துண்டு துண்டு நகைச்சுவைகள் செய்யாத வேலையை, ராமராஜனின் கண்ணைப்பறிக்கும் வண்ணச் சட்டைகள் செய்யாத வேலையை ராஜா பாடல்கள் செய்ய ஆரம்பிக் கின்றன. தனித்தனியே கழன்று வந்த ராஜா பாடல்கள் திரைப் படங்களுக்கு வெளியே புத்தம் புதிய தொகுப்புகளாக இணையத் தொடங்குகின்றன. இது பிற துண்டுகளிடம் நடைபெறுவது இல்லை.

திரைப்படம் என்ற ஒழுங்கைக் கவிழ்க்கிற பாடல்கள், தங்களுக்குள் வேறொரு ஒழுங்கையும் ஏற்படுத்திக் கொள்கின்றன. இதற்கு சில காரணங்கள் இருக்க முடியும். கவனித்துப் பார்த்தால், திரைப்படம் என்ற பெருங்கதம்ப ஒழுங்கைச் சிதைக்கும் பாடல்கள்கூடத் தத்தம்மளவில் ஒரு கதம்ப ஒழுங்கோடு இருப்பதை நம்மால் உணர முடியும். கவிதை, இசை, காட்சி என்ற மூன்றும் கலந்த கதம்பம். திரையிசைப் பாடல்கள் திரைப்படங்களைக் கொல்வது கலகக் குணத்தால் அல்ல; ஒரு ஒழுங்கு இன்னொரு ஒழுங்கை விழுங்கி விடுகிறது.

3

ராஜா பாடல்களின் திரளும் குணம் அபரிமிதமானது. திரைப்படம் என்ற காட்சிகளின் நகர்வைத்தான் அது குலைக்கிறதே தவிர, ஒழுங்கையே குலைக்கவில்லை. இந்த இடத்தில் தெலியூஸ் சொல்வது நமக்குப் பயன்படக்கூடும். அவரைப் பொறுத்தவரையில் காலத்தைக் காட்சிப்படுத்துவதே திரைப்படம். அதாவது, கண்ணுக்குப் புலப்படாத காலத்தைத் திரைப்படம் காட்சிகளாக ஓட்டிக் காட்டுகிறது. காட்சிகளை நகர்த்துவதன் மூலம் சினிமா ஒரு அசைவியக்கத்தை உணரச் செய்கிறது; அந்த அசைவியக்கம், காணாத காலத்தைக் கண்ட திருப்தியை நமக்கு வழங்குகிறது.

துரதிர்ஷ்டவசமாக, திரைப்படம் கண்டுபிடிக்கப்படுவதற்கு முன்பிருந்தே இசை இதே வேலையைத்தான் செய்து கொண்டிருக் கிறது. அது, ஒலியின் மூலமாக காலத்தைக் காண்பதற்கு நம்மை நெடுங்காலமாகப் பழக்கி வைத்திருக்கிறது. நல்ல இசை உங்களை எங்கெங்கோ எடுத்துச் செல்வதாய் கற்பனை செய்கிறீர்களே, அதற்கு இதுதான் காரணம்.

ஒரு கூட்டுக் கலைவடிவமாக உருவான திரைப்படம், காலத்தைக் காட்சிப்படுத்தவே இசையையும் பயன்படுத்திக் கொண்டது. என்றாலும், இந்தியத் திரைப்படங்களின் இசை வடிவம் தன்னைத் தனியே நிரூபித்துக் கொள்ளவே பெரிதும் முயற்சி செய்கிறது. இதன் காரணமாகவே, ராஜா பாடல்கள் தத்தம் திரைப்படப் பந்தங்களை அறுத்துவிட்டு, இன்னொரு வெகுஜன வடிவமாகத் தங்களை வடிவமைத்துக் கொள்ளத் தொடங்குகின்றன.

திரைப்படம் என்ற காட்சிகளின் நகர்வைப் புறக்கணித்து தன்னிச்சையாய் செயல்படத் தொடங்குகின்றன. ராஜாவின் காதல் கீதங்கள், மனதை மயக்கும் ராஜா பாடல்கள், இரவு நேரத்தில் கேட்க விரும்பும் ராஜா பாடல்கள் என்று வித விதமான அவதாரங்களை எடுக்க ஆரம்பிக்கின்றன.

இந்த வடிவங்கள் அனைத்தையும் ராஜா ரசிகர்களே உருவாக்கு கின்றனர். ராஜா ரசிகர் ஒரு அனானி. அவர் யாராக வேண்டுமானாலும் இருக்கலாம். அப்படி உருவாக்கியதை யார் வேண்டுமானாலும் பயன் படுத்தலாம். இந்த இடத்தில்தான் ராஜா பாடல்கள் நாட்டுப்புற வழக்காறுகளின் குணத்தை வரிந்து கொள்ளத் தொடங்குகின்றன.

இதுதான் வேடிக்கை. நாட்டுப்புற இசையை இளையராஜா திரையிசையாக மாற்றுகிறார் என்றால், அவரது ரசிகர்கள் அதை மறுபடியும் நாட்டுப்புற இசையாக மாற்றி விடுகிறார்கள். ராஜா ரசிகர்களை விளங்கிக் கொள்வதற்கு இப்படியான ராஜா பாடல்களைத் தவிர வேறு எதுதான் சரியான தொடக்கமாக இருக்கமுடியும்?

•

ஒட்டுமொத்த ராஜா பாடல்களையும் காதல், பாசம் என்று பகுத்து விடலாம். அப்படிச் செய்த பின்பு சில உதிரியான பக்திப் பாடல்கள் மட்டும் மிச்சமிருக்கும். அது ஒரு பிரச்சினை இல்லை. துக்கடாக்கள் என்று விட்டு விடலாம்.

‘அதென்ன ராஜா பாடல்கள்? ஒட்டுமொத்த இந்தியத் திரைப் படங்களையும் இப்படி காதல், பாசம் என்று வகைப்படுத்தி விடலாமே!’ என்று இந்நேரம் உங்களுக்குத் தோன்றியிருக்கும்.

தோன்றியதே சரி. ஆனால், இந்தக் கட்டுரையில் நமது தலையாய பிரச்சினை ராஜா ரசிகர்கள் என்பதால், இந்தியத் திரைப்படங்கள் ‘பிழைத்துப் போகட்டும்!’ என்று விட்டுவிடலாம்.

ராஜா பாடல்கள், அரை நூற்றாண்டாக தமிழர்களின் அன்றாட வாழ்க்கையை வடிவமைத்து வந்திருக்கின்றன என்றுதான் எல்லோரும் நம்புகிறார்கள். நீங்கள் நம்பவில்லை என்றால், இனிமேலாவது நம்புங்கள். ஏனெனில், அதுதான் உண்மை.

அந்த வகையில், தற்கால தமிழ் வெகுஜனத்தின் ஆகப் பெரிய சிக்கல் காதலும் பாசமும்தான் என்பது நமக்கு ஒரு முக்கியமான செய்தி.

இந்திய அளவில் சுதந்திர தாகமும், தமிழக அளவில் சுயமரியாதைத் தாகமும் சென்ற நூற்றாண்டின் பேசுபொருளாக இருக்கக்கூடும் என்று அரசியல் அறிவியலாளர்கள் எண்ணிக் கொண்டிருக்கிறார்கள். ஆனால், திரைப்படங்களோ நமக்கு வேறொரு முகத்தைக் காட்டுகின்றன. தமிழ் சினிமாக்களை மட்டுமே வைத்துக் கொண்டு ஒருவர் தமிழக வரலாற்றை எழுத முயற்சிக்கிறார் என்று அகோரமாய் கற்பனை செய்து பாருங்கள். அப்படி ஓர் ஆய்வு நடந்து, அதன் விளைவாக ‘தமிழர்’ குறித்து கிடைக்கப் போகிற சித்திரத்தை நிச்சயமாய் நாம் விரும்ப மாட்டோம் என்றே எனக்குத் தோன்றுகிறது.

4

திரைப்படங்களில் காதல், பாசம் என்று ஒரு பேச்சுக்குச் சொல்கிறோமே தவிர, அது ஆண்களின் காதல், ஆண்களின் பாசம் என்பது எல்லோருக்கும் தெரியும். பெண்களின் காதல் உணர்வுகளைப் பேசுகிற திரைப்படங்களோ அல்லது ராஜா பாடல்களோ இந்த உலகத்தில் இல்லை.

அதே போலத்தான், பாசமும். எல்லா ராஜா பாடல்களும் தாய்ப் பாசப் பாடல்கள்தான். அதுவும்கூடப் பெரும்பாலும் மகனுக்கும் தாய்க்குமான பாசத்தை வெளிப்படுத்தும் பாடல்கள். சில நேரங்களில் இதைப் பாடுகிறவர்கள் பெண்களாக இருந்து உங்களைக் குழப்பக்கூடும். ஆனால், அவர்களும்கூட ஆண்களின் பாசத்தைத்தான் பெண் குரல்களில் பாடுகிறார்கள் என்பதில் கவனமாக இருங்கள்.

ஆண்களின் காதல், ஆண்களின் தாய்ப்பாசம் என்று பயணத்தை ஆரம்பித்தால் போகிற வழியில் ஒரு புதைகுழி இருக்கிறது. அதற்கு உள-பகுப்பு-ஆய்வு என்று பெயர். காதலாவது பாசமாவது, இரண்டுமே ஒன்றுதான் என்று நிரூபிக்க அது தயாராக இருக்கிறது.

•

‘தமிழ்த் திரைப்படங்களில் தாய்ப்பாசம்’ என்ற தலைப்பில் உரையாற்றுகிறவர்கள், இரண்டு வகைத் தாய்மார்களை நமக்கு அடையாளம் காட்ட முடியும். எம்ஜியார், சிவாஜி போன்ற மந்தமான ஆண்களின் வீரத்தை உசுப்பி விடும் தாய்மார்கள், ரஜினி, கமலஹாசன் போன்ற அசட்டு ஆண்களால் ஏக்கத்தோடு நினைத்துப் பார்க்கப்படும் தாய்மார்கள். ஒரு வசதிக்காக வீரத்தாய்மார்கள், ஏக்கத்தாய்மார்கள் என்று பெயரிட்டுக் கொள்வோம்.

ஆரம்பகாலத் திரைப்படங்களில் வீரத்தாய்களை நீங்கள் அதிகம் பார்த்திருக்கிறீர்கள். ‘பொறுத்தது போதும், பொங்கி எழு!’ என்ற வசனம் ஞாபகம் இருக்கிறதா? அதுதான் அவர்களது அடையாளம். இந்த வீரத்தாய்மார்கள் அதிபுத்திசாலிகள்; அவர்களுக்கு எல்லாச் சதிகளும் சடுதியில் விளங்கி விடுகின்றன. அதீத செயலூக்கம் நிறைந்தவர்கள்; நியாயத்திற்காக எதையும் செய்கிறவர்கள் - கொலையும் கூட. சுருக்கமாகச் சொன்னால், மூதின் மகளிர். கேடுகெட்ட தமிழ்ச் சமூகத்தை மகன்களின் மூலமாகக் காப்பாற்றுகிற தாய்மார்கள். பாரம்பரிய விழுமியங்களின் நடமாடும் வடிவம்.

அந்தக் காலங்களில், தமிழ் மறமகன்களை தாய்ப்பாசச் சிறையில்தான் அடைத்து வைத்திருந்தார்கள். அவர்களின் மணிக்கட்டுகளில் கயிறு கட்டி, சத்தியம் வாங்கி, ஆணையிடச் சொல்லி, நீதிக்காகப் போராடச் சொல்லி, அநியாயக்காரர்களை அழிக்கச் சொல்லி என்று இந்த வீரத்தாய்மார்கள் மறத் தமிழர்களைப் படுத்திய பாடு கொஞ்சம் நஞ்சமல்ல. ஆனால், நமது பழைய கதாநாயகர்கள் இந்தச் சித்ரவதையை விரும்பியே ஏற்றுக் கொண்டார்கள்.

இதற்கு முக்கியக் காரணம் அந்த வீரத்தாய்கள் பேசிய அரசியல். ராஜாங்க சதிகளால் நிரம்பியிருந்த சூழலுக்கு எதிரான குரல் அவர்களிடமிருந்தே எழுந்தது; எளிய மனிதர்களின் நிர்க்கதியான வாழ்க்கையை மாற்றுவோம் என்ற உறுதி அவர்களின் பேச்சில் இருந்தது; மானுட விழுமியங்களில் தோய்ந்து போனவர்கள் என்பதால், எல்லா வகையான கேடுகளையும் சீர் செய்வதற்கான முனைப்பை அவர்கள் தொடர்ந்து வெளிப்படுத்தினார்கள். மொத்தத்தில் அவர்கள் மறத்தமிழ்மகன்களைச் சமத்துவம் நோக்கி உசுப்பிக் கொண்டிருந்தனர். அதுவே அவர்களின் வேட்கையாகவும் இருந்தது.

இதனால், வீரத்தாய்மார்களின் வேட்கையே தங்களது வேட்கை என்பதில் தமிழ்மகன்கள் உறுதியாக இருந்தார்கள். இதன் விளைவாகத் தங்களது காதல் வாழ்க்கையைக் கூட வீரத்தாய்களே முடிவு செய்யும்படி அவர்கள் அனுமதித்திருந்தனர்.

இத்தனை களேபரங்களுக்கு மத்தியில் அந்த மறமகன்களின் காதலிகளையோ மனைவிகளையோ நீங்கள் கவனித்திருக்கிறீர்களா? பதுமைகளைப் போல் நின்றுகொண்டிருப்பார்கள். அவர்களுக்குப் பெரும்பாலும் வசனமே இருக்காது. நெருக்கிக் கேட்டால் 'நாதா' என்று எதையாவது சிணுங்குவார்கள். ஒட்டுமொத்தத் திரையையும் வீரத்தாய்களே நிறைத்திருந்த காலம் அது.

வீரத்தாய்கள் இறந்த பின்பே ஏக்கத்தாய்கள் பிறந்தனர். மடமே இவர்களின் அடையாளம். உலக ஞானம் இல்லாதவர்கள். அதனால் எல்லோராலும் கேலி செய்யப்படுகிறவர்கள். பெரும்பாலும் வீட்டுச் சுவர்களைத் தாண்ட மாட்டார்கள். கணவனுக்குப் பெரிதும் பயந்தவர்கள். மகன்களாலும் உதாசினப்படுத்தப்படுகிறவர்கள். பெரும்பாலும் ஒவ்வொரு திரைப்படத்திலும் இறந்து போகக் கூடியவர்கள். அல்லது நோயுற்று நடை பிணமாய் இருப்பவர்கள்.

திரைக்கதையில் ஓர் ஓட்டை போல அல்லது வெற்றிடம் போல மாறிவிடுவது அவர்களின் இயல்பு. இந்த ஓட்டையை அல்லது வெற்றிடத்தை நினைத்தே தமிழ்த் திரைமகன்கள் ஏங்கிப் புலம்பு கிறார்கள். உயிரோடிருந்த காலம் வரைக்கும் உன்னை நான் மதிக்க வில்லையே என்றே இந்தக் கதாநாயகர்கள் அழுது வடிகிறார்கள். ராஜாவின் பெரும்பான்மை அம்மா பாடல்கள் இந்த இரண்டாம் தாய்களைப் பற்றியதுதான். அதாவது, 'வெற்றிடத் தாய்களைப்' பற்றியது.

வீரத்தாய் என்ற கற்பனையிலிருந்து வெற்றிடத்தாய் என்ற கற்பனைக்கு தமிழ்த் திரைப்படங்கள் வந்து சேர்ந்த காலகட்டத்தை இன்னும் கொஞ்சம் யோசித்துப் பார்க்கலாம். இந்த இடைவெளியில் தமிழ் மகன்கள் சுயமாகச் செயல்பட ஆரம்பித்திருக்கிறார்கள். பதுமைகளாக நின்றிருந்த இளம்பெண்கள் காதல் நிரம்பியவர்களாக மாறியிருக்கிறார்கள். தமிழ்த் திரைக்கதைகளின் மைய முரண் சமூகப் பிரச்சினைகளில் இருந்து தனிமனிதச் சிக்கல்களுக்கு நகர்ந்திருக்கிறது.

திரைப்படங்களில் மேலோங்கியிருந்த நாடகத்தன்மை விலகி திரைத்தன்மை கூடியிருக்கிறது. வசனங்கள் வலுவிழந்திருக்கின்றன. அரசியல் பேசிக்கொண்டிருந்த தமிழ்மகன்கள் காதல் மொழிகளைப் பேச ஆரம்பித்திருக்கிறார்கள். அதாவது, தமிழ்மகன்கள் முதல் முறையாக வயதுக்கு வந்திருக்கிறார்கள். காதல் அல்லது காமம் ஆகப்பெரிய விஷயமாக மாறியிருக்கிறது. இந்தக் களேபரங்களுக்கு மத்தியில்தான் ராஜாவும் பெருங்கலைஞனாக உருவெடுக்கத் தொடங்குகிறார்.

இந்த மாற்றத்தை நாம் இவ்வாறு சொல்லலாம்: பாரம்பரிய அடையாளங்களிலிருந்து விலகிக் கொஞ்சம் கொஞ்சமாக நவீனத் தன்னிலையைக் கட்டமைக்கத் தொடங்கியக் காலகட்டம் இது. அதாவது, மரபிலிருந்து விலகி வந்த தமிழர் தமக்கொரு நவீன அடையாளத்தை உருவாக்கிக் கொள்ளும் தருணம். இதுவொரு மிக முக்கியமான வரலாற்று நகர்வும்கூட. ராஜாவின் காலம் இப்படித்தான் ஆரம்பிக்கிறது.

இருபதாம் நூற்றாண்டு எல்லாச் சமூகங்களுக்கும் இவ்வாறு நகர்ந்து வருவதற்கான சாத்தியங்களை வழங்கியிருக்கிறது. இந்தச் சாத்தியங்கள் நவீன தொழில் நுட்ப அறிமுகத்தாலும், கல்வியறிவின் பரவலாக்கத்தாலும், ஜனநாயக அரசியலின் அறிமுகத்தாலும் உலகின் பல்வேறு பகுதிகளிலும் நடைபெற்றிருக்கிறது - அந்தந்த சமூகப் பண்பாடுகளின் தனித்துவங்களோடு! இத்தகைய ‘மரபிலிருந்து நவீனத்துவத்திற்கான வெகுஜன நகர்வு’ தமிழ்ச் சூழலில் நிகழ்ந்தபோதே ராஜாவின் பாடல்களும் நிகழ்ந்து கொண்டிருந்தன.

எழுதுவதற்கு மிக எளிதான வாக்கியங்களாகத் தோன்றும் இந்த நிகழ்வுகள் மிகச் சிக்கலானவை. திரையுலகிற்கு ராஜா எழுபதுகளில் அறிமுகமாகிறார். ஒரு பெரிய அலை அப்பொழுதுதான் அடித்து ஓய்ந்திருக்கிறது. சினிமாவை ஒரு வலிமையான அரசியல் ஆயுதமாகப் பயன்படுத்தி திராவிடக் கட்சிகள் ஆட்சியைப் பிடித்திருக்கின்றன. கலைஞர், எம்ஜியார் என்ற இரு முக்கியமான திரைக்கலைஞர்கள் ஆட்சியாளர்களாக மாறியிருக்கிறார்கள். நமது ‘வீரத்தாய்’ கற்பனையை வளர்த்தெடுத்ததில் இவ்விருவருக்கும் பெரும் பங்கு இருக்கிறது. எம்ஜியார் நடித்துக் காட்டியக் கதாபாத்திரங்கள் தாய் சொல்லைத் தட்டாத மறத்தமிழனின் கச்சிதமான வகைமாதிரிகள்; ஆனால், அவர் பேசிய வசனங்களை எழுதியவர், வீரத்தாய் போன்ற கலைஞர். சொல்லப்போனால், கலைஞர்தான் முதலாம் அம்மா.

5

சொற்களால் கட்டப்பட்ட அம்மாவிலிருந்து ஏக்கத்தால் நிரம்பிய அம்மாவை நோக்கி தமிழ் வெகுஜனம் நகர்ந்ததில் ராஜா பாடல்களுக்கே பெரும் பங்கு இருந்தது. இதை உடனடியாக, எழுத்திலிருந்து பேச்சுக்குத் திரும்பினோம் என்று யோசிக்க வேண்டாம்.

உண்மையில் தமிழ்ச் சமூகம் சென்ற நூற்றாண்டின் பிற்பகுதியில் ஓசையிலிருந்து மௌனத்திற்கே திரும்பியிருந்தது. இருபதாம் நூற்றாண்டுத் தமிழகம் ஓசையால் நிரம்பியிருந்தது என்பதற்கு மிக

முக்கியமான உதாரணம் திராவிட இயக்க மேடைப் பேச்சுகள். ஜோடிக்கப்பட்ட சப்தங்களால் நிறைந்திருந்தன அந்த மேடைகள். தெரு முனைகளெங்கும் அரவம். இந்தச் சூழலையே ராஜா பாடல்கள் மௌனத்தால் நிரப்ப முனைந்தன.

இது ஒரு காலப்பயணம். எதிர் நிற்கும் காலத்திற்குள் பயணிப்பதைப் போல, கழிந்த காலத்திற்குள் நிகழ்த்தும் பயணம். அதாவது, வரலாற்றுள் நிகழ்த்தும் பயணம். மொழிக் குறிகளால் நிரம்பிய தாயிடமிருந்து விலகி, ஏக்கமென நிற்கும் தாயை நோக்கிய பயணம். வேட்கைப் பொருளில் மாற்றம் நடைபெறுகிறது. தமிழ்ச் சூழலில் நடைபெற்ற இம்மாற்றத்தை ராஜா பாடல்களே நமக்குச் சுட்டுகின்றன.

ராஜாவின் காலத்தில் 'அம்மா' பற்றிய பார்வையில் பெரும் மாறுபாடுகள் நிகழ்ந்துள்ளன; அதேபோல, வெகுஜனம் சப்தத்திலிருந்து எழுத்திற்கல்ல, மௌனத்திற்குத் திரும்பியிருக்கிறது என்ற இரண்டு கருதுகோள்களை மட்டும் ஞாபகம் வைத்துக் கொள்ளுங்கள். இன்னும் சில விஷயங்களைப் பேசிவிட்டு, இதற்குத் திரும்ப வரலாம்.

•

பெரும்பான்மை ராஜா பாடல்கள் மெட்டிலிருந்தே உருவாகுகின்றன. ஒரு சூழல் சொல்லப்படுகிறது. அதற்கான மெட்டை அவர் உருவாக்குகிறார். அந்த மெட்டைப் பாடுவதற்காக அதனில் வார்த்தைகள் சேர்க்கப்படுகின்றன. பல தருணங்களில் இந்த வார்த்தைகளுக்கு அர்த்தம் இருப்பது இல்லை. அதாவது, ஒரு உரையாடலில் போல அல்லது எழுத்தில் போல இந்த வார்த்தைகள் நமக்கு அர்த்தங்களைச் சுட்டுவது அல்ல.

ராஜா பாடல்களில் அந்த மெட்டும் அதைப் பாடும் சுகமுமே நமக்குச் சுட்டப்படுகிறது. அதாவது, பாடலிலுள்ள அந்த வார்த்தைகள் இணைந்து ஒரு கவிதைப்பனுவலாக உருவாகுவது இல்லை. ராஜா பாடல்களில் மட்டுமல்ல, எந்தவொரு திரைப்படப்பாடலிலும் இது சாத்தியமில்லை. பாடலில் கவிதையே சாத்தியமில்லை.

கவிதையை விடவும் இசை முக்கியத்துவம் பெறுவது, இந்த நூற்றாண்டின் வரம். ஓசையை எழுத்தாக மட்டுமல்ல ஓசையாகவும் பாதுகாத்து வைக்க முடியும் என்ற தொழில் நுட்பம் நிகழ்த்திய மாறுதல் இது. அதற்கு முன்பு வரை, பாடலில் ஒலி அழியக்கூடியது; சொற்களே நிரந்தரமானவை என்று நம்பிக் கொண்டிருந்தோம். இதனால் சொற்கள் கனமாக இருந்தன.

செய்யுள் இந்த வகையைச் சார்ந்தது. செய்யுள்கள் பாடப்படுபவை என்றாலும், அவை கவிதையாக வெற்றி பெற்றவை. செய்யுள்களைப் பாட முடியும் என்பது கூடுதல் தகவல் மட்டுமே. ஆனால், இன்றைக்கு, ஒலி நிரந்தரமானது என்றான பின்பு, ஓசையின் முன் எழுத்து துவண்டு விடுகிறது. அர்த்தங்களைத் துறந்து, தம்மை ஒலிகளாக மட்டுமே நிறுத்திக் கொண்டன.

மனிதனின் ஆகப்பெரிய வேட்கை மௌனத்தை ஞாபகம் வைத்திருப்பது. மௌனம் என்று நான் சொல்வதை ஒலிக்கு எதிரானது என்று நினைத்து குழப்பிக் கொள்ள வேண்டாம். நான் சொல்லும் மௌனம், ஒரு வகை உணர்வு; விளக்கம் அல்ல, விளங்கிக் கொள்வது; அர்த்தம் அல்ல அர்த்தத்தை அறிவது. இதைச் சில நேரம் கவித்துவம் என்று சொல்லி மிரட்டுகிறவர்களும் உண்டு. என்றைக் காவது எதையாவது சத்தமாய் யோசித்திருக்கிறீர்களா? அப்பொழுது உங்களைச் சுற்றி ஒரு அமைதி இருக்குமே - அந்த மௌனத்தையே நான் 'மௌனம்' என்கிறேன்.

இந்த மௌனத்தையே ஒவ்வொரு முறையும் நாம் அடுத்தவருக்குக் கடத்த விரும்புகிறோம். நான் உங்களுக்கு எனக்குள் நிகழ்ந்த மௌனத்தையே புலப்படுத்த முனைந்தேன். மௌனம் நிலையற்றது என்பதால், அதை ஆரம்பத்தில் ஒலியால் பாதுகாத்தோம். அதன் பின் ஒலியை விடவும் மேம்பட்ட காட்சி வடிவம் (எழுத்து) வந்ததும் மௌனங்களை எழுத்தில் பாதுகாத்தோம்.

எழுத்தின் அதிகாரத்தை ஒலிப்பேழைகளே சிதறடித்தன. மின்னணுக் கருவிகள் மூலமாக ஒலியையும் நிரந்தரமாய் பாதுகாக்க முடியும் என்ற கண்டுபிடிப்பே மீண்டும் நம்மை மௌனத்தை நோக்கி இழுத்து வந்தது. தமிழில் ஒலியிலிருந்து ஆதி மௌனத்திற்கான பயணத்தை ராஜா பாடல்களே எல்லோருக்கும் சாத்தியமாக்கியது.

இதில், 'எல்லோருக்கும்' என்ற சொல் முக்கியமானது.

இதையும் ஞாபகத்தில் வையுங்கள். இத்தோடு, மூன்று முக்கியமான வார்த்தைகளை ஞாபகத்தில் வைத்திருக்கிறோம் - ஏக்கம், மௌனம், காதுள்ள எல்லோரும். இன்னும் சில சொற்களும்கூட இந்த வரிசையில் சேர இருக்கின்றன. சேர்ந்த பின், இவை அனைத்தும் ராஜா என்ற புள்ளியில் எவ்வாறு திரளுகின்றன என்று நான் விளக்க வேண்டும். இதுதான் ராஜாவை வரையும் எனது முறையியல்.

•

இளையராஜாவின் பாடல்கள் ஒரு விஷயத்தை நமக்கு நினைவூட்டுகின்றன - கடந்த அரை நூற்றாண்டாக தமிழ் வெகுஜன

சமூகத்தின் தலையாயப் பிரச்சினையாக இருந்தவை காதலும், தாய்ப்பாசமும். இவ்விரண்டுள் ஏதாவது ஒன்று இல்லாத தமிழ்த் திரைப்படங்கள் இல்லை. அதே போல இவ்விரண்டையும் அதீத நாடகக் குணத்தோடு வெளிப்படுத்துபவை பாடல்கள் மட்டுமே.

இப்பாடல்களைக் கேட்டு, ஒரு அளவுக்கு மேல் உணர்ச்சிகளை நிர்வகிக்கத் தெரியாமல் உடைந்தழும் தமிழர்கள் இருக்கிறார்கள். 'தமிழர்கள்' என்று குறிப்பிடுவது தமிழ் ஆண்களை மட்டும்தான் என்பதை நினைவில் கொள்ளுங்கள். ஏனெனில், 'தமிழ் வெகுஜனம்' என்ற பதம் திகட்டத் திகட்ட ஆண்களால் நிரம்பியிருக்கிறது. அதன் பிரதான இரண்டு பிரச்சினைகள் காதலும் தாய்ப்பாசமும் என்று சொல்லும்போது முழுக்க முழுக்க ஆண்களின் காதல், ஆண்களின் தாய்ப்பாசம் என்று நீங்கள் விளங்கிக் கொள்ள வேண்டும்.

தொல்காப்பியம் எண் வகை மெய்ப்பாடுகளைச் சொல்கிறது என்றாலும், தற்காலத் தமிழர்களுக்கு எல்லாமே அழுகையில் அடங்கி விடுகிறது. காதல் என்றாலும் சரி, தாய்ப்பாசம் என்றாலும் சரி கண்ணீர் இல்லாமல் இங்கே எதுவும் முழுமை இல்லை. திறமையாக அழுது காட்டுவது மட்டுமே திறமையான நடிப்பு என்று திரைப்பட நடிப்பு குறித்து நம்மிடம் ஒரு கருத்து இருக்கிறது. எம்ஜியார், ரஜினி போன்றவர்களுக்கு நடிக்க வராது என்று நாம் முடிவு செய்வதற்கும் இந்த அழுகை சமாச்சாரமே அளவுகோல்.

காதலுக்காகவும் தாய்ப்பாசத்திற்காகவும் உடைந்து அழும் தமிழர்கள் கடைசியில் ஏதாவதொரு பெண்மடியில் தஞ்சம் அடைகிறார்கள். 'மடி'தான் எவ்வளவு பொருள் பொருந்திய வார்த்தை! பெண்ணை மடி; பெண்ணிடம் மடி; பெண்ணே மடி.

பக்தி காலகட்டத்தின் அடிதொழுதலுக்குச் சற்றும் குறைவுபடாதது இருபதாம் நூற்றாண்டின் மடிஅடைதல். இறைவனின் அடி தொழுது சரணடைதல் போல, பெண்களின் மடியில் தஞ்சமடைதல் ஓர் அரசியல் நிலைப்பாடு போலவே நம்மிடம் வளர்ந்திருக்கிறது.

காதல், தாய்ப்பாசம், மடி அடைதல் என்று வரிசைப்படுத்தத் தொடங்கியவுடனேயே உளவியல் தன் தளவாடங்களோடு வந்து விடுகிறது. எல்லாவற்றிற்கும் எப்பொழுதும் ஒரு எளிய விடை அதனிடம் உண்டு. நம் பிரச்சினையில் காதலும், தாய்ப்பாசமும் வேறு வேறான உணர்வுகள் இல்லை என்று அதனால் எடுத்த எடுப்பில் நிரூபிக்க முடியும். ஏனெனில், மடியடையும் வேட்கை உயிர்களின் ஆதி வேட்கை என்பது அதன் அசைக்க முடியாத நம்பிக்கை.

ஆனால், மடி அடைதலின் மெய்ப்பொருளை விடவும் அது இருபதாம் நூற்றாண்டுத் தமிழகத்தில் என்னவாக அர்த்தம் கொள்ளப்பட்டது என்பதே எனக்கு முக்கியம். இன்னும் குறிப்பிட்டுச் சொல்வதனால், கடந்த ஐம்பது, அறுபது வருடங்களாக தமிழர்கள் போற்றி வரும் பெண்மடிக்கு என்ன அர்த்தம் என்பதே எனது ஆர்வம்.

தமிழ்த் திரைப்படங்களில் காதலையும் தாய்ப்பாசத்தையும் சித்தரித்த விதத்தில் ஒரு பொதுத்தன்மை இருக்கிறது. எது பெரிது, காதலா தாய்ப்பாசமா என்ற விவாதமே அந்தப் பொதுத்தன்மை. இரண்டே இரண்டு விஷயங்களை மட்டுமே எடுத்துக் கொள்கிற பட்சத்தில் இயல்பாகவே எல்லோரும் செய்யக்கூடிய காரியம்தான் இது. ராஜா காலத்துத் தமிழ்த் திரைப்படங்களும் அதைத்தான் செய்து வந்தன.

காதலா தாய்ப்பாசமா என்ற முரண், தமிழ்க் கதை சொல்லும் மரபிற்கு புதிய வரவு என்றே சொல்லவேண்டும். நமது புராணக் கதைகளா கட்டும், இதிகாசங்களாகட்டும், காப்பியங்களாகட்டும் எதிலும் இந்த முரணை நீங்கள் பார்க்க முடிவது இல்லை. நிலத்திற்காகவோ அல்லது பெண்ணிற்காகவோ அல்லது பத்தினித் தன்மைக்காகவோதான் நமது பாரம்பரிய கதாபாத்திரங்கள் சாகசங்கள் செய்து வந்திருக்கின்றன. நாட்டுப்புறக் கதைகளில் கூட 'தாயா தாரமா' என்ற விவாதம் நடை பெற்றிருக்கவில்லை; அப்படியே எங்காவது நடந்திருந்தாலும் அது பொருட்படுத்தத்தக்க முரணாக வெளிப்பட்டிருக்கவில்லை.

ஆனால், ஆச்சரியப்படும் வகையில் தமிழ்த் திரைப்படங்களில் இந்த விவாதமே பரவலாக நடைபெற்றிருக்கிறது.

6

தமிழ்த் திரைப்படப் பாடல்களுக்கும் சங்கக் கவிதைகளுக்குமான ஒற்றுமைகளை நான் தொடர்ந்து கவனித்து வருகிறேன். இரண்டிலுமே குரல்கள்தான் பிரதானம். சில நேரம் ஒரே ஒரு குரல், பல நேரங்களில் இரண்டு குரல்கள். இக்குரல்களைக் கடந்ததும் உங்களுக்கு ஒரு சித்திரம் வழங்கப்படுகிறது. அந்தச் சித்திரம் பெரும்பாலும் ஒரு நிலக்காட்சி - மலை தொடங்கி கடல் வரைக்கும். அந்த நிலக்காட்சிக்கும் அக்குரல்கள் வெளிப்படுத்தும் பாவனைக்கும் ஆழ்ந்த பிணைப்பொன்று இருக்கிறது. அதாவது, அக்குரல்கள் சொல்ல வரும் சேதியை அந்த நிலக்காட்சிகளே மெருகூட்டுகின்றன. ஓர் உவமை போல நின்றோ அல்லது ஆகுபெயராகவோ சொல்லப் படாத செய்திகள் பல உண்டென்று அவை உங்களுக்குச் சொல்லிக் கொண்டே இருக்கின்றன.

இதை இப்படிச் சொல்வோம்: குரல்கள் உங்களுக்குச் சில சேதிகளைச் சொல்கின்றன. அக்குரல்களை மேம்படுத்த வந்த காட்சிகள், சொல்லப்படாத விஷயங்கள் நிறைய உண்டு என்று உங்களுக்கு நினைவூட்டுகின்றன.

7

இளையராஜா பாடல்கள் என்பவை, அதைப் படைத்தவரின் கண்ணோட்டத்தில் வேறொரு வகைமையின் அங்கம். அதாவது, திரைப்படங்கள் என்ற கலை வடிவத்தின் ஒரு பகுதியாகவே திரைப்பாடல்கள் அமைந்திருக்கின்றன. அந்தப் பாடல்களுக்கு திரைப்படத்தின் ஒட்டுமொத்தத்தோடு பெரும் பங்கு இருக்கிறது. அந்தத் திரைப்படம் சொல்ல வருகிற கதை, விவரிக்கிற சம்பவங்கள், வெளிப்படுத்துகிற உணர்ச்சிகளை மையப்படுத்துவதாகவே அந்தப் பாடல்கள் முதலில் அறிமுகமாகின்றன. அப்படியே ரசிக்கவும் படுகின்றன.

ஆனால், காலப்போக்கில் இந்தப் பாடல்கள் மெதுமெதுவாக அந்தத் திரைப்படங்களிலிருந்து நழுவத் தொடங்குகின்றன. அல்லது, திரைப்படம் என்ற வடிவத்திலிருந்து விலகி தனியாகவும் இயங்கக் கூடிய வல்லமையைப் பெறத் தொடங்குகின்றன.

'திரைப்படம், ஏழாவது கலை வடிவம்' என்பது பாரம்பரிய கருத்து. கதை, நாடகம், ஓவியம், இசை, கவிதை, நடனம் போன்ற ஆறு கலை வடிவங்களையும் தன்னுள் கரைத்த ஏழாவது கலை. திரைப்படம் பார்க்கையில் ஏற்படும் அனுபவம் இந்த ஆறு கலை வடிவங்களின் கலவையில் உருவாவது அல்லது ரசாயனத்தில் உருவாவது.

ஆனால், இந்த ஆறு கலைவடிவங்களும் தத்தமளவில் தனித்து இயங்கக்கூடியவைதான் என்பதும் நமக்குத் தெரியும். திரைப்படம் பார்க்கும் தருணத்தை மீறி, அதில் இடம்பெற்றுள்ள ஆறு கலை வடிவங்களும் தனித்தனியாக அதிலிருந்து விலகி நின்று செயல்பட முடியுமா என்றால், அதற்கான சாத்தியங்கள் நிரம்பவே உண்டு என்பதற்கு மிக வலிமையான சான்று, இளையராஜா பாடல்கள். தான் இடம்பெற்ற திரைப்படங்களின் உதவியின்றி, அவை தனித்து தங்களை ஒரு வகைமையாக வடிவமைத்துக் கொண்டிருக்கின்றன.

இதற்கு வேறு சில உதாரணங்களும் நம்மிடம் உண்டு. ஒரு திரைப்படத்தின் உரையாடல் வெகுஜன அரங்கில் தனித்து நின்று கொண்டிருக்க முடிகிறது. கட்டபொம்மன் திரைப்பட வசனம் இன்றைக்கும் தனித்து இயங்கி வருகிறது. சமீபமாக வடிவேலுவின்

நகைச்சுவை வசனங்கள் இந்தத் தன்மையை அடைந்துள்ளன. நாடகத்திலும் இதற்கான உதாரணங்கள் உண்டு. நடிகர்களின் நடை, உடை, பாவனைகள் வெகுஜனப் பண்பாட்டில் தனித்து இயங்கக் கூடியவைதான். மிமிக்ரி என்ற அரங்க நிகழ்ச்சியின் தமிழ் வடிவம் நடிப்பை போலி செய்வதாகவே இருக்கின்றன. திரைப்பட நடனங்கள் மேடை நிகழ்ச்சிகளாக புது வடிவம் பெற்றிருக்கின்றன. இதே போன்றவொரு வடிவமாகவே மெல்லிசைக் கச்சேரிகள் அமைந்திருக்கின்றன.

இந்தத் திரும்பச் செய்தல்களைக் கடந்து, தன்னளவில் ஒரு தனி வடிவமாக மாறியவை திரைப்படப் பாடல்களும், நகைச்சுவைக் காட்சிகளும் மட்டுமே. ஒரு காலத்தில், திரைப்படங்களைத் திரையில் கண்டது போதாது என அதன் ஒலி வடிவத்தைச் சித்திரமாகக் கேட்டுக் கொண்டிருந்தது இந்த வகையில்தான் சேரும். அதே போல திரைப் படப்பாடல்களின் எழுத்து வடிவத்தை 'பாட்டுப்புத்தகங்களாக' வாசித்துக் கொண்டிருந்தது ஞாபகமிருக்கலாம்.

இளையராஜாவின் வருகை ஒலி நாடாக்களின் வருகையோடு நடந்தது. ஒலி நாடாக்களின் பரவலாக்கம், முதல் முறையாக ரசிகர்கள் இசை வடிவங்களைச் சொந்தம் கொண்டாடிக் கொள்ளும் மன நிலையை உருவாக்கியது. அதற்கு முன்பு வரை, காலத்தில் நின்று நீடிக்க இயலாதது என்று நம்பப்பட்ட ஒலிக்கோர்வைகள், காலத்தை வென்று நிரந்தரமானவை அல்லது சாகாவரம் பெற்றவை என்ற தொனியைத் தொழில் நுட்பம் சார்ந்து பெறத்தொடங்கியது இந்தக் காலகட்டத்தில்தான். அதே போல, அதற்கு முன்பு வரை இசை வடிவங்களைச் சேகரிப்பதும், நினைத்த நேரத்தில் அதனைக் கேட்டு ரசிப்பதும் மேட்டுக்குடியின் வழக்கமாகவே இருந்து வந்தது. ஒலிப் பேழைகளின் வருகை இந்த இரண்டு விஷயங்களையும் தன்னை அறியாமல் நிலைப்படுத்தின. ஒலி வடிவங்கள் நிரந்தரமானவை மற்றும் ஜனரஞ்சகமானவை.

ராஜா பாடல்கள் என்ற புதிய வகைமை இப்படித்தான் உருவாகத் தொடங்கியது. இதன் அடிப்படையில், திரைப்படங்களின் அங்கமாகவே அப்பாடல்கள் அறிமுகமாகின்றன என்றாலும், நாளடைவில் அல்லது உடனடியாகவே அவை தனித்தவொரு வகையாகவும் நிலைபெறத் தொடங்குகின்றன. ராஜா தனித்து இயங்கக்கூடிய ஆளுமையாக மாறி விடுகிறார்.

இதற்கான பல்வேறு காரணங்களை நம்மால் அடுக்கமுடியும். நாம் ஏற்கெனவே பார்த்தது போல, ஒலிக் கோர்வைகளைப் பாதுகாக்கிற, பயன்படுத்துகிற தொழில்நுட்பத்தின் வளர்ச்சி ஒரு முக்கியமான

காரணம். மற்றொன்று, நாமெல்லாம் முழுமையானது என்று நம்பிக்கொண்டிருக்கிற திரைப்படம் என்ற வஸ்து, சந்தர்ப்பம் வாய்த்தால் உடைந்து போகவும், அதன் சிறு பகுதிகள் தத்தம் தகுதிகளுக்கேற்ப தனித்தியங்கவும் அழிந்து போகவும் செய்கின்றன என்பதை நாம் பார்த்துக் கொண்டிருக்கிறோம்.

திரைப்படம் 'ஏழாவது கலை'யாக உருவெடுக்கிற அதே நேரம், அது தன்னோடு இணைத்துக்கொண்ட பிற ஆறு கலைகளும் தத்தம் சுய அடையாளத்தோடு இயங்கவே துடித்துக் கொண்டிருக்கின்றன. அதாவது, திரைப்படத்தைக் கொன்றுவிட அதன் சிறு பின்னங்களே பெரு வேட்கை கொண்டிருக்கின்றன. இந்த வேட்கையை மிகச் சரியாகப் பயன்படுத்திக் கொண்ட நிகழ்வாகவே ராஜா பாடல்களை நாம் கவனிக்க வேண்டும்.

80களில் ராஜா பாடல்கள், 90களில் ராஜா பாடல்கள் என்று கால ஒழுங்கு சில வேளைகளிலும், அம்மா பாடல்கள், காதல் பாடல்கள், சோகப் பாடல்கள் என்று உணர்வொழுங்கு சில வேளைகளிலும் என்று ஒவ்வொரு ரசிகரும் தனக்கான தொகுப்பை உருவாக்கிக்கொள்ள முடிகிற சாத்தியங்களை அது உயிர்ப்போடே வைத்திருக்கிறது. இவ்வாறு உருவாகி, பகிரப்பட்டு வந்த தொகுப்பு வகைகளின் பெருக்கத்தை உணர்ந்துகொண்டபின்பே, இசை நிறுவனங்கள் புதியதொரு விற்பனைப் பொருளாக இதை பாவிக்கத் தொடங்கினார்கள்.

ரசிகர்களே இத்தகைய தொகை வகைகளைக் கண்டுபிடித்தார்கள் என்றாலும், அதைப் பரவலாக்கிய வேலையை இரண்டு மிக முக்கியமான காரணிகள் தமிழில் செய்து வந்தன. ஒன்று, ஒலி நாடாக்களைப் பதிவு செய்து தரும் சிறு வணிகம்; மற்றொன்று, ராஜா பாடல்களை மேடைகளில் தத்ரூபமாய் நிகழ்த்திக் காட்டும் இசைக் கச்சேரி.

ஒலி நாடாக்கள் பரவலாக்கப்பட்ட பொழுது, அதைப் பதிவு செய்து தருவதற்கான குறுங்கடைகள் நகரங்களிலும் கிராமங்களிலும் உருவாகி இருந்தன. அப்படியொரு கடையை ஆரம்பிப்பதற்கு மூலதனமாக ஒலி நாடாக்களையும் பதிவுக் கருவிகளையும் கொண்டிருந்ததோடு ராஜா ரசிகராகவும் இருப்பது அவசியம் என்று கருதப்பட்டது. ராஜா ரசிகர் என்பது கொஞ்சம் கொஞ்சமாக இசை நுணுக்கங்களை அறிந்தவர் என்று மாறத் தலைப்பட்டதும் இந்தக் காலக்கட்டத்தில்தான்.

அதேபோல, அப்பாடல்களை நிஜமாக வாசித்துக் காட்டும் இசைக் கச்சேரிகள், ராஜா பாடல்களை ஆடிக்கொண்டே பாடக்கூடிய பாடகர்கள், தபேலாவில் சாகசங்களைச் செய்யக்கூடிய இளைஞர்கள், ஸ்டைலாக கிதார் வாசிக்கும் நவீனர்கள் என்று பல்வேறு கதா

பாத்திரங்களை இந்த மெல்லிசைக் கச்சேரிகளே நமக்கு அடையாளம் காட்டின. இன்றைக்கு சினிமா எப்படி ஒரு கனவாக இருக்கிறதோ அதே போலவொரு கனவாய் இசையமைத்தல் திகழ்ந்த காலகட்டம் அது. இளையராஜா திரைத்துறையில் அடைந்த வெற்றி, இது போன்ற நிறைய இளைஞரகளை இசையின் பக்கமாக இழுத்து வந்தது. திரைப்படத்தில் வெற்றி பெறுவதன் முதற்கட்டம் இசைக்குழு அமைத்து கச்சேரிகள் செய்தல் என்பதாக விளங்கிக்கொள்ளப் பட்டிருந்தது.

ஆச்சரியப்படும் வகையில் இத்தகைய இசைக்கச்சேரிகள் ராஜா பாடல்களுக்கு அமானுஷ்ய தன்மையை வழங்கத் தொடங்கியிருந்தன. திரைப்படப் பாடல்களைக் கச்சேரியில் வாசிப்பது என்பது பாடகர்களின் வேலை என்பதையெல்லாம் மீறி, அது வாத்தியக் கலைஞர்களின் சாகசம் என்ற சாத்தியத்தை ராஜா பாடல்களே ஏற்படுத்தியிருந்தன.

அதற்கு முன்புவரை, பாடல் வரிகளைச் சரியாகப் பாடுகிறார்களா என்று கவனித்து வந்த மக்கள், ராஜாவின் வருகைக்குப் பின்பே, சரணங்களுக்கிடையிலான இசைக்கோர்வையைச் சரியாக இசைக் கிறார்களா என்றும் கவனிக்கத் தொடங்கினார்கள். அப்படித் துல்லியமாக வாசிக்கும் கலைஞர்களுக்குப் பெருத்த ஆரவாரமும் புகழும் கிடைத்தன. போதாததற்கு இளையராஜா தொடர்ச்சியாகப் பல பாடல்களிலும் கைத்தட்டுவது முதல் வெற்றிலை இடிக்கும் உரலைச் சுரண்டுவது வரையிலான சப்தங்களைப் பயன்படுத்திவிட இதையெல்லாம் கச்சேரிகளில் நிகழ்த்திக் காட்டுவது ஒரு பரபரப்பை ஏற்படுத்தியிருந்தது.

இந்த இசைக்கச்சேரிகளே ராஜா பாடல்களை ஒரு பரம்பொருளாக மாற்றியமைத்திருந்தன. அதாவது, யாராலும் எட்ட முடியாதவை. ஆனால், ஒவ்வொரு கச்சேரியிலும் எட்ட விரும்புகிற உன்னதம். இதைச் சரியாகக் கணித்துதானோ என்னவோ இளையராஜா நிறைய வருடங்கள் தனது பாடல்களை நிகழ்த்திக் காட்டும் கச்சேரிகளைச் செய்யாமலேயே இருந்தார். ஏனெனில், கச்சேரி என்பது இளையராஜாவாக மாற விரும்புகிறவர்கள் தத்தம் வேட்கையை வெளிப்படுத்தும் மேடை.

8

ராஜா பாடல்கள் விழவும் நெகிழ்ச்சியும் என்று இரண்டு சூழல்களில் புழங்குகின்றன. இவ்விரண்டு தருணங்களையும் எப்படி எதிர் கொள்வது என்பதை வெகுஜனம் அறிவதில்லை. நன்றாகக்

கவனித்துப் பாருங்கள், குதூகலம் கொப்பளிக்கும் விழாக்களிலும் சரி, உணர்வுகள் கொந்தளிக்கும் தருணங்களிலும் சரி வெகுஜனம் மௌனமாகி விடுகிறது. அது ஒரு தத்தி. கொஞ்சமும் கற்பனை வளம் அற்றது. இத்தருணங்களிலெல்லாம் அதனைக் காப்பாற்றுவது ஏற்கெனவே செய்யப்பட்ட சம்பவங்கள் மட்டும்தான். ராஜா பாடல்கள் அப்படியொரு வெற்றிகரமான 'ஏற்கனவே செய்யப்பட்ட சம்பவங்கள்'.

வெகுஜனப் புழக்கத்திற்கு வந்த ராஜா பாடல்கள், வலுவானவொரு பேச்சு முறையாக உருவெடுத்திருந்தது.

தனது உள்ளக்கிடக்கையை வெளிப்படுத்த நினைக்கிற தனி நபருக்கோ அல்லது குழுவிற்கோ ராஜா பாடல்கள் சாதகமான வெளிப் பாட்டு வடிவமாக விளங்கின. அவர்கள் சொல்ல நினைப்பதை ராஜா பாடல்கள் சரளமாகச் சொல்லிச் சென்றன. விழாக்களின் போது ஒலிபரப்பப்படும் பாடல்களாக ராஜா பாடல்கள் மாறியிருந்தன. வீட்டு விழாக்கள் என்றாலும் சரி, ஊர் விழாக்கள் என்றாலும் சரி ராஜா பாடல்கள் அந்தச் சூழலை உருவாக்கும் வலிமையோடு விளங்கின.

விழாச் சூழல் என்பது பெரும்பாலும் சத்தத்தின் மூலமே தமிழில் சாத்தியமாகிறது. ஆரவாரம், களிப்பு போன்ற சூழல்களை மரபாகக் கலிச்சுவை என்று அழைக்கிறார்கள். விழாக்களில் பெண்களைக் குலவை இடச் சொல்வது இக்கலி பரவுவதற்கான உத்தி.

கலிக்கும் கலவரத்திற்கும் ஒழுங்கே வித்தியாசம். ஏற்கெனவே சொல்லப்பட்ட ஆரவாரம் கலி; தாந்தோன்றி ஆரவாரம் கலவரம்.

ராஜா பாடல்கள் இசையால் ஒழுங்குபடுத்தப்பட்ட ஆரவாரங்களாக இருந்தன.

இயல்பு நிலையில் வெளிப்படுத்தக் கூச்சப்படும் ஆரவாரங்களை ராஜா பாடல்கள் மிகக் கச்சிதமாக வெளிப்படுத்தி உதவின. புத்தாண்டுக் கொண்டாட்டங்களிலும், பிறந்த நாள் விழாக்களிலும், திருமணத்தின் போதும், ஊர்ப் பொங்கல் விழாக்களின் போதும் ராஜா பாடல்கள் இந்த ஆரவாரங்களை மிகக் கச்சிதமாக வெளிப்படுத்தி உதவுகின்றன.

ராஜா பாடல்கள் ஆரவாரத்திற்கான இடைவெளிகளை வெற்றிகரமாக நிரப்பி வருகின்றன.

விழாக்களில் ஆர்ப்பரித்தலை தமிழ்ச் சமூகம் அங்கீகரிக்கிறது என்றாலும், அதனை இசையாக, அதாவது இலக்கண ஒழுங்கோடு எழுப்ப வேண்டும் என்றும் அறிவிக்கிறது.

இதற்கு, குலவையே மிகச் சரியான உதாரணம். விழாக்களில் ஆர்ப்பரிப்பது பெண்கள் குணம் என்றும் இதனால் சொல்லப் படுகிறது. தமிழ் ஆண்கள் விழாக்களில் ஆர்ப்பரிப்பது குறித்து பெருங் கூச்சத்தையே வெளிப்படுத்துகின்றனர். மகிழ்ச்சி ஆரவாரத்தை எழுப்புவதில் தமிழ் ஆண்களுக்கு பெருத்த மனத்தயக்கம் இருக்கிறது. அத்தகைய தருணங்களில் திக்கித் திணறுகிறார்கள். இத்தடுமாற்றப் பொழுதுகளையே ராஜா பாடல்கள் இட்டு நிரப்புகின்றன.

மகிழ்ச்சியின் போது ஆரவாரத்தை எழுப்புவதை தமிழ்ச் சமூகம் போலி என்றே விளங்கிக்கொள்கிறது. அதாவது, எந்தவொரு உடனடி வெளிப்பாடும் போலியானது; நேரடியான எந்த விளைவும் உண்மையை விட்டு வெகுதூரம் விலகியிருக்கிறது என்ற நம்பிக்கை ஆழமாக வேரூன்றியுள்ளது. அல்லது, உடனடியான எதிர்வினை குறித்து தமிழ்ச் சமூகம் மாற்று விளக்கங்களைக் கொண்டிருக்கிறது.

உண்மை, நேரடியானது அல்ல என்ற நம்பிக்கையிலிருந்து இது தோன்றுகிறது. அல்லது, நேரடியானது உண்மை அல்ல என்ற சிந்தனை. நிஜம் குறியீட்டு ஒழுங்கமைப்பிலேயே வெளிப்படுகிறது என்ற யோசனை. உண்மை எப்பொழுதும் தன்னை மறைமுகமாகவே வெளிப்படுத்திக் கொள்கிறது அல்லது மறைந்திருப்பதே உண்மை என்ற கண்ணோட்டம்.

ராஜா பாடல்கள் விழாச் சூழலை இட்டு நிரப்புகிற அதே வேளையில், தமிழர்களின் தனிமையையும் இசைமயமாக மாற்றி அமைத்திருக்கின்றன.

தமிழர்களின் தனிமை இரண்டு முக்கியமான காரணிகளால் நிரம்பியிருக்கிறது. அம்மாவும் காதலியும்.

70கள், தமிழகத்தில் திராவிடம் மருவிய காலத்தின் வருகையைச் சொல்கிறது. 70 வரையிலான திராவிடக் கால ஆண்மகன் தன்னை ஒரு அரசியல் உயிரியாகவே கற்பனை செய்திருந்தார். அவரது எல்லா விதமான பேச்சுகளும் சுயமரியாதை, பகுத்தறிவு என்ற கனமான சொற்களால் நிரம்பியிருந்தன. அவர் தங்கு தடையில்லாமல் பேசக் கூடியவராக இருந்தார். உலகம் மேடைப்பேச்சுகளால் நிரம்பியிருந்தது. தனியன்கள் ஏறக்குறைய இல்லை. மிக அந்தரங்கமான அம்மாவும் காதலியும் கூட, வீரத்தாயாகவும், தாரமாகவும் இருந்தனர்.

திராவிடம் மருவிய காலத்தில் தமிழ் ஆண் தன் தன்னிலையை அகவயமாகத் தேடத் தொடங்குகிறார். அது நாள் வரையிலான அரசியல் தன்னிலை பூரணமடைந்ததாக நம்பப்பட்டது.

புறச்சிக்கல்களில் வெற்றியடைந்ததாக நம்பிய திராவிட ஆண், தனது அகச்சிக்கல்களுக்கு வெற்றிகரமாகத் திரும்பிய காலகட்டம் இது.

திராவிடம் மருவிய காலத் தமிழக ஆண்களின் பிரச்சினை 'பெண்' வடிவெடுத்திருந்தது என்றுகூடச் சொல்லலாம். திராவிட காலத்தில் உடல் மண்ணுக்கு, உயிர் தமிழுக்கு என்று நினைத்துக் கொண்டிருந்தவர், இப்பொழுது காதலுக்காக உயிரை விட்டுவிடவும் தயாராக இருந்தார்.

அதே நேரம், திராவிட காலத் தாய் இப்பொழுது வீரத்தாயாகப் பார்க்கப் படவில்லை. மகனால் உதாசீனப்படுத்தப்பட்ட தாயாக அவள் சித்தரிக்கப்பட்டாள். ராஜாவின் அம்மா பாடல்கள் இந்தப் புறக்கணிக்கப் பட்ட தாயை நினைத்து மகன்கள் வடிக்கும் கண்ணீராக வழிந்தோடின.

திராவிடம் மருவிய காலத்து ஆண்கள் காதலிலும் சரி, அம்மா மீதான பாசத்திலும் சரி உணர்ச்சிகளால் உந்தப்பட்டவர்களாய் திக்கித் திணறிக் கொண்டிருந்தார்கள். மௌனங்களாலும் இடைவெளி களாலும் நிரம்பியிருந்தன அவர்களின் காதலும் பாசமும்.

ராஜா பாடல்கள், இந்த மௌனத்தையும் இடைவெளியையும் நிரப்புகிற வகையில் உருவாகியிருந்தன. அவரது ஏராளமான காதல் கீதங்கள் தூதுக்களாகப் பயன்படத் தொடங்கின.

திராவிடக் கட்சிகள் ஆட்சியைக் கைப்பற்றிய 70களே நவீனத்துவம் வேரூன்றிய காலமாக நம்பப்பட்டிருந்தது. மரபை உதறி விட்டு நவீனத்தை ஏற்றுக் கொண்டதன் சினிமா வெளிப்பாடு, காதல் வயப்பட்ட ஆண் என்று கற்பனை செய்யப்படுகிறது.

குடும்பத் தளைகளை உதறிவிட்டுக் காதலுக்காக எதையும் செய்கிற மன நிலையைப் பிரதிபலிக்கும் ஆண்கள் கதாநாயகர்களாக உருவாக்கப் பட்டார்கள். காதல் நவீனத்துவத்தின் மிக முக்கியமான அறிகுறியாக விளங்கியது. ராஜாவின் காதல் கீதங்கள் இக்கதாநாயகர்களின் ஆழ்மனப் பேச்சாக அமைந்திருந்தன.

9

ராஜாவின் பாடல்கள் இரண்டு விதமாக பாவிக்கப்படுகின்றன. நிகழ்வுகளாகவும் ஞாபகங்களாகவும்.

விழா, பாசம், காதல் என்ற மூன்று சூழல்களில், காதல் இன்றைக்கு ஞாபகங்களாக மட்டும் செயல்பட, மற்ற இரண்டுமான விழாவும் பாசமும் நிகழ்வுகளாகவே உயிர் வாழ்கின்றன.

திராவிடம் மருவிய காலத்தில், அதாவது 70களிலிருந்து 2000 வரையிலான காலகட்டத்தில், ராஜா பாடல்களின் காதலுக்கு நிகழ் தன்மை இருந்தது. அக்காலகட்டத்து ஆண்களும் பெண்களும் காதலின் தீவிரத்தை வெளிப்படுத்தத் திக்கித் திணறுகிற ஒவ்வொரு நொடியிலும் ராஜாவின் பாடல்கள் அவர்களைக் காப்பாற்றுகிற வேலையைச் செய்து வந்தன.

திராவிடக் காலத்தில் அரசியலால் உந்தப்பட்டதற்கும் மருவிய காலத்தில் உணர்வுகளால் உந்தப்பட்டதற்கும் அடிப்படையான வேறுபாடு, வெளிப்பாட்டில் தோன்றிய திணறல் என்று சொல்ல வேண்டும். அரசியலை வெளிப்படுத்துவதில் மொழி வழியான பேச்சு பயன்பட்டதைப் போல, உணர்வுகளை வெளிப்படுத்துவதில் பயன் படுவது இல்லை. பேச்சு, காதலில் திக்குகிறது. அல்லது மொழி, காதலில் திக்குகிறது. காதலில் மட்டுமல்லாது, விழாக்களின் போதும் தாய்ப்பாசத்தை வெளிப்படுத்தும் போதும் மொழி திக்குகிறது என்றால், தமிழகத்தில் அரசியல் மொழியை எவ்வாறு கையாண்டது, உணர்வுகளை எவ்வாறு கையாளுகிறது என்று அறிவது அவசியம்.

திராவிட கால அரசியல் பேச்சுகள் ஓசைகளின் அணிவகுப்பாக இருந்தன. அலங்காரமான பேச்சு, மடை திறந்த வெள்ளம் போன்ற பேச்சு என்று வர்ணிக்கப்படும் மேடைப் பேச்சுகளே திராவிட கால அரசியல் பேச்சின் நிகழ் வடிவம். ஓசைகளின் அணிவகுப்பை சசூர் குறிப்பான்களின் அணிவகுப்பு என்பார். லெக்கன், இதையே மொழியின் நனவிலி அமைப்பு என்கிறார். அந்த வகையில், திராவிடக் கால அரசியல் பேச்சுகள் தமிழ் மொழியின் நனவிலி அமைப்பையே தங்களது வெளிப்பாட்டு வடிவமாகக் கொண்டிருந்தன.

10

ஒரு நாள் மட்டமத்தியானம் ஒரு மணி போல இருக்கும். அமெரிக்கன் கல்லூரி பேராசிரியர் பிரபாகரை தொலைபேசியில் அழைத்தேன். ‘சார், ராஜா பாடல்களை ரொம்பச் சரியாகக் காட்சிப்படுத்திய இயக்குநர்களைச் சொல்ல முடியுமா?’ என்று கேட்டேன். திரையிசைப் பாடல்கள் குறித்து ஆய்வு செய்தவர்.

‘கொஞ்சம் நேரம் கொடுக்கிறீர்களா? ஒரு முறை பாடல்களைப் பார்த்து விட்டு சொல்கிறேனே’ என்றார்.

கொஞ்ச நேரம் என்பது இரண்டு நாட்கள் ஆனது. அவரிடமிருந்து தொலைபேசி இல்லை. பின்னொரு மதியம் அழைத்தார்.

அழைத்தவர், தயங்கித் தயங்கி, ‘என்ன சார் இது? ராஜாவின் ஒரு பாடலைக்கூட யாரும் சரியாகக் காட்சிப் படுத்தவில்லையே. படம் பிடிக்கிறேன் என்று ஏதேதோ பண்ணி வைத்திருக்கிறார்கள்’ என்றார். அவரது குரலில் அவ்வளவு ஆற்றாமை.

‘பாலு, மணி என்று தேர்ந்து தேர்ந்து பார்த்து விட்டேன். எல்லா காட்சிகளும் மொக்கையாகவே தெரிகின்றன’ என்றார்.

‘ராஜா பாடல்கள், திரைக் காட்சிகளை விட்டு வெளியேறி வருடங்கள் ஆகின்றன சார்’ என்று நான் அவரைத் தேற்றினேன்.

ராஜா பாடல்களின் வெகுஜனத்தன்மை என்று நான் சொல்வதற்கு இது மிக முக்கியமான சான்று. இன்றைக்கு, எந்தவொரு ராஜா பாடலையும் அதன் திரைக்காட்சிகளோடு நாம் நினைவு வைத்துக் கொள்வது இல்லை. பாரதிராஜா, சின்னச் சின்ன மேடை நாடக ஜிகினாக்களைக் கொண்டு ராஜா பாடல்களை எதிர்கொள்ள முயன்று தோற்றார். மணிரத்தினம் இதற்காக நடனங்களையும், கதை சொல்லலையும் கொண்டு வந்து ஏதேதோ செய்து பார்த்தார். கமலஹாசன் ராஜா பாடல்களை வெற்றி கொள்வதற்காக சில்மிஷங்களை செய்யத் தொடங்கினார். பாலுமகேந்திராவோ வாழ்த்து அட்டைகள் போன்ற புகைப்படங்களால் அதை மீற முடியுமா என்று முயற்சி செய்தார். ஆனால், எந்த வகையிலும் அவர்களால் ராஜா பாடல்களை நெருங்க முடிந்ததில்லை.

கொஞ்சமே கொஞ்சம் ராஜா பாடல்களை உள்வாங்கிக் கொண்ட பாவனைகளைச் செய்தவர் என்று நடிகை ஷோபாவை மட்டுமே என்னால் சொல்ல முடிகிறது. அதிலும் குறிப்பாக, முள்ளும் மலரும் படத்தில் வருகிற இரண்டு பாடல்களிலும் ஷோபா காட்டிய பாவங்கள் மட்டுமே எனக்குத் தெரிந்த இரண்டு நியாயங்கள்.

திரைக்காட்சிகளிலிருந்து வெளியேறி இருந்த ராஜா பாடல்களுக்கான வெகுஜனக் காட்சிப்படுத்தல்கள் வேறு மாதிரியாக இருந்தன. அவற்றுள் ஒன்று, நான் ஏற்கெனவே சொன்ன மெல்லிசைக் கச்சேரிகள். ராஜா பாடல்கள் எப்படி நிகழ்த்தப்பட்டிருக்கும் என்பதை அவை பொது வெளியில் சொல்ல முனைந்தன. ஓ, இப்படித்தான் இந்தப் பாடல்கள் வாசிக்கப்பட்டனவா? என்ற ஆச்சரியத்தை அவை தொடர்ந்து நமக்கு வழங்கிக் கொண்டிருந்தன.

இதன் அடுத்த நிலை, அப்பாடல்கள் உருவான சூழல்களை ராஜாவே தனது வார்த்தைகளில் வர்ணிப்பது. ராஜாவின் இசை நிகழ்ச்சிகளில், பாடலைக் கேட்பதை விடவும் அது குறித்து இளையராஜா என்ன பேசுகிறார் என்பதே ரசிகர்களுக்கு உவப்பான விஷயமாக இருந்தது.

இது ராஜா பாடல்கள் குறித்து வேறு விதமான காட்சிப்படிமங்களை வெகுஜன வெளியில் உருவாக்கத் தொடங்கியது.

ராஜா பாடல்களை மேடைகளில் இசைத்துக் காட்டுவது ஒரு வகைக் காட்சியை நமக்குள் உருவாக்குகிறது என்றால், அப்பாடல்கள் குறித்து ராஜா வெளிப்படுத்துகிற விபரங்கள் அக்காட்சியை மேலும் மேலும் செறிவூட்டிக் கொண்டிருக்கின்றன.

ஏன், இப்படி நடக்கிறது? ராஜா பாடல்களின் மேல் கவிந்துள்ள திரைக்காட்சிகளை விலக்கிவிட்டு, பின் அவை நிகழ்ந்தப்பட்ட விதங்களின் காட்சிகளை விலக்கிவிட்டு, பின்னும் அவை உருவான சூழல் காட்சிகளையும் விலக்கிவிட்டு நாம் சதா தேடிக் கொண்டிருப்பது என்ன? ராஜா பாடல்களின் வெகுஜனம் எதைத் தேடி இந்தப் பயணத்தை மேற்கொண்டிருக்கிறது?

11

ராஜா பாடல்களுக்கும் வாகனங்களுக்கும் ஒரு உறவு இருக்கிறது. பேருந்துகளில் ராஜா பாடல்களை ஒலிக்க விடுகிற ஓட்டுநர்கள் / நடத்துனர்கள் நிறைய பேர். கார் பயணங்களில் கேட்க வேண்டிய ராஜா பாடல்கள் என்றொரு தொகுப்பு புழக்கத்தில் இருக்கிறது. ‘செந்தாழம் பூவில் வந்தாடும் தென்றல்...’ பாட்டை ஜன்னலோர இருக்கையில் அமர்ந்து, முகத்தில் காற்று மோத மோத கேட்ட பாக்கியம் நிறைய பேருக்குக் கிடைத்திருக்கிறது. புகைவண்டி பயணங்களில் ராஜா பாடல்களைப் பாடுவது பற்றி ஜெயமோகன் ‘புறப்பாட்டில் எழுதியிருக்கிறார். வெளியே மரங்களும் செடிகளும் பின்னோக்கி ஓட ஓட, ராஜா பாடல்களைக் கேட்ட அனுபவத்தை நிறைய பேர் சொல்லியிருக்கிறார்கள்.

வாகனம் மிகப்பெரிய சூத்திரதாரி.

அது தரும் பயணம், இலக்கியத்தில் ஒரு கவர்ச்சிகரமான உத்தி. கதையில் நிஜமாகவே ஏதோ நடக்கிறது என்று வாசகனை மயக்க இதுவொரு நல்ல வழி. சிலப்பதிகாரத்தில் கண்ணகி நடக்கிற நடை, கல் எடுத்து வர செங்குட்டவன் செய்த பயணம், இராமனின் வனச்செலவு, அனுமன் சென்ற தூது, பாண்டவர்களின் அலைச்சல், பாம்பு கொத்தும் தாயக்கட்டம், இப்படி விதவிதமான பயணங்களை நமக்குத் தெரியும்.

இதற்கெல்லாம் அப்பால், பயணங்களின் ஆதி வடிவம் ஆற்றுப்படை நூற்களில் சொல்லப்பட்டிருக்கிறது. அதில் முதுகுடிகள்

வங்கக்கடலிலிருந்து அரபிக்கடல் வரைக்கும் நிஜமாகவே அலைகிறார்கள். பழுத்த மரத்தைத் தேடி அலையும் பறவைகளைப் போல.

சங்க காலத்தில் பழம் தின்று கொட்டை போட்ட கலைஞர்கள் நிறைய பேர் இருந்திருக்கிறார்கள். அவர்கள் புதிய கலைஞர்களுக்கு லெக்கு சொல்லிக் கொடுப்பதே ஆற்றுப்படை.

சொல்லப்போனால், ஏறக்குறைய எல்லா சங்கப்பாடல்களிலுமே ஏதோவொரு பயணம் நடக்கிறது. காதலுக்காக, காமத்திற்காக, பணம் சம்பாரிக்க, தூது செல்ல, சண்டை பிடிக்க, படிப்பதற்காக ஆண்களும் பெண்களும் பேதமின்றி பயணம் செய்கிறார்கள். கடற்பயணம் மட்டும் பெண்களோடு இல்லை. மற்றபடி தடைகள் இல்லை.

தனிப்பாடல்களிலும் சரி, ஆற்றுப்படைகளிலும் சரி சென்று அடைய வேண்டிய இடமே பிரதானமாகச் சொல்லப்படுகிறது. இலக்கைச் சென்று அடைவதே பாரம்பரிய பயணத்தின் உச்சபட்ச வேட்கை.

இலக்கில்லாத பயணம் உண்டா? உண்டு என்பதை இலக்கியத்தில் சந்திக்க, நாம் நவீன காலம் வரைக்கும் காத்திருக்க வேண்டியிருந்தது.

நவயுக பயண வேட்கையில் ஒரு பெருத்த மாற்றம் நிகழ்ந்திருக்கிறது. பயணம் என்றால் எதையாவது அடைதல் அல்ல, எதிலிருந்தாவது வெளியேறுதல் என்ற யோசனையே அந்த மாற்றம். இதை, நவீன இலக்கியமே தமிழில் பிரபலப்படுத்தியது. வெளியேறுதல் என்றால் வெளியேறுவது மட்டும் அல்ல; வெளியேறுவதோடு போக்கிடம் இல்லாமல் அலையவும் வேண்டும். இதனால், அலைச்சல் நமக்கு ஒரு காவியப் பொருளும் கூட.

நவீன இலக்கியச் சொல்லாடல்களில் பயன்படுத்தப்படும் நாடோடி, தேசாந்திரி, புறப்பாடு, விச்சிராந்தி, கோணங்கி போன்ற சொற்களை யோசித்துப் பாருங்கள். இச்சொற்களின் மீது தமிழர்களுக்கு அதீத காதல். இதனால், வீட்டை அல்லது நாட்டை விட்டு வெளியேறிக் கால் போன / மனம் போன போக்கில் அலைவது குறித்த வர்ணனைகளை எங்கே எதிர் கொண்டாலும் அக்குரலோடு தன்னைப் பொருத்திக் கொள்கிறார்கள். தமிழர்களின் இந்தப் பக்குவத்தை இலக்கியமே உருவாக்கியது.

இன்னொரு விதத்தில், இந்த இலக்கற்ற பயணங்கள், புதிய இடங்களை, புதிய மனிதர்களைச் சந்திப்பதிலுள்ள உற்சாகத்தை கிளர்ச்சி என்றும் சொல்லித்தந்திருக்கிறது. எதிர்ப்படும் ஏதோவொரு பேருந்தில் ஏறி, அதன் கடைசி நிறுத்தம் வரை செல்வது, ஆள் நடமாட்டமற்ற புகைவண்டி நிலையங்களில் காத்திருப்பது,

அடுத்தடுத்த வண்டிகளில் ஏறி தொடர்ச்சியாக பயணம் செய்வது என்று ஒரு புதிய வழித்தடத்தை நவீனத்துவம் நமக்கு வழங்கி இருக்கிறது.

இந்தக் கற்பனைகளோடு, எந்தவொரு எந்திர வாகனத்திலும் ஏறி அமர்ந்து, அது ஜன்னல் வழி பின்னுக்குத் தள்ளும் காட்சிகளைக் காண ஆரம்பித்த நிமிடத்திலிருந்து, ஜன்னல் கம்பிகள் கன்னத்தில் அழுத்த உடகார்ந்த கணத்திலிருந்து, வீசும் காற்றிற்குள் முகத்தை அமிழ்த்திய விநாடியிலிருந்து விட்டு விடுதலையாகிவிட்ட உணர்வைப் பெறுவதற்கு நாம் பழகியிருக்கிறோம். பயணம் ஏன் நமக்குள் கிளர்ச்சியை ஏற்படுத்துகிறது என்பதற்கு ஒரு பதில் இது. இன்னும் நிறைய பதில்கள் இருக்கின்றன.

வண்டிப் பயணம் ஒரு புதிய அனுபவம். அது அறிதல் முறையைக் குழப்பி விடுகிறது. நமது அறிதல் முறை என்றால் என்ன? எதையும் கண்களால் தீர்மானிப்பது.

அன்றாட வாழ்க்கையை நாம் காட்சிகளால் மட்டுமே தீர்மானிக்கிறோம். எது, எந்த இடத்தில், எங்கு இருக்கிறது என்ற கணிப்பின் மூலமே நமது ஒவ்வொரு நகர்வும் அமைந்திருக்கிறது. கண்களுக்குக் குழப்பம் வருகையில் உடனடியாகத் தொடு உணர்ச்சியை துணைக்கு அழைத்துக் கொள்கிறோம்.

கண்களால் கண்ட காட்சி நிஜமா மாயமா என்று தொட்டு உணர்ந்து தீர்மானிக்கிறோம். பாம்பா, பழுதா கதைக்கு அதைத் தொட்டுப் பார்த்தால்தான் தீர்வு. இதுதான் நமது அடிப்படையான அறிதல் முறை. வாழ்க்கை முறையும்கூட. உடலின் உறுப்புகளை உடலாய் நினைத்து வாழும் முறை இது. இந்த எளிய முறையையே வாகனப்பயணம் சிக்கலாக்கத் தொடங்குகிறது.

வண்டிப் பயணத்தில் நீங்கள் ஒரே நேரத்தில் நகர்கிறீர்கள், நகரவும் இல்லை. ஜன்னல் காட்சிகள் நகர்ந்து முன்செல்வதை உறுதி செய்கின்றன. மரங்களெல்லாம் பின்னால் ஓடுகின்றன! ஆனால், உங்கள் உடலோ நகராமல் இருக்கிறது.

கண் ஒன்றை காட்டினால் தொடு உணர்ச்சி இன்னொன்றைக் காட்டுகிறது. உங்களின் உடல் உறுப்புகள் மாறுபட்டக் கருத்தை சொல்லி மோதிக் கொள்ளும் இக்கட்டை உணர்கிறீர்கள்.

கண்ணால் காணும் நிஜத்தை தொட்டும் உணர முடியும் என்பதே உங்கள் அறிவியல். சில சமயங்களில் கண் கூட பொய் சொல்ல வாய்ப்பு இருக்கிறது (காட்சிப்பிழை). ஆனால், தொடுவுணர்ச்சி தவறு

செய்வது இல்லை என்று நம்புகிறவர் நீங்கள். இல்லாத ஒன்றை உங்களால் என்றைக்குமே தொட்டு உணர முடியாது என்பதே அறிவியல்.

ஆனால், வாகனப் பயணம் இந்த உண்மையிலதான் முதலில் வாய் வைக்கிறது. நீங்கள் கண்ணால் காண்பதே உண்மை, தொட்டு உணர்வது பொய் என்கிறது.

ஜன்னல் வழிக்காட்சி மூலம் 'நகர்கிறோம்!' என்று நீங்கள் உணர்கிறீர்கள் அல்லவா, அதுதான் நிஜம். தொடுவுணர்ச்சி மூலம் நகரவில்லை என்று உணர்கிறீர்களே, அது பொய் என்கிறது விரைந்து செல்லும் வண்டி.

கண் 'ஓடுகிறோம்' என்கிறது; உணர்வோ 'சும்மா இருக்கிறோம்' என்கிறது. ஓடிக் கொண்டே சும்மா இருக்க முடிகிறது என்பதே வண்டிப்பயணம் ஏற்படுத்தும் மயக்கம்.

ஒரே நேரத்தில் ஒரு செயலைச் செய்தபடியும், செய்யாதபடியும் இருக்க முடியும் என்பது ஒரு தர்க்கப் பிழை. ஆனால், வண்டிப் பயணம் இந்தப் பிழையை நிஜம் என்று சாதிக்கிறது. இதுவே அறிதலில் ஏற்படும் குழப்பம்.

இதை ஏற்றுக்கொள்வது சிரமம். தாங்க முடியாதவர்களுக்கு வண்டியில் ஏறியதும் தலை சுற்றத் தொடங்குகிறது, மயக்கம் வருகிறது, ஓங்கரிக்கத் தோன்றுகிறது. குபுக் என்று வாந்தி எடுத்து விடுகிறார்கள்.

உண்மையில் வெடித்து சிதறுவது அறிதல் முறை அல்ல, அதற்கும் அடிப்படையான காலக்கணிப்பே அப்படி சிந்திச் சிதறுகிறது.

வண்டி விரைந்து செல்லும் போது நீங்கள் தூரத்தை மட்டுமல்ல, காலத்தையும் கடக்கிறீர்கள்.

காலம், நிகழ்வுகளின் மூலமே கணிக்கப்படுகிறது. நாம் ஒரு காரியத்தைச் செய்து முடித்த காலம், கடந்த அல்லது கழிந்த காலம் அல்லது இறந்த காலம். அந்தக் குறிப்பிட்ட செயலைச் செய்திருந்த காலம் இறந்துவிட்டது என்று அர்த்தம். காலமான காலம். எனவே, அதை மாற்றவோ திருத்தவோ முடியாது என்ற அறிவு இது.

இதனால், ஒவ்வொரு நொடியையும் நாம் கடக்கும் பொழுது, அந்த நொடி இறந்துவிட்டது அல்லது கழிந்துவிட்டது என்று விளங்கிக் கொள்கிறோம். ஏனெனில் அந்த நொடியில் செய்த காரியத்தை இனி மாற்றுவதற்கு வழியில்லை.

நிகழ்வுகளின் எண்ணிக்கையே வாழ்வின் வேகத்தைத் தீர்மானிக்கிறது. சொற்ப நிகழ்வுகள், நிதானமான வாழ்க்கை என்றும் அதிக நிகழ்வுகள் விரைந்த வாழ்க்கை என்றும் விளக்கப்படுகிறது.

நிகழ்வுகளின் எண்ணிக்கை அதிகரிக்க, அதிகரிக்க கால அளவீடுகளும் மாறியபடியே இருக்கின்றன. குறைந்த எண்ணிக்கையிலான நிகழ்வுகள் கொண்ட வாழ்க்கையில் ஒவ்வொரு நிகழ்வும் சாவகாசமாய் நடைபெறுவதால் இறந்த காலமும் சாவகாசமாகவே வந்து சேர்கிறது. நிதானமான வாழ்வில் நிகழ்காலமும் நிதானமானது. நீண்டது என்றுகூடச் சொல்லமுடியும். ஒவ்வொரு நிகழ்வும் நடந்து முடிகிற வரையில் இறந்த காலம் பொறுமையாய் காத்திருக்கிறது.

நிதானமான வாழ்க்கையில் காலம் நமது கையிலிருந்து நழுவுவ தில்லை. காலத்தை உங்களால் கைப்பற்றியிருக்க முடிகிறது. அது மிகப்பொறுமையாய் உங்கள் உள்ளங்கையில் அமர்ந்திருக்கிறது. ஆனால், நிகழ்வுகள் பெருத்துவிட்ட நவீன யுகத்தில் காலம் நீர் போன்றது என்ற யோசனைக்கு நாம் வந்து சேர்ந்திருக்கிறோம். அதாவது, நம்மையறியாமல் நமது கைகளிலிருந்து காலம் சொட்டிக் கொண்டிருக்கிறது.

‘காலம் நழுவுகிறது’ என்ற கற்பனையைக் கொஞ்சம் நினைத்துப் பாருங்கள். அப்படிச் சொல்வதன் மூலம், காலத்தை நீர்மை என்று உருவகிக்கிறோம். ஓடிக் கொண்டிருக்கும் நதி. ஒரே நதியில் இரண்டு முறை இறங்க முடியாது என்ற ஹெராக்லிட்டஸின் கூற்று அப்படித்தான் உருவாக்கப்பட்டது.

மணற்கடிகை இதற்கு மிகச் சிறந்த உதாரணம். மேலடுக்கில் வைக்கப்பட்டிருக்கும் எதிர்காலம், ஒரு சிறு திறப்பின் வழியாக இறந்த காலத்திற்குள் நழுவி விழுகிறது. நிகழ்காலமோ மிகக் குறுகியது; நழுவிக் கொண்டும் இருக்கிறது. அதனால் நிலையற்றது. துரதிர்ஷ்டவசமாக எதிர்காலமோ எந்நேரமும் ஒரு கேள்விக்குறி. அது எந்த கணத்திலும் காலியாகி விடலாம். அதை நம்புவதற்கும் இல்லை.

யோசித்துப் பார்த்தால், நமக்கு வாய்த்ததெல்லாம் கையளவு மண் போன்ற காலமான காலம் மட்டுமே. காலத்தைத் துல்லியமாக அளந்து செலவழிக்க ஆரம்பித்த பின்பு தோன்றிய அபிப்பிராயம் இது. சுவர்க்கடிகையோ இன்னும் மோசம். நிகழ்காலத்தைத் துடிக்கும் இதயமாக அது சித்தரிக்கத் தொடங்குகிறது. கடந்த காலம் என்று அதற்கு எதுவும் இல்லை. இருப்பதனைத்தும் அடுத்த ஒரு சுற்று எதிர்காலம் மட்டுமே.

காலம் நழுவி ஓடுகிறது என்ற வாக்கியம் சில முன்முடிவுகளை நமக்குள் ஏற்படுத்தியிருக்கிறது - நிகழ்காலம் மிகக் குறுகியது என்பது

ஒன்று; அதை உணர்வின்றி கடந்து செல்கிறோம் என்பது இன்னொன்று.

விரைந்த வாழ்க்கையில் எது நிகழ்கிறதோ அதிலிருந்து நம்மால் விலகி நிற்க முடிவதில்லை என்பது இதன் பொருள். ஏனெனில் நிகழ்காலம் ஒரு ஒண்டுக் குடித்தனம்; அதில் நிற்பதற்கு இடமும் இல்லை. அதே நேரம், அதை எட்ட நின்று அவதானிப்பதற்கான கால அவகாசமும் கிடைப்பது இல்லை. இத்தோடு கூட, வரலாறு குறித்த விழிப்புணர்வு, கடந்த காலத்தை நமக்கு இன்னும் நெருக்கமாகக் கொண்டு வந்து சேர்த்திருக்கிறது.

இன்னொரு புறம், வருங்காலம் நோக்கி நாம் விரைந்து கொண்டிருக்கிறோம். காலம் ஒரே நேரத்தில் முன்னும் பின்னுமாக நெருக்கப்பட்டிருக்கிறது. இறந்த காலம் ஒரு பக்கமும், வருங்காலம் ஒரு பக்கமும் என நெருக்கியடித்ததில் நிகழ்காலம் மீச்சிறு துளியாக மாறியிருக்கிறது. சொல்லப்போனால், காலத்தை நீர் என்று உருவகித்ததால், நிகழ்காலம் ஒரு சொட்டாக மாறி விட்டது.

கணம், தருணம் போன்ற சொற்கள் சுட்டும் காலப்பரப்பை யோசித்துப் பாருங்கள். அவை, காலம் குறித்த கையாலாகாத்தனத்தை நமக்குள் வெற்றிகரமாக ஏற்படுத்துகின்றன. காலம், நமது சக்தியைக் கடந்த ஒன்று என்ற யோசனையின் வெளிப்பாடே கணமும், தருணமும்.

நிகழ்காலம் சுருங்கச் சுருங்க நாம் உணர்ச்சிப் பிழம்புகளாகவே மாறிப் போயிருக்கிறோம். ஏனெனில், காலத்தைச் செயல்களின் மூலமாகவே உணரமுடிகிறது என்பதால், நிகழ்காலத்தின் போது தவிர்க்க முடியாத வகையில் உணர்ச்சிகளால் உந்தப்படுகிறோம். எந்தவொரு காரியத்தைச் செய்து கொண்டிருக்கும் போதும், அதிலிருந்து உணர்ச்சிவசப்படாமல் வெளியேறிவிடுகிற வாய்ப்பு நமக்கு மறுக்கப்பட்டிருக்கிறது.

பழங்குடியின வாழ்க்கையை யோசித்துப் பாருங்கள். அன்றைக்கு, நமது உணவு உற்பத்தி முறை சேகரித்தலாகவும் வேட்டையாடு தலாகவுமே இருந்தது. விளைவித்து உண்ண கற்றிருக்கவில்லை; அதே போல, விலங்குகளை வளர்க்கவும் தெரிந்திருக்கவில்லை. நமது உணவை இயற்கையே உற்பத்தி செய்தது.

அன்றைக்கெல்லாம் நமது உணவு உற்பத்தி முறை, அதாவது சேகரித்தலும் வேட்டையாடுதலும், நீண்ட நிகழ்காலத்தை உடையது. மலையுச்சியில் ஏறி தேனெடுப்பதற்காக இரவு பகலாகக் காத்துக் கொண்டிருந்தோம். வேட்டையாட வேண்டிய மிருகங்கள் வந்து சேர்வதற்காகவும் நீண்ட நேரம் காத்துக் கொண்டிருந்தோம்.

அன்றைய வாழ்க்கை முறையில் எல்லா வினைகளும் நீளமானவை. அதனால் இயல்பாகவே நமது உணர்ச்சிகள் எழுவதும் தாழ்வதுமாக இருந்தன. இன்றைக்குப் போல உணர்வுகள் கொந்தளித்துப் பின் ஒட்டுமொத்தமாய் அடங்குவது என்பது அன்றைக்கு இல்லை.

ஏற்றமும் இறக்கமுமாக இருந்தது மனம். இந்த இறக்கங்கள் நமக்கொரு வசதியையும் ஏற்படுத்தித் தந்திருந்தன - நம்மால் நம்மிலிருந்து வெளியேறுவது மிக எளிதாக இருந்தது. செய்து கொண்டிருக்கும் காரியத்திலிருந்து மனதளவில் வெளியேறிப் போய் சாவகாசமாய் திரும்பி வருவதற்கு நமக்கு அவகாசங்கள் இருந்தன.

ஏனெனில் நாம் பெரும்பாலும் ஒரு காரியத்தில் இருந்துகொண்டே இருந்தோம். அந்தக் காரியத்தைச் செய்து கொண்டும் இருந்தோம். செய்யாமலும் இருந்தோம். நிகழ்காலம் மிக நீண்டதாக இருந்தது.

நன்னூலில் இதை 'ஆ நின்று' என்று வரையறுக்கிறார்கள். கிறு, கின்று, ஆநின்று எல்லாம் நிகழ்காலத்தைச் சுட்டும் விகுதிகள் என்கிறது நன்னூல். செய்கிறான் (கிறு), செய்கின்றான் (கின்று), செய்யா நின்றான் (ஆ நின்று) மூன்றுமே நிகழ்காலத்தைச் சுட்டுவதாக நன்னூல் சொல்கிறது.

நன்னூலுக்கு உரையெழுத வந்தவர்களும் சரி, பிற்கால இலக்கண ஆசிரியர்களும் சரி, இந்த 'ஆ நின்று' எப்படி நிகழ்காலத்தைச் சுட்ட முடியும் என்பதை விளக்க முயன்று தோற்றுப் போயிருக்கிறார்கள். சங்கப்பாடல்களில் மட்டுமே ஆநின்றிற்கு எடுத்துக்காட்டுகள் கிடைக்கின்றன. எனவே, மொழிப்பயன்பாட்டில் நிகழும் மாற்றம் இதுவென பொத்தாம் பொதுவாய் முடிவு செய்து, தற்கால தமிழ் மொழி வழக்கில் 'ஆநின்று' இல்லை என்று எழுதிச் செல்கிறார்கள்.

ஆநின்று ஒரு விசித்திரமான நிகழ்காலத்தை நமக்குச் சொல்கிறது. எந்தவொரு வினைச்சொல்லோடும் 'ஆ' என்ற விகுதியைச் சேர்க்க அது எதிர்மறைச் சொல்லாகி விடுகிறது. எழுது - எழுதா, பாடு - பாடா, ஓடு - ஓடா, சாப்பிடு - சாப்பிடா, அழு - அழா, தொழு - தொழா, வரு - வரா ...

இப்படியே ஆ சேர்க்க நீங்கள் அக்காரியத்தைச் செய்யாமலிருக்கிறீர்கள் என்று பொருள். இந்த எதிர்மறையோடு 'நின்றான்' என்பதையும் சேர்த்துக் கொள்ளுங்கள் என்கிறது நன்னூல்.

அதன்படி, எழுதா என்றால் எழுதா நின்றான்; பாடா என்றால் பாடா நின்றான்; ஓடா நின்றான், சாப்பிடா நின்றான், அழா நின்றான், தொழா நின்றான், வரா நின்றான் என்று சேர்த்துக் கொள்ள வேண்டும்.

இப்படிச் சேர்க்கும் பொழுது அக்காரியத்தின் எதிர்மறை மறைகிறதாம். நேர்மறை உருவாகிறதாம். அந்த நேர்மறையும் நீண்ட நிகழ்கால நேர்மறையாக உருமாறுகிறது என்கிறது நன்னூல். அதாவது, எழுதா நின்றான் என்றால் 'எழுதுகிறான்' என்றே பொருள். பாடுகிறான் என்றே பொருள். ஓடுகிறான் என்றே பொருள்.

அப்படியானால், எழுதுகிறான் (கிறு) என்ற எளிய நிகழ்கால வினைச்சொல்லுக்கும் 'எழுதா நின்றான்' என்ற எதிர்மறை வினைச்சொல்லுக்கும் என்ன வேறுபாடு என்ற கேள்வி நிச்சயம் உங்களுக்கு வந்திருக்கும். எழுதுகிறான் என்று சொல்வதை விட்டு, ஏன் வேலை மெனக்கிட்டு எழுதா நின்றான் என்று சொல்ல வேண்டும் என்று தோன்றியிருக்கும்.

நன்னூல், இந்த 'ஆ நின்று' பயன்பாட்டை நிகழ்காலத் தொடர் நிகழ்விற்குப் பயன்படுத்தச் சொல்கிறது. இது எளிய நிகழ்காலச் சுட்டு அல்ல, நீண்ட நிகழ்காலத்தைச் சுட்டும் பதம். எழுதா நின்றான் என்று சொல்லும்போது, அவன் எழுதுகிறான் என்றோ அல்லது எழுதிக் கொண்டிருக்கிறான் என்றோ மட்டும் அர்த்தம் அல்ல, அவன் அந்த வேலையை நீண்ட காலமாகச் செய்து கொண்டிருக்கிறான், அவன் அதை நிகழ்த்திக் கொண்டிருக்கும் காலம் மிக நீண்டது, அந்தக் காரியத்திலேயே அவன் இருந்து கொண்டிருக்கிறான், அவன் செயலும் நினைவும் அந்தச் செயலிலேயே உளன்று கொண்டிருக்கிறது என்றெல்லாம் அர்த்தம்.

ஒரு காரியத்தைச் நிகழ்த்தவும் செய்கிறீர்கள், நினைக்கவும் செய்கிறீர்கள் என்பது அவ்வளவு எளிதானது அல்ல. அதற்கு, அடிப்படையில் நீண்ட நிகழ்காலம் தேவை.

அந்தக் காரியத்திலேயே நீங்கள் நெடு நேரம் காத்திருக்க வேண்டும். பழங்குடி காலத்தில் வேட்டைக்குக் காத்திருந்தது போல. தேனெடுக்கக் காத்திருந்ததைப் போல, பழம் பழுக்கக் காத்திருந்ததைப் போல. நீங்கள் அந்தச் செயலை செய்யவும் செய்கிறீர்கள், செய்யாமல் இருக்கவும் செய்கிறீர்கள்.

ஒரு செயலைச் செய்யும் பொழுது வினைஞனாகவும், செய்யாமல் இருக்கும் பொழுது கலைஞனாகவும் மாறுகிறீர்கள். கலைஞனாக என்றால் உங்களிடமிருந்து நீங்களே வெளியேறி, உங்களையும் பிறரையும் உற்றுப் பார்க்கும் கண்களாக மாறிவிடுவது என்று பொருள். அதாவது, நினைவுகளில் சஞ்சாரிப்பது.

நீண்ட நிகழ்காலம் வழங்கும் கொடை இது. காரியத்திலும் நினைவுகளிலும் மாறி மாறி திளைக்கும் வரம். உள்ளும் வெளியுமாய்

போய் வரும் கடவுச்சீட்டு. பழங்குடி வாழ்க்கை முறை இதன் ஆதி வடிவம். அன்றைக்கு உள் எது வெளி எது என்ற கறாரான வரையறையெல்லாம் நமக்கு இருக்கவில்லை. நான் என்பதே முழுமையாக வளர்ச்சியடைந்திராத சூழல்.

அதனால், பழங்குடியாக வாழ்ந்த காலத்தில் செயல்படவும் நினைவுகளில் பயணிக்கவும் என்று நாம் நம்மையறியாமலேயே செய்து கொண்டிருந்தோம். என்றைக்கு தன்னிலை திருத்தமாக வெளிப்படத் தொடங்கியதோ அன்றைக்கு அதிலிருந்து வெளியேறுவது சிரமமான காரியமாக மாறிப்போனது. நிகழ்காலம் சுருங்கியதற்கும் 'நான்' என்ற யோசனை உருப்பெறுவதற்கும் நெருக்கமான உறவுகள் உண்டு.

'நான்' பூதாகரமாகத் திரண்ட அன்று, செயல்படுதல் வேறு, நினைத்தல் வேறு என்ற பாகுபாடும் நமக்குள் உருவாகி விட்டது. அதன் பின் காலத்தை நாம் மாற்றியமைக்க ஆரம்பித்துக் கொண்டோம். நிகழ்காலத்தில் செயல்படுதல் என்றும் கழிந்த காலத்தையே நினைக்க முடியும் என்றும் வரையறுக்கத் தொடங்கி விட்டோம். நிகழ்காலத்தையே நினைக்க முடியும் என்பதை மனம் ஒத்துக் கொள்ளாத வகைக்கு நாம் மாறிப் போனோம்.

பழங்குடி வாழ்க்கையின் நிகழ்காலம் மிக நீண்டது. எனவே, நாம் ஒரு செயலைச் செய்து கொண்டிருக்கும் பொழுதே அதை நினைத்துப் பார்க்கவுமான வசதிகள் அன்றைக்கு இருந்தன. நினைவு என்பது இறந்த காலத்தோடு தொடர்புடையது என்ற நவீன சிந்தனை பழங்குடி வாழ்க்கை பற்றிய அதீத புனைவுகளை நமக்குள் உருவாக்கத் தலைப்பட்டன. அது எப்படி, ஒருவரால் ஒரு செயலைச் செய்தபடியும் செய்யாதபடியும் இருக்க முடியும் என்று கேட்கத் தொடங்கினோம். ஒரு செயலைச் செய்து கொண்டிருக்கும் பொழுதே அதை தள்ளி நின்று வேடிக்கையும் பார்க்க முடியும் என்பது கடவுள்களின் வேலையாக நமக்குத் தோன்றியது. அதாவது, ஆ நின்று என்பது கடவுள்களின் நிகழ்காலம்.

வேதகால நாகரீகம் என்று சொல்லப்படுவதிலுள்ள வினோதங்களின் அடிப்படை இது மட்டுமே. பழங்குடிகளால் செய்யப்பட்ட நாகரீகம் அது. நமது குறிஞ்சி, முல்லைத் திணை வாழ்க்கையை ஒத்தது. அவற்றின் நிகழ்காலம் நீளமானவை. அங்கே, ஒரு செயலை ஒரே நேரத்தில் நிகழ்த்தவும் நினைக்கவும் உங்களால் முடியும். கெட்டியான தன்னிலைகளாக மாறிப்போன நமக்கு அப்பழங்குடி வாழ்க்கை தேவ புருசர்கள் வாழும் மாயாஜால உலகமாகத் தோன்றுவதில் வியப்பு எதுவும் இல்லை.

ஒரு காரியத்தை ஒரே நேரத்தில் செய்யவும் நினைக்கவும் முடிகிற வாழ்க்கையை பூரண தியான நிலை என்று சொல்கிறவர்களும் உண்டு. அதாவது, உள்ளும் வெளியுமாய் அலையும் வாழ்க்கை. எதை நிகழ்த்துகிறோமோ அதையே நினைக்கவும் செய்யும் மனம். தான் என்ன செய்கிறோம் என்பதை தானே உற்றுப் பார்த்துக் கொண்டிருக்கும் மனிதர்கள். இதற்கு மிகச் சிறந்த தற்கால உதாரணம், ஜப்பானிய தேநீர் விழா.

தேநீர் வழங்கும் அந்த அறை, தேயிலையின் நறுமணத்தாலும், அதைத் தயாரிப்பவரின் நிதானமான அசைவுகளாலும், அலங்காரத்திற்கு வைக்கப்பட்டிருக்கும் மலர்களாலும், ஒழுங்குபட அடுக்கி வைக்கப்படிருக்கும் பொருட்களாலும் உங்கள் நிகழ்காலத்தை எவ்வளவு தூரம் விரிக்க முடியுமோ அவ்வளவு தூரம் விரிக்கிறது. கண் முன்னே நிகழும் அத்தனையும் நிகழ்காலச் சுரணையை உங்களுக்கு வழங்குகிற அதே வேளையில், அந்த அறைச் சூழல் நினைவுகளில் பயணிக்கிற வாய்ப்பையும் உங்களுக்கு தந்து கொண்டிருக்கிறது.

எல்லாமே மிக நிதானமாக, மிக மிக நிதானமாக, உங்கள் மனம் பழசை எவ்வாறு ஞாபகப்படுத்திக் கொள்ளுமோ அந்த வேகத்தில் நிகழ்ந்து கொண்டிருக்கிறது. நினைவுகளைப் போல நிகழும் தேநீர் விழாவின் கோப்பை உங்களுக்கும் வந்து சேரும் போது, நீங்கள் ஒரே நேரத்தில் உங்களை இங்கேயும் அங்கேயுமாக உணரக்கூடிய சாத்தியம் உருவாகுகிறது.

இந்தச் சாத்தியத்தை ஜென் தியான முறை என்று ஜப்பானில் சொல்லிக் கொள்கிறார்கள். அதன் அடிப்படையான குணம் ஒன்றுதான் - அகண்ட நிகழ்காலம்! தமிழில் சொல்வதானால், தேநீர் அருந்தா நிற்பதே அந்தச் சடங்கு முறை. ஒரே நேரத்தில் நீங்கள் தேநீர் குடிக்கவும் குடிக்கிறீர்கள், குடிக்கவும் இல்லை.

எந்திர பயணம் இப்படியொரு வாய்ப்பையே நமக்கு ஏற்படுத்தித் தருகிறது. ஓடா நிற்பது. ஆனால் ஓடிப் போவது. ஒரே நேரத்தில், அசையாமலும் நிற்கிறோம் - ஓடிக் கொண்டும் இருக்கிறோம்.

இந்த அனுபவத்தை எந்திர பயணத்தின் ஜன்னலோர இருக்கையிலேயே நீங்கள் முழுதாய் அனுபவிக்க முடிகிறது. முகத்தில் காற்று மோதி விலக வேண்டும். அது எந்திர வேகத்தை உணரச் செய்கிறது.

அதி வேகத்தில் நகர்ந்து கொண்டிருக்கிறீர்கள். ஆனால், உங்கள் உடலோடு நீங்கள் எந்தவித தன்முயற்சியும் இல்லாமல் தேமேவென்று உட்கார்ந்து கொண்டிருக்கிறீர்கள் என்றும்

உணர்கிறீர்கள். மிகக் கச்சிதமான உணர்ச்சிப் பிழையொன்றை நீங்கள் உணர்கிறீர்கள்.

உணர்ச்சிப் பிழையை உணர்வதே மாயத்தின் உச்சகட்டம். ஜப்பானிய தேநீர் சடங்கிலே உட்கார்ந்திருக்கும் விருந்தினர் அந்த அறையை அதன் அத்தனை அலங்காரங்களோடு அருந்திக் கொண்டிருப்பதைப் போல, சரியான தருணத்திற்காகக் காத்திருக்கும் பழங்குடி வேட்டைக்காரன் தனது புலன்களின் வழியே அப்பரந்த கானகத்தைச் சுற்றி அலைந்து கொண்டிருப்பதைப் போல நீங்கள் எந்திர வாகனத்தில் பயணம் செய்து கொண்டிருக்கிறீர்கள்.

எந்திர பயணம் இப்படியான மாயவுணர்வுகளைத் தோற்றுவிப்பதில் கில்லாடி. யதார்த்தத்தைச் சிதைப்பதில் அது நிபுணன்.

வாகன நெரிசல் நிறைந்த ஒரு சாலையில் இதை நீங்கள் நிறைய முறை உணர்ந்திருக்க முடியும். பச்சை விளக்குகளுக்காகக் காத்திருக்கும் வாகன நெரிசலில், உங்கள் வாகனத்திலிருந்து நீங்கள் சக வாகனங்களைக் கவனித்திருக்கிறீர்களா? அப்படிக் கவனித்துக் கொண்டிருக்கும் பொழுது உங்களது வாகனம் மட்டும் மெல்ல மெல்ல பின்னோக்கி நகர்வதை உணர்ந்து பதட்டமாகி இருக்கிறீர்களா? அய்யய்யோ... என்ன இது நாம் மட்டும் பின்னால் போகிறோம் என்ற குழப்பம் உங்களுக்கு வந்திருக்கிறதா? கண நேர பதட்டத்திற்குப் பின், பின்னால் செல்கிறோம் என்பது உண்மை இல்லை, உங்கள் சக வாகனமொன்று மெல்ல முன்னால் சென்றிருக்கிறது என்பதே உண்மை என்று உங்களுக்கு விளங்கியிருக்கிறதா? அந்த நேரம், பதட்டம் அடங்கி நீங்கள் ஒரு புன்சிரிப்பை காட்டியிருக்க முடியும். அந்தச் சிரிப்பு, மாயத்தோற்றத்தை நினைத்து யதார்த்தம் காட்டிய முறுவல்.

ஒரு புதுப் பழக்கத்திற்கு உங்கள் உடல் வசப்பட்டிருப்பது இப்பொழுது விளங்கியிருக்கும். இதுவொரு ஆநின்று தருணம். இந்தத் தருணத்திலேயே ராஜா பாட்டு உங்கள் காதுகளில் ஒலிக்கத் தொடங்குகிறது.

ஒலிக்கத் தொடங்கிய மறுகணம் உங்களின் நிகழ்காலம் விரிய ஆரம்பிக்கிறது. விரிந்து விரிந்து, ஒரு கட்டத்தில் அது இறந்த காலத்திற்குள்ளும் பரவுகிறது. காலமான காலத்திற்குள், அதுவுமொரு நிகழும் காலம் என்ற போதத்தோடு நீங்கள் நுழைகிறீர்கள். உங்கள் பால்யம் அல்லது விடலைப் பருவம் அல்லது இளம்பருவம் பச்சை மணம் மாறாமல் விரியத் தொடங்குகிறது. காதுகளில் இன்னமும் ராஜாவின் பாடல்கள் கேட்டுக் கொண்டே இருக்கின்றன.

நீங்கள் காதலைச் செய்யா நிற்கிறீர்கள்; அம்மாவை நேசிக்கா நிற்கிறீர்கள். இது கடந்த காலம் அல்ல, நிஜமாய் நிகழ்ந்து கொண்டிருக்கும் நிகழ் காலம் என்று ராஜா பாடல்கள் உங்களை மயக்குகின்றன.

எதையெதை எல்லாம் இனி என்றென்றைக்கும் மாற்ற முடியாது என்று நினைத்திருந்தீர்களோ, அதை மாற்ற முடியும் என்ற நம்பிக்கையை ராஜா பாடல்கள் உங்களுக்குள் ஏற்படுத்துகின்றன.

இதுவொரு கவர்ச்சிகரமான தியான முறை. இறந்த காலத்தை உயிர்ப்பிக்கும் ரசவாதம். இசை உங்களுடைய ஆழ் மன ஆசைகளோடு பேசியதாய் நீங்கள் முழுமையாய் நம்ப ஆரம்பிக்கிறீர்கள். ராஜா, இசைஞானி என்று உங்களுக்குத் தோன்றுகிறார்.

•

2

இளையராஜா,
அம்மாவை சிந்திக்கும் விபரம்

ஒரு துரோகத்தை அனுபவித்த பின்பு. அவநம்பிக்கை பெருக்கெடுக்கும் கணம். வருங்காலம் சலிப்பையும் சஞ்சலத்தையும் தந்து கொண்டிருப்பதை எதிர்கொள்ள முடியாத சூழல். கடந்தகால ஞாபகங்கள் மட்டுமே பொலிவுடன் தோன்றும் தருணம். எதன் மீதும் நம்பிக்கை கொள்ள முடியாத இக்கட்டில் 'தனித்திருக்கிறோம்' என்று அறியும் விநாடி. தொண்டையில் வெடிக்க நிற்கும் அழுகையோடு, இந்தப் பாடலைக் கேட்க விரும்புகிற ஒவ்வொருவரும் அதில் மூன்று பரிமாணங்களை எதிர் கொள்கிறோம்.

('சைக்கோ' திரைப்படத்தில் இடம்பெறும் 'தாய் மடியில் நான் தலையைச் சாய்க்கிறேன்...' என்ற பாடலை கீழ்க்கண்ட நொடிகளில் கேட்டு விட்டு மேற்கொண்டு படியுங்கள்.)

0.05 - 0.28

3.00 - 3.15

நமக்கொரு ஓலம் கேட்கிறது. பரிச்சயமான ஓலம். ஆனால், தொலை தூரத்தில் கேட்கிறது. கேட்ட நொடி, மனதிற்குள் அனாதரவும் விரிகிறது. அதாவது, வலி நிரம்பிய எல்லை இன்மையையும் எல்லையில்லா வலியையும் அவ் ஓலம் நமக்குக் கடத்துகிறது.

எல்லையின்மையை நமக்குத் தெரியும். தொடுவானத்திற்கு அப்பால். உருவம் இல்லாப் பெருவெளி. ஏகாந்தம்.

இங்கே ஏகாந்தம் அனாதையாகவும் இருப்பதால், உட்புறம் குவிந்திருக்கிறது. கூச்சம். சிணுங்கல். தயக்கம். தாழ்வு. பள்ளம். பொக்கு. ஒடுக்கம். பாதாளம். இந்தப் பாழ் ஆழத்திலிருந்தே அவ்வோலம் நாலாபுறமும் எதிரொலித்தபடி நம்மை நோக்கி வந்து கொண்டிருக்கிறது.

உண்மையில், அந்த இசைக்கோர்வையில், நாம் உணர்வது ஓலத்தின் நாற்புற எதிரொலியை மட்டுமே. அந்த எதிரொலியே, பாழ் வெளியிலிருந்து வருவதாகத் தன்னை அறிமுகம் செய்து கொள்கிறது. ஓலங்களின் குணம் இது - அவை கேட்பவரின் மனதிற்குள் ஆழ் வெளிகளை உருவாக்க வல்லவை.

பார்க்கப்போனால், நீலகேசியில் புத்தன் வாதிடுவது போல ஓசை என்பது காற்றில் பரவும் அதிர்வுகள் குறித்த கற்பனை. ஓசை , ஸ்தூலமானது அல்ல. இசை, அக்கற்பனையிலிருந்து உருவாகும் கற்பனை. ஓலம் என்ற கற்பனையிலிருந்து உருவாகும் பாழ்ஆழம் என்ற கற்பனையைப் போல. கற்பனையின் கற்பனையிலிருந்து மேலும் கற்பனைகளைக் கட்டமைப்பதே இசைத்தொடராக உருவெடுக்கிறது. நல்ல இசைக்கலைஞன், காற்றையே இசைய வைக்கிறான்.

•

ஓலம் கேட்கத் தொடங்கிய நான்காவது நொடியில், ஒரு தந்தி ஒலி பாழ் ஆழத்துள் இறக்கப்படுவதைக் கவனியுங்கள். ஆற்றுப்படுத்தும் கரத்தைப் போல அது அனாதரவை நோக்கி நீள்கிறது. இது, பாதாளக் கரண்டியின் வேலை. கிணற்றின் ஆழத்தில் மூச்சுத்திணறிப் பரிதவிக்கும் ஒலியைக் கொக்கியிட்டு தூக்கி வந்து கொண்டிருக்கிறது, கிதார் ஒலி. மிக நிதானமாக, அங்குலம் அங்குலமாக மேலே நகர்த்திக் கொண்டு வருகிறது.

(இனி, பாடலின் கீழ்க்கண்ட நொடிகளைக் கேளுங்கள்.)

0.29 - 1.30

2.00 - 2.55

3.15 - 5.00

இப்பொழுது, பேச்சொன்றைக் கேட்கத் தொடங்குகிறோம். அதைப் பேச்சு என்று சொல்வது அதிர்ச்சியாய் இருக்கலாம். அதற்குக் கவிதையின் ஜாடை என்றாலும், பேச்சுதான். ஒரேயொரு தன்னிலை

வாக்கியத்தால் செய்யப்பட்ட பேச்சு - 'தாய்மடியில் நான் தலையைச் சாய்க்கிறேன்!' ராஜாவின் எல்லா அம்மா பாடல்களிலும் இப்படியொரு தன்னிலை வாக்கியத்தை நீங்கள் பார்க்க முடியும். 'அம்மா என்றழைக்காத உயிரில்லையே!', 'தாயெனும் கோவிலை காக்க மறந்திட்ட பாவியடி கிளியே!', இப்படி நிறைய...

அதைத் தொடர்ந்து வரிசையாய் வார்த்தைகள். இந்த வார்த்தைகள் நமக்குப் பரிச்சயமானவை என்பதைத் தவிர வேறு உபயோகம் அற்றவை. கந்த சஷ்டி கவசத்தின் கீழ்க்கண்ட வரிகளை நினைத்துப் பாருங்கள்: 'ஆறுமுகமும் அணிமுடி ஆறும் நீறிடு நெற்றியில் நீண்ட புருவமும் பன்னிரு கண்ணும் பவளச் செவ்வாயும் நன்னெறி நெற்றியில் நவமணிச் சுட்டியும்...' இந்த வார்த்தைகள் எந்தவொரு புதிய அர்த்தத்தையும் உங்களுக்கு வழங்குவது இல்லை. அப்படி யானால் இந்த வார்த்தைகளின், வாக்கியங்களின், பாடலின் நோக்கம் என்ன? மிக எளிது. இத்தகைய இசைப்பாடல்கள், தெரிந்த வார்த்தைகளைக் கொண்டு முருகனை நோக்கி ஒரே ஒரு கோரிக்கையை மட்டும் வைக்கத் தொடங்குகின்றன - 'முருகா, என்னைக் காப்பாற்று!'. இதைத் தவிர்த்து அதில் சொல்லிக்கொள்கிற மாதிரியான தகவல் எதுவும் இல்லை.

இளையராஜாவின் 'ஜனனி, ஜனனி, ஜகம் நீ அகம் நீ', இன்னொரு மிகச் சிறந்த உதாரணம். 'பெண் தெய்வ வழிபாடு' என்ற தகவலைத் தவிர்த்துவிட்டால், குறிப்பிட்டுச் சொல்லத்தக்க புதிய தகவல்கள் எதுவும் இந்தப் பாடலிலும் இல்லை. அனைத்தும், 'ஒரு சாலை' தெரிந்த வார்த்தைகள். அம்மா, தாய், பிரிவு, பாவி, ஏக்கம், கண்ணீர், தெய்வம், அருள், கருணை, காத்தல், மடி, அடி, சொரிதல்... போன்று பழகித் தேய்ந்த வார்த்தைகள்.

இளையராஜா இசையமைத்த பாடல்களில் கவிஞர்களுக்கு ஏன் வேலையில்லை என்பதற்கு இதுவுமொரு சான்று. இசைக் கோர்வைகளில், ஒரு வினோத நொடியில், வார்த்தைகள் அனைத்தும் சப்தங்களாக ஒடுங்கி விடுகின்றன. அந்த வகையில், மொழியின் கர்வமான அர்த்தங்களை உதிர்த்துவிட்டு, சொற்களைக் 'காற்றின் அதிர்வுகள்' என்ற தொல்வடிவத்திற்கு திரும்பச் செய்வதே இசைக் கோர்வையின் வேலையாக இருக்கிறது. அதாவது, அர்த்தங்களை உருவாக்கும் வேலையை மொழி மூலம் கவிஞர்கள் செய்ய வேண்டிய அவசியமில்லை; அதைக் காற்றை மீட்டுவதன் மூலம் இளையராஜாவே செய்து விடுகிறார்.

ராஜாவின் அம்மா பாடல்களில், இதை இன்னும் பூரணமாய் உணரமுடியும். அம்மா பாடல்கள் அனைத்தும் 'தன்னெஞ்சிற்கு

உரைக்கும்' வகையைச் சார்ந்தவை. அந்தப் பாடல்களில், நீங்கள் உங்களுக்குள்ளேயேதான் பேசிக் கொண்டிருக்கிறீர்கள், நான் எனக்குள்ளும், அவர் அவருக்குள்ளும். அந்தத் தன்னெஞ்சுப் பேச்சில், உங்களுக்கு நீங்களே அல்லது எனக்கு நானே அல்லது அவருக்கு அவரே புதிதாக எதைச் சொல்லிவிட முடியும்?

தன்னெஞ்சோடு பேசுகையில், நாம் ஒவ்வொருவரும் அர்த்தங்களை அல்ல, உணர்வுகளையே கடத்த விரும்புகிறோம். எந்தவொரு கருத்துப்புலப்படுத்தத்தின் முதன்மை நோக்கமும் உணர்வுகளைக் கடத்துவதுதான் என்றால், தனக்குத்தானே புலப்படுத்திக் கொள்வதற்கு 'அர்த்தங்கள்' கூடத் தேவைப்படுவது இல்லை.

இந்த விஷயத்தை பியர் அபெலார்டும் (Pierre Abelard) அவரைத் தொடர்ந்து காண்டிலாக்கும் (Etienne Bonnet de Condillac) கொஞ்சம் விரிவாகவே பேசியிருக்கிறார்கள். மனிதன்தான் உணர்ந்ததையே அடுத்தவருக்குக் கடத்த விரும்புகிறான். அந்த உணர்வு, ஒரு நேரடி அனுபவத்திலிருந்து அவனுக்குக் கிடைக்கிறது.

அந்த உணர்வு தந்த லாகிரியின் காரணமாக, அந்த அனுபவத்தைத் திரும்பத் திரும்ப கற்பனை செய்து பார்த்துக் கொள்கிறான். இதனாலேயே, அந்த உணர்வைப் பிறரோடு பகிர்ந்து கொள்ளவும் விரும்புகிறான். பகிர்தலோ அல்லது விளம்புதலோ, எதைச் செய்வதற்கு முன்பும், அவ்வுணர்வு குறித்த தீர்மானமொன்று அவனுக்குத் தேவைப்படுகிறது. அதாவது, எதைப் பகிர வேண்டும் என்ற தெளிவு.

இத்தெளிவு அல்லது தீர்மானம் அரூபமாய் இருக்கிறது. இதையே கருத்து என்று சொல்கிறோம். இப்போது இந்தக் கருத்தை எவ்வாறு மனதில் ஞாபகம் வைத்துக் கொள்வது என்ற கேள்வி எழுகிறது. இதை வார்த்தைகளே பூர்த்தி செய்கின்றன. எல்லாவற்றின் பெயருமாக ஓசைகள் வலம் வரத் தொடங்குகின்றன.

'ஓர் அனுபவம் - அது தரும் உணர்வு - அது குறித்த கற்பனை - உருவாக்கப்படும் தீர்மானம் - தெளிந்த கருத்து - பெயர் என்ற சொல் - அப்பெயரை உச்சரித்தல் - உச்சரிப்பை கேட்டல் - கேட்டதைக் கருத்தாக மொழிபெயர்த்தல் - கருத்திலிருந்து உணர்வை வரவழைத்துக் கொள்ளல்'. இது இரண்டு தனிநபர்களுக்கு இடையில் நடைபெறும் கருத்துப்புலப்படுத்த ஒழுங்கு. ஆனால், ஒரு நபர் தன்னெஞ்சிற்குக் கேட்கும் வகையில் எதையாவது சொல்லத் தொடங்கும் போது உச்சரிப்பை அர்த்தமாக மொழிபெயர்த்துக் கொண்டிருக்கும் அவசியம் இல்லாமல் போகிறது.

அடிபட்டவன் ‘ஐயோ, அம்மா!’ என்று அலறுவது போல. ஆனந்தத்தில் வார்த்தைகளைக் கொட்டுவது போல. கலகலவென சிரிப்பதைப் போல. காதலின் வேகத்தில் எதையெதையோ பிதற்றுவதைப் போல. இவையனைத்தும் ‘தன்னெஞ்சிற்கு உரைத்தல்’தான். இங்கே வார்த்தைகளின் அர்த்தங்களுக்கு வேலை இல்லை. அவை நேரடியாய், உணர்வுகளாகவே விளங்கிக் கொள்ளப்படுகின்றன.

மொழியின் ‘சடங்குத்தன்மை’ என்று இதனை விளக்குகிறார்கள். கருத்துப்புலப்படுத்தத்தில் இடுகுறித்தன்மை எவ்வளவு முக்கியமோ அவ்வளவு முக்கியம் இந்தச் சடங்குத்தன்மையும். சடங்கின் போது, மொழி, வாக்கியங்களாகத் திரளுவது இல்லை; வார்த்தைகளே சடங்கின் உச்சம்.

‘எல்லா வார்த்தைகளும் பெயர்ச்சொற்களே!’ என்று பியர் அபெலார்டு சொல்லும் எளிய உண்மையின் நிரூபணம் இது (இந்தச் சிந்தனையை மேலும் விளங்கிக் கொள்ள பார்க்க, தருமராஜ், டி., 2010, ‘தமிழ் நாட்டுப்புறவியல்’ என்ற நூலில் இடம்பெற்றுள்ள, ‘வாய்மொழிக் கதையாடல்களின் குறியியல்’ என்ற கட்டுரை, பக்கம் 80-81). ‘பெயரிடுதல்’, பொருட்களின் மீது அளப்பரிய அதிகாரத்தை உங்களுக்கு வழங்குகிறது. மானுடம், இவ்வுலகின் பிரதான உயிரியாகத் தன்னை மட்டுமே நினைத்துக் கொண்டதன் வெளிப்பாடு இது. ஒவ்வொரு பொருளையும் பெயரிட்டு அழைப்பதன் மூலம் அந்தப் பருப்பொருளையே வரவழைக்க முடியும் என்ற ஆதி மொழிநம்பிக்கை இது.

வில்லுப்பாட்டு நிகழ்ச்சிகள் மூலம் தெய்வங்களை வரவழைக்கும் நம்பிக்கையை ஸ்டூவர்ட் ஃப்ளாக்பர்ன் இப்படியான ‘பெயரிட்டு அழைத்தல்’ என்ற சடங்காக விவரிக்கின்றார் (Blackburn, Stuart, 1988, *Singing of Birth and Death: Text in Performance,* University of Pensylvania Press, Page 221). தெய்வங்களின் பெயர்களையும், தொடர்பான பிற சொற்களையும் உச்சரிப்பதன் மூலம் அத்தெய்வங்களை வரவழைக்கும் உத்தி. மொழியே சடங்காக மாறும் தருணம் இது. ‘மந்திர உச்சாடனம்’ என்று சொன்னால் இன்னும் எளிதாக விளங்கும். மந்திரத்தில் சப்தமே பிரதானம். தன்னெஞ்சிற்கு உரைத்தல் போல.

நாட்டுப்புற வழக்காறுகள் மந்திர உச்சாடனத்தைக் கலை வடிவங்கள் மூலமே சாதித்துக் கொள்கின்றன. வருடாவருடம், பயபக்தியோடு நிகழ்த்தப்படும் தெய்வக்கதைகள் நிச்சயமாய் மக்களுக்காக நிகழ்த்தப்படுவ்து இல்லை. அந்தக் கதைகளை யாருக்குத்தான் தெரியாது? ஆனாலும், ஒவ்வொரு முறை அப்படி நிகழ்த்தப்படும்

பொழுதும், ஊரில் பலரும், புதிதாகக் கேட்பவர்களைப் போல அக்கதைகளைக் கேட்டுக் கொண்டிருக்கிறார்கள், நாடகங்களைப் பார்த்துக் கொண்டிருக்கிறார்கள். அங்கே உண்மையில் கதையைக் கேட்பார் அல்லது பார்ப்பார் என்று யாரும் இல்லை. அவை அனைத்தும் மக்கள் தன்னெஞ்சிற்கு தாங்களே சொல்லிக் கொள்ளும் தருணங்கள்.

தமிழ் நாட்டுப்புற மனம் 'பரந்து கிடக்கும் நிலமெங்கும் மரணத்தின் ஞாபகங்கள் பொதியப்பட்டுள்ளன' என்றே நம்புகிறது. 'கடந்த காலம் அல்லது நேற்று என்பது விதவிதமான மரணங்களாக உருமாறியிருக்கிறது. எந்த மரணம், யாருடைய மரணம் எங்கே பொதிந்து வைக்கப்பட்டுள்ளது எனும் ரகசியம் எல்லாக் கணங்களிலும் புலப்படுவதில்லை. உலகம் முச்சூடும் கடந்த காலத்தின் துயரங்களும், சூட்சுமங்களும் நிறைந்துள்ளன, சனங்கள் வாழ்ந்திராத பிராந்தியமென்று எதுவுமில்லை. எல்லாவற்றிலும் வாழ்ந்து கெட்ட மனிதர்களின் பிரதிநிதிகள் மரண ஞாபகங்களாக வாழ்ந்து கொண்டிருக்கின்றனர். விசேஷமான தருணங்களில் இந்த ஞாபகங்கள் இன்றைய மனிதர்களுக்குப் புலப்படுத்தப்படுகின்றன.' (பார்க்க, தருமராஜ். டி, 2010, தமிழ் நாட்டுப்புறவியல், பக்கம் 110-111). இவ்வாறு புலப்படுத்தப்பட்ட தெய்வங்களை வரவழைக்கும் வேலையையே 'பெயரிட்டு அழைத்தல்' செய்து கொண்டிருக்கிறது.

நாட்டுப்புற வழக்காறுகளில் மரணங்களைப் பெயரிட்டு அழைப்பதன் மூலம் தன்னெஞ்சிற்கு உரைத்துக் கொள்ளும் அதே உத்தியை ராஜா பாடல்கள் அம்மாவைப் பெயரிட்டு அழைப்பதில் பயன்படுத்திக் கொள்கின்றன.

•

அந்தக் குரல் இறுகிப் போயிருக்கிறது. உள்ளிருக்கும் கொந்தளிப்பை வெளிக்காட்ட விரும்பாத இறுக்கம். ஒரு போலி அமைதியை, நாடக நிதானத்தை அது உருவாக்க விரும்புகிறது.

ஆனால் அந்த இறுக்கமோ, அதீத இறுக்கம். அதனால் குரல் நடுங்குகிறது. நடுக்கத்தில், அந்தப் பாடல் ஏற்படுத்த விரும்பிய அமைதியையும் மீறி உட்கொந்தளிப்பை நாம் உணர்ந்து விடுகிறோம். வெறும் கொந்தளிப்பை அல்ல, 'மறைக்க விரும்பிய கொந்தளிப்பை'! எப்பொழுதுமே, போலி அல்லது நாடகம் அல்லது கலை நிஜத்தைக் காட்டுவது இல்லை. இது நமக்கும் நன்றாகத் தெரியும் என்பதால், எப்பொழுதும் கலையிலிருந்து 'எதிர் நிஜத்தையே' (மறைக்க விரும்பிய நிஜத்தை) தருவித்துக் கொள்கிறோம்.

கூடவே அக்குரலில் சோர்வொன்றும் நிழலாடுகிறது. நெடிய கொந்தளிப்பு தரும் சோர்வு. ஆனால், அதன் ஆதார சுருதியோ உங்களை நீளவாக்கில் இழுத்துச் செல்கிறது. அதனால், வார்த்தைகள் முன்னும் பின்னும் ஒன்றோடொன்று பிணையத் தொடங்குகின்றன. 'காற்றே! என் காற்றே! உன் தாலாட்டில் இன்று தூங்கிடுவேன்' என்ற வரி பாடப்படுவதைக் கவனித்துப் பாருங்கள். பாடப்படும் போது, 'காற்றே என்! காற்றே உன்! தாலாட்டில் இன்று தூங்கிடுவேன்' என்று மாறி விடுகிறது. இது மந்திர உச்சாடனத்தின் ஆதார குணம். நீளமான வார்த்தைகளை உருவாக்கும் உத்தி. கூட்டி எழுதும் பொழுது அல்லது தமிழில் பிரபலமாய் சொல்வது போல உருட்டி எழுதும் பொழுது, அர்த்தங்களின் ஆக்கிரமிப்பால் மொழியில் ஒடுக்கப்பட்டிருந்த இசையை மீட்டெடுக்க முடிகிறது.

ஒரு உதாரணத்திற்கு இந்த வாக்கியத்தைக் கவனியுங்கள்.

> 'குண்டமென்னுங் குழிவெட்டி அக்கினி வளர்த்தி மருந்துகளின் புடமிடுவதும், ஈட்டி, வாகுவல்லயம் இவைகளுக்குத் துவைய லேற்றுவதும், அவைகளால் உண்டாம் மூர்ச்சைகளைத் தெளிவித்தலும், வானம் வருஷிக்கச் செய்தலும், ஓடதிகளைக்குடோரித்தலும், பஸ்பித்தலும், அரசர்களுக்கு தாமரைப்புட்ப சுன்னம் முடித்தலும், தேகபல ஓடதிகளமைத்தலும், நரருக்கு சுகபுகையூட்டி நீதிநெறிகளைப் புகட்டி மக்கள் கதிபெறச்செய்தலும், மக்களுக்கு சுகபுகையூட்டி ஞானநெறி புகட்டி பிரமகதி பெறச்செய்தலுமாகிய...' *(அயோத்திதாசரின் 'இந்திர தேச சரித்திரம்').*

எங்கெங்கெல்லாம் சாத்தியமோ அங்கெங்கெல்லாம் வார்த்தைகள் ஒன்றோடொன்று பின்னிக்கொள்கின்றன. குண்டமென்னும்', 'இவைகளுக்குத் துவையலேற்றுதல்', 'ஓடதிகளைக்குடோரித்தல்', வானம் வருஷிக்கச் செய்தல்', 'கதிபெறச்செய்தல்', 'சுகபுகையூட்டி' என்ற உருட்டல்களைக் கவனியுங்கள். வாக்கிய அமைப்பில் அர்த்தங்களுக்கான முக்கியத்துவத்தை ஓசைக்கும் வழங்கும் சென்ற நூற்றாண்டுப் பழக்கம் இது.

இன்றைய உரை நடை, மொழியின் பூர்வ இசைத் தொடர்பை மறுத்தே வந்திருக்கிறது. காதுகளிலிருந்து கண்களுக்கு மொழியை நகர்த்தும் செயல். துரதிர்ஷ்டவசமாக, மொழி, கண்களுக்கான ஊடகம் இல்லை.

ஓலம், ஆழம் என்றால், பாடல் தூரம்.

•

1.31 - 1.59 நொடிகள் வரை

அடுத்து நீங்கள் எதிர்கொள்வது, கருவிகளின் ஓசை. அவ்வோசை பிரம்மாண்டத்தை எழுப்புகிறது. வானளாவிய பிரம்மாண்டம். அதன் ஆகர்ஷத்தை உணரும் மறுகணம், அந்தரத்தில் மிதக்க ஆரம்பிக்கிறீர்கள். அந்தரத்தில் மிதக்காமல் அத்தனை பெரிய ஆகிருதியை உங்களால் கற்பனை செய்ய முடிந்திருக்காது. உங்கள் கற்பனை இன்னும் தொடர்கிறது. அப்பிரம்மாண்டம் கண்கவர் ஒளித்துளிகளால் செய்யப்பட்டிருக்கிறது. அவ்வொளித்துளிகள் இருளின் அடர்த்தியை பறைசாற்றுகின்றன. மிதந்தபடி, அந்த பிரம்மாண்டத்தையே சுற்றி சுற்றி வருகிறீர்கள். அந்த உயரம் உங்களை மயக்குகிறது.

முதலீட்டியம் உருவாக்கும் தோற்றப்பிழை இது. எல்லா உற்பத்தி முறைகளும் பிழைபடும் பிரம்மாண்டங்களையே உருவாக்குகின்றன. நிலவுடமை சித்தரிக்கும் பிரம்மாண்டம், 'கண்ணுக்கெட்டிய தூரம் வரை' என்ற விஸ்தீரணம்; முதலீட்டியத்தின் பிரம்மாணடம், செங்குத்து ஆகாயம். முதலீட்டியம் வாக்குறுதி தரும் 'விண்ணை முட்டும் வளர்ச்சியை' இந்தத் தருணத்தில் ஞாபகப்படுத்திக் கொள்ளுங்கள்.

பொதுவாக, எல்லா வகைப் பிரம்மாண்டங்களின் பிறவிப்பயனும் இயற்கையை மீறுவதே. இத்தகைய மீறலுக்கான மானுட இயல் துடிப்பே 'பண்பாடு' என்றும் நம்பப்படுகிறது. எல்லாச் சூழல்களிலும் பண்பாடு பிரம்மாண்டமாக வெளிப்படுவதன் சூட்சுமம் இது. உண்மையில், முதலீட்டிய சமூகத்தில், மனிதன் பூமியை உதறி எழுவது இல்லை. ஆனால், அதன் 'வானுயர் கட்டிடங்கள்' உடலற்றவர் என்ற உணர்வைத் தருகின்றன. இந்த உடலற்ற உணர்வே இயற்கையை (புவியீர்ப்பு) வென்றது போன்ற பிழையைத் தோற்றுவிக்கிறது.

இதுவொரு உணர்வுச் சிதறல். ஓடிக் கொண்டிருப்பவனும், பறந்து கொண்டிருக்கும் பறவையும் தங்கள் உடலை உணர்வது இல்லை. நீந்தும் மீன், பாயும் சிறுத்தையும் கூட இப்படித்தான். ஒவ்வொரு முறை இயற்கையின் சாத்தியங்களைக் கடக்கும் பொழுதும் உடல் என்ற உணர்வையே கடக்கிறோம். ஆனால், இந்த 'உணர்வு இன்மெய்க்கும்' வானுயர் கட்டிடங்கள் ஏற்படுத்தும் 'உணரா மெய்க்கும்' வேறுபாடுகள் உள்ளன.

ஓட்டக்காரனும், பறவையும், மீனும், சிறுத்தையும் உடலை உணர்வதில்லையே தவிர ஓடும், பறக்கும், நீந்தும், பாயும்

செயலுக்காக தனதுடல் செலவளிக்கும் உழைப்பை உணராமல் இல்லை. ஒரு தருணத்தில், அவ்வுழைப்புச் செலவை அடிப்படையாகக்கொண்டு அவர்கள் உடலைக் கற்பனை செய்யத் தொடங்குகிறார்கள். உடல், உழைப்பிற்கான ஆற்றலைச் சுரக்கும் சுரப்பியாகத் தோன்றுகிறது. சுருக்கமாகச் சொன்னால், இவர்களெல்லாம் கருமமே கண்ணாயினவர்கள். மெய் வருத்தம் பார்க்காதவர்கள்; பசி நோக்காதவர்கள்; கண் துஞ்சாதவர்கள். இதற்கு உணர்வு இன்மெய் என்று பெயர்.

ஆனால், முதலீட்டிய வாழ்க்கை முறை இதற்கு முற்றிலும் மாறுபட்ட, உழைப்புச் செலவில்லாத உடல் மரப்பை / மறப்பை உங்களுக்கு வழங்குகிறது. அதற்கு நீங்கள் அந்த வானுயர்ந்த கட்டடங்களில் மேலும் கீழுமாய் பயணம் செய்ய வேண்டிய அவசியம் கூட இல்லை. வானுயர் கட்டிடங்கள் நிரம்பிய நகரத்தைப் புகைப்படமாகப் பார்த்தால்கூடப் போதுமானது. அதில் எழுந்து நிற்கும் செங்குத்துக் கட்டடங்கள், மனிதகுல வரலாற்றின் உன்னத தருணத்தில் வாழும் உணர்வை உங்களுக்கு வழங்க ஆரம்பிக்கிறது. இந்த உணர்வு தொற்றிக் கொண்ட மறுகணமே நீங்கள் உணராமெய்க்கு பழகத் தொடங்கிவிடுகிறீர்கள்.

இந்த உணராமெய் போதையை விடவும் மோசமான விளைவுகளை ஏற்படுத்தக்கூடியது என்பதே வேதனை. முதலீட்டியம், பௌதீகத் தன்மை உடைய தோற்றப்பிழைகளை உருவாக்குகின்றன என்பதை நாம் தாமதமாகவே கண்டு கொள்கிறோம். அது நாள்வரையில், கட்புல பிசகே தோற்றப்பிழைகள் என்று நம்பியிருந்த மானுடத்திற்கு, நிஜக் காட்சிப்பிழைகள் சாத்தியம் என்பதும், அவை கட்புலன் கடந்த சிந்தனா வெளியிலும் மாயத்தோற்றக் கிளர்ச்சிகளை உருவாக முடியும் என்பதும் விசித்திரமாக இருந்தது.

முதலீட்டிய உற்பத்தி முறை காட்சிப்பிழைகளால் செய்யப்பட்ட நிலப்பரப்பில் வாழும்படி உங்களை நிர்பந்திக்கிறது. இந்தக் குடியிருப்பு முழுக்க முழுக்க ஆகாயத்தில் செய்யப்பட்டிருக்கிறது. ஆகாயத்தில் நிலமுமில்லை பொழுதுமில்லை என்பதால், நிலமில்லா வெளியிலும் (அந்தரத்திலும்) பொழுதில்லா வேளையிலும் (அகாலத்திலும்) செய்யப்பட்ட குடியிருப்பு இது.

புவியீர்ப்பினால் பீடித்த நிலம் சோர்வு தரக்கூடியது; அந்தரமே கிளர்ச்சி என்று நகரமயம் தொடர்ந்து சொல்லிக் கொண்டிருக்கிறது. விரையும் காலம்; அலைபாயும் மனம்; விறைத்த ஆண்குறி; இமாலய வளர்ச்சி; உச்சியை எட்டுதல்; பறத்தல் சுகம்; தூவியை விடவும் மெல்லிய வாழ்க்கை; வீழ்வேனென்று நினைத்தாயோ; பொறி

தட்டுதல்; விட்டு விடுதலையாகி நிற்பது; அசுர வேகம்; பருந்துப் பார்வை; விடிய விடிய.

முதலீட்டிய வாழ்க்கை வழங்கும் இத்தகைய கிளர்ச்சிகளை உணர்வதற்கு அதை வாழ்ந்தாக வேண்டும் என்ற அவசியமும் இருக்கவில்லை. அது ஏற்கெனவே தோற்றப்பிழையாக இருந்து கொண்டிருப்பதால், அதன் மீதான சிறு ஈர்ப்பு அல்லது மயக்கம் கூட இக்கிளர்ச்சிகளை உங்களுக்குள் ஏற்படுத்தவல்லது. வானுயர்ந்த கட்டடங்களின் மொட்டை மாடிகளில் யாரும் ஏறிப் பார்த்தது இல்லை, ஆனால், அப்படி ஏறிப்பார்க்கும் பொழுது என்ன வகை மெய்விதிர்ப்பு ஏற்படும் என்பதை ஒவ்வொருவரும் உணர்ந்திருக்கிறோம்.

நகரமயமாதலின் வினோதங்களில் இதுவும் ஒன்று. 'அனுபவம் மூலமே உணர்வு' என்ற முறைமையை அது மாற்றியமைக்கிறது. அனுமானத்தின் மூலமும் லௌகீக மெய்சிலிர்ப்பை அடைய முடியும் என்ற உண்மை. எதுவொன்றின் உச்சியை அடைந்ததும், அடிவானத்தைத் 'தொலைவாகப்' பார்த்து மலைக்கும் நமது குணவார்ப்பு ஏற்கெனவே திட்டமிடப்பட்டிருக்கிறது. அதன் பின், பயத்தோடு குனிந்து நிலத்தை 'பாதாளமாகப்' பார்த்து விதிர்க்கும் இயல்பும் இப்படியே நியமிக்கப்பட்டிருக்கிறது.

முதலீட்டியம் எத்தனைக்கெத்தனை கிளர்ச்சிகளைத் தருகிறதோ அத்தனைக்கத்தனை மருட்சிகளையும் வழங்குகிறது. பேரெழுச்சி என்ற உணர்வே மாபெரும் வீழ்ச்சியையும் உற்பத்தி செய்கிறது. நவீன சமூக மனிதனாக உணர்கிற எவரையும் இந்த 'வீழ்ச்சி' தொத்திக் கொள்கிறது. இனம்புரியாத தொலைவிலிருந்து வீழ்ந்து கொண்டிருக்கிறோம் அல்லது வீழ்வோம் அல்லது வீழ்ந்தோம் என்ற உணர்வு பாசி போல தரையில் படிந்து கொள்ளத் தொடங்குகிறது.

இந்த மருட்சி, ஒவ்வொரு வாழ்க்கை முறையிலும் ஒவ்வொரு விதமாக இருந்திருக்கிறது. 'மண்ணோடு மண்ணாய் மட்கிப் போவோம்' ஒரு வகை என்றால், 'தரைமட்டமாவோம்' என்பது இன்னொரு வகை. 'கொள்ளை நோய் கொண்டு போகும்', 'ஆண்வாரிசு இல்லாமல் போகும்', 'ஊர்வாயில் விழுவோம்' என்று மருட்சிகளின் பட்டியல் நீளமானது.

ஒவ்வொரு வாழ்க்கை முறையும் முன்மொழியும் அல்லது உறுதியளிக்கும் கிளர்ச்சிகள், கூடவே மருட்சிகளையும் உருவாக்கு கின்றன. இப்படியான கிளர்ச்சிகளை நோக்கி அசுர வேகத்தில் படையெடுப்பதையே வழக்கமாய் 'வேட்கை' அல்லது 'ஆசை' என்று

அழைத்து வந்திருக்கிறோம். அந்தக் கிளர்ச்சிகளையே 'வேட்கைப் பொருள்' என்றும் உளவியல் சொல்லி வந்திருக்கிறது. ஆனால், விதவிதமான அவ் வேட்கைப் பொருட்களைக் கைபற்றிய பின்பும் ஆசை அடங்குவதில்லை என்பதே உண்மை. இந்த உணமையே, காலம்காலமாக மனித இனம் விரும்பி வந்தது அந்த 'வேட்கைப் பொருட்களையோ' அவை வழங்கும் 'கிளர்ச்சிகளையோ' அல்ல என்ற தெளிவை ஏற்படுத்தியது.

அப்படியானால், மானுடம் எந்த வேட்கைப்பொருளுக்காக இப்படி அலைபாய்ந்து கொண்டிருக்கிறது என்ற கேள்வி எழுந்தபோது அதனைத் திறமையாக எதிர்கொண்டவர் ழாக் லெக்கன். அவரது கணிப்பின்படி 'வேட்கைப்பொருள்', ஒரு பொருளே அல்ல. அதுவொரு நினைப்பு. நினைவு தெரியாத வயதில் இழந்த பொருள் பற்றிய நினைப்பு. அவ்வாறு ஆதியிலே இழந்த பொருளின் ஞாபகம் கூட யாரிடமும் இல்லை. அப்படியொன்று இருந்ததாகவும், அதை இழந்ததாகவும் மட்டுமே தொடர்ந்து உறுத்திக் கொண்டிருக்கிறது. அந்த உறுத்தும் நினைவையே மனிதன் தொடர்ச்சியாக விரட்டிக் கொண்டிருக்கிறான் என்று சொல்லும் லெக்கான் அதற்கு "objet petit a" என்று பெயர் சூட்டுகிறார். நான் தமிழில் 'அச்சிறு பொருள்' என்று அழைத்துக் கொள்கிறேன்.

அச்சிறுபொருளில் 'அ' என்ற முன்னொட்டு தனித்துவமானது. பிறிதொன்றை சுட்டக்கூடியது. 'அது' அல்லது 'அந்த' என்பதன் சுருக்கம். நாம் ஏற்கெனவே பார்த்தது போல, அச்சிறுபொருள், பருமையான பொருள் இல்லை. அதுவொரு ஏக்கம். ஒன்றை நினைத்து அடையும் உருக்கம். தமிழில், மிகப்பாரம்பரியமான, அதே நேரம் பிரபலமான அச்சிறுபொருள், அம்மா.

அயோத்திதாசர் சொல்வது போன்று ஔவை குறித்த ஏக்கமே வேம்படியம்மாவாகக் கற்பனை செய்யப்பட்டது. விதவிதமான அம்மன்கள் நம்மிடம் உண்டு. வாழ்வின் மருட்சிகளை துணிவுடன் எதிர்கொள்ள தமிழர்கள் ஆத்தா என்ற வடிவத்தையே பயன்படுத்தி இருக்கிறார்கள். நான் இங்கே ஆத்தா / அம்மா / அம்மன் என்று சொல்வது, அச்சொல் எழுப்பக்கூடிய உணர்வலைகளை மட்டுமே. அதை நிரூபிப்பதற்குச் சொல்லப்படும் விதவிதமான கதைகளை அல்ல.

அம்மன் கதைகள் அனைத்தும் அவ்வுணர்வலைகளுக்கு உருவேற்றும் வேலையை மட்டுமே செய்கின்றன. இவ்வாறு உருவேற்றுவதன் மூலம், மனித மனங்களில் தோன்றிய அச்சிறுபொருளை, மதங்களால் ஒரு பண்டமாக மாற்றிவிட முடிகிறது. நாம் இன்றைக்கு

பார்க்கக்கூடிய அத்தனை அம்மன் வடிவங்களும் இத்தகைய உருவேற்றபப்ட்ட அச்சிறுபொருள் பண்டங்களே!

•

இளையராஜாவின் அம்மா பாடல்கள், தமிழில் முதன்முறையாக, அச்சிறுபொருளான அம்மாவை அதன் இயல்வடிவத்தில் சந்திக்கும் வாய்ப்பை ஏற்படுத்தித் தருகின்றன. அதாவது, 'ஆத்தா' மீதான ஏக்கத்தை அல்லது உருக்கத்தை, உணர்வாக மட்டுமே உணரக்கூடிய வாய்ப்பை அவரது பாடல்களே வழங்குகின்றன. வழக்கமாக மதப்பண்டமாக மாறிவிடக்கூடிய அம்மா என்ற அச்சிறுபொருள், ராஜா பாடல்களில் ஏக்கமாக மீண்டு வருவதற்கு இரண்டு காரணங்கள்; ஒன்று, அரூபமான இசைவடிவம்; இரண்டாவது, அப்பாடல்கள் எவ்வாறு இசைக்கப்படுகின்றன என்பது குறித்த தகவல் பரவல்.

ஒரு பாடல் எவ்வாறு உருவாக்கப்படுகிறது அதன் பின் எவ்வாறு தயாரிக்கப்படுகிறது என்ற உள்ளறை ரகசியங்களை மேடைகளில் இளையராஜா நிகழ்த்திக்காட்டுவது, அச்சிறுபொருள் மதப்பண்டமாக மாற்றப்படுவதைக் கணிசமாக தடுத்து நிறுத்துகிறது. அப்பாடல்கள் அமானுஷ்யமான எந்தவொரு வெளியிலிருந்தும் இல்லாமல், இங்கிருந்தே வருகின்றன என்று கலைஞர்களையும், வாத்தியக் கருவிகளையும் சாட்சி வைத்து விளக்கும் ஒவ்வொரு முறையும் உருவேற்றம் நடைபெறாமல் தடுக்கப்படுகிறது.

இளையராஜா குறித்து பொதுவெளியில் பரப்பபப்படும் 'ஆன்மீகம்' என்ற வார்த்தையை இந்தப் பின்னணியிலேயே நாம் விளங்கிக் கொள்ள வேண்டும். அவர் வெளிப்படுத்துகிற ஆன்மீகம், மதங்களின் ஆன்மீகம் அல்ல என்பது முக்கியம். ஆனால், பொதுவாக அப்படித்தான் நம்பப்படுகிறது. அவர் ஒரு சந்நியாசி / சாமி என்ற தோற்றத்தை அவரோடு நெருங்கிப்பழகிய பலரும் சொல்லி நம்ப வைத்திருக்கிறார்கள்.

ஆனால், ஒவ்வொரு முறை இளையராஜா பொதுவெளியில் தென்படும் போதும் வெளிப்படும் புத்தியின் அகங்காரம் இந்த பிம்பத்தைக் காயப்படுத்துகிறது. அப்பொழுதெல்லாம் அவரை ஆன்மீகவாதி என்று நம்புகிற பலருக்கும் அடிப்படையான சந்தேகம் வந்து விடுகிறது - ஒரு ஆன்மீகவாதி அகங்காரியாக வெளிப்படுவது எவ்வாறு?

ஆனால், உண்மையில், இங்கே 'இளையராஜா ஒரு ஆன்மீகவாதி!' என்ற நம்பிக்கையில்தான் சிக்கலே தவிர, இளையராஜா என்ற தனி நபரிடம் அல்ல. அவர் இசைக்கலைஞர் என்பதும், அவரது பாடல்கள்,

தமிழர்களின் அச்சிறுபொருள்களை பாடுபொருளாகக் கொண்டவை என்பதும், அவரது நடையுடைபாவனைகளும், அவர் நிச்சயமாய் ஒரு ஆன்மீகவாதியாகத்தான் இருக்க வேண்டும் என்று நாம் நினைக்க வைக்கின்றன. ஆனால், அவர் பொதுவெளியில் உரையாடும் ஒவ்வொரு முறையும், இசை ஞானத்தை சரளமாக எல்லோரிடமும் பகிர்ந்து கொள்ளும் ஒவ்வொரு கணமும் தான் ஆன்மீகவாதி அல்ல என்பதையே திரும்பத் திரும்ப சொல்லிக் கொண்டிருக்கிறார்.

இந்திய வரலாற்றில் இளையராஜா மிக முக்கியமான தருணமாக மாறுவது, அச்சிறுபொருளை அவர் கையாளும் விதத்தின் மூலம் என்று சொல்லலாம். பன்னெடும் நூற்றாண்டுகளில் நமக்குக் கிடைக்கிற அத்தனை சான்றுகளும் இத்தகைய பொதுப் ‘பற்றுகளைப்’ பேசுவதன் மூலம், அமானுஷ்யங்களை நிர்மாணிக்கிற, மத உருவேற்றங்களைச் சென்றடைகிற, வழிபாட்டுத் தளங்களுக்கு கூட்டம் சேர்க்கிற அல்லது குறைந்தபட்சம் ஒரு வழிபாட்டுக் குழுவாக பரிணமிக்கிற நபர்களையே. ஆனால், முதல்முறையாக இப்படியான பொதுப்பற்றுகளை பேசுகிற ஒரு குரல் இளையராஜாவிடம் சமயச்சார்பற்று ஒலிக்கிறது என்பது முக்கியம். அதனாலேயே அந்தக்குரலை பெரும்பாலோர் ‘ஆன்மீகக் குரலாக’ எண்ணி குழம்பிக் கொண்டிருக்கிறார்கள்.

ராஜாவின் தோற்றம் தருகிற காட்சிப்பிழைகளைக் கடந்து அவரது பாடல்களை மட்டும் கேட்க முடிகிறவர்கள் அதில் ஆன்மீகத்தை உணர்வதில்லை என்பதற்கு இன்னொரு வலுவான சான்றையும் நாம் முன்வைக்க முடியும். மனதின் சிடுக்குகளை விசாரிப்பதாகச் சொல்லும் ஆன்மீகப் பாதைகள் தெய்வத்திருவடிகளில் சரணடைவதன் மூலமே அச்சிடுக்குகளை அவிழ்க்க முடியும் என்று சொல்வது வழக்கம். எல்லாவித ஆன்மீக பயணங்களும் ஏதாவது திருத்தலத்திற்கு சென்று சேர்வதையே நோக்கமாகக் கொண்டிருக்கின்றன.

ஆனால், ராஜா பாடல்கள் உங்களை எந்தவொரு மதக்கடைக்கும், வழிபாட்டிடத்திற்கும், திருவுருவேற்றங்களுக்கும் வழி நடத்துவது இல்லை. நமது அச்சிறுபொருள் பற்றுகளைப் பேசுகிற அப் பாடல்களே அவற்றின் தீர்வாகவும் மாறி நிற்கின்றன.

தப்பு மேல் தப்பு செய்து தவறவிட்ட காதல் தருணங்கள் மீதான கசப்புகளோடு மருகுகிற நாம், கற்பனையாகவேனும் திரும்பப்போய் அத்தப்புகளைத் திருத்திக் கொள்ளும் வாய்ப்புகளை ராஜா பாடல்கள் வழங்குகின்றன. ஒரு மாற்று மருத்துவ சிகிச்சையைப் போல அதை நாம் செய்து கொள்கிறோம்.

அதே போல ராஜாவின் அம்மா பாடல்கள், அச்சிறுபொருள் மீதான ஏக்கத்தையும் உருக்கத்தையும் நாமே நமக்கு தாலாட்டு இசைத்துக் கொள்வதன் மூலமாக தணித்துக்கொள்ள வழிவகை செய்கின்றன. ஒவ்வொரு முறை அம்மா பாடல்களைக் கேட்கும் பொழுதும், நமக்குள் நாமே அந்த வரிகளையும் அதன் இசைக்கோர்வைகளையும் முனகிக்கொள்வது தற்தாலாட்டு வகையைச் சார்ந்தது.

இளையராஜாவின் மேதமை என்று இதைத்தான் நான் சொல்வேன். இருபதாம் - இருபத்தோராம் நூற்றாண்டு தமிழர்களின் வேட்கையை அவரைப் போல இத்தனை நெருக்கமாக அணுகியவர் யாரும் இல்லை. அணுகியதோடு அல்லாமல், அதற்கான தீர்வுகளைச் சமயச்சார்பற்ற, அறிவியல் முறையிலான நாடோடி உளவியல் சிகிச்சை முறைகளாக வழங்கியவர். தனது சிகிச்சை முறைகளின் நாடோடித்தன்மையைப் பாதுகாக்கும் வகையில் மேடைக் கச்சேரிகளில் அது குறித்த தகவல்களைப் பரவலாக விநியோகிப்பது அவரது முறையியல். எந்தவொரு மதப்பண்டமாகவும் தன்னை உருவேற்றிடாதபடி அகங்காரியாகவும் கர்வியாகவும் தொடர்ந்து நிரூபிப்பது அவரது நாடோடி அரசியலின் ஒரு பகுதி.

•

3

இளையராஜா ஏன் முதல்வர் வேட்பாளர் இல்லை?

வினா: இளையராஜாவை ஆதரிக்கும் குரல், அவசரக்காரனுடையது; உணர்ச்சி வசப்பட்ட நிலையில் உருவானது; அவர் ஒடுக்கப்பட்ட சமூகத்திலிருந்து வந்தவர் என்ற பரிதாபத்தில் இருந்து வந்தது என்று சொல்லலாமா?

விடை: நான் அப்படி நினைக்கவில்லை. நிதானமாக எழுதப்படும் அனைத்தும் சரியானது என்றும் நான் நம்பவில்லை. இளையராஜா என்ற வெகுஜனக் கதாபாத்திரத்தை நான் உள்ளபடியே ரொம்ப நாட்களாக கவனித்து வந்திருக்கிறேன். அவரால் கோடிக்கணக்கான நபர்களோடு உணர்வுபூர்வமாக பேச முடிகிறது. அது என்ன உணர்வு என்பதெல்லாம் வேறு. ஆனால், அவரிடம் அதற்கான மொழி இருக்கிறது. இளையராஜாவின் பாடலோடு தங்களது வாழ்க்கையின் நெகிழ்ச்சியான தருணங்களை இணைத்து சொல்லக்கூடிய எண்ணிக்கையற்ற நபர்கள் இங்கே இருக்கிறார்கள். இது, வேறெந்தவொரு நபருக்கும் தமிழ்த் திரையுலகில் நடந்திருக்க வில்லை.

நாமெல்லாம் பூதாகரமாய் கற்பனை செய்யும் எம்ஜியாருக்குக்கூட இது நிகழவில்லை. அவரது பிம்பம் தந்திரமாக உருவாக்கப்பட்டது. இளையராஜாவிற்கு அப்படியில்லை. நம்மையறியாமலேயே

இப்படியொன்று உருவாகி வந்திருக்கிறது. நாமெல்லாம் ரஜினிகாந்தையோ அல்லது வேறு யாரையுமோ எதிர்பார்த்து உட்கார்ந்திருக்கையில் இது அமைதியாய் இளையராஜாவிடம் நிகழ்ந்திருக்கிறது.

வினா: இளையராஜாவும் இன்னொரு பிம்பமாகத்தானே உருவாகி வந்திருக்கிறார், அதிலென்ன விசேஷம் இருந்துவிடப் போகிறது? சினிமாவிலிருந்து வந்த இன்னொரு பிம்பம், அவ்வளவுதானே?

விடை: நிச்சயமாய் இதுவும் இமேஜ்தான். ஆனால், இந்தப் பிம்பத்தில் ஒரு குறைந்தபட்ச நேர்மை இருக்கிறது. துறுத்தாமல் இருக்கிறது. எம்ஜியார், கருணாநிதி, ஜெயலலிதா, ரஜினிகாந்த், கேப்டன் என்று நமக்கிருக்கும் பிற பிம்பங்கள் அனைத்திலும் நேட்டிவிட்டியும், ஹார்மனியும் இல்லவே இல்லையென்பதைக் கவனியுங்கள். அவற்றில் வெளிப்படும் ஜிகினாதான் கண்களைப் பறிக்கிறது. ஆனால், இளையராஜாவின் பிம்பம் வரலாற்றில் நம்மால் எளிதில் பொறுத்திப் பார்க்க முடிவது.

வினா: பெரியார், காமராஜர் மாதிரி என்று சொல்ல வருகிறீர்களா?

விடை: அதுவும் கூட முழுமையாய் சரியில்லை; நீங்கள் அதில் தெரியும் 'துறவு நிலையை' மட்டுமே கவனப்படுத்துகிறீர்களோ என்று கவலைப்படுகிறேன். சித்தர், முனிவர், துறவி போன்ற பாரம்பரிய பிம்பங்களையும் கடந்து, இன்னும் சில விஷயங்களை இளையராஜா என்ற பிம்பம் சுட்டுகிறது. அவருடைய மிகச் சிறு உருவ அளவு நமது பாரம்பரிய பிம்பங்களுக்கு எதிரானது. திருவள்ளுவர்கூட நமக்கு ராட்சத உருவத்தில்தான் தேவைப்படுகிறார்.

ஆனால், இளையராஜாவின் அசட்டையாய் விடப்பட்டது போன்ற தாடியும் மீசையும், கருத்த சிறு உடலமைப்பும் மனதிற்கு நெருக்கமான இசைவடிவத்தோடு பொருந்திப் போகிறது. இதனாலேயே இந்த பிம்பம் நேர்மையானது என்று சொல்லத் தோன்றுகிறது.

வினா: இளையராஜாவின் ரசிகர்கள் / வெறியர்கள் அவரை இது போன்ற மீட்பராக, கடவுளாகத்தானே கொண்டாடி வருகிறார்கள், இதற்கு ஏன் நாமும் வலு சேர்க்க வேண்டும்?

விடை: வெகுஜனம் அவரது பிம்பத்தை கடவுளாக மாற்றுவதற்கே தொடர்ந்து முயல்கிறது. ஆனால், அதற்கு எதிரான வாதங்களை இளையராஜாவே முன்னெடுக்கிறார் என்பதுதான் அவரை ஆதரிக்க வேண்டிய தருணம். இளையராஜாவிற்கு இரண்டு விதமான வெகுஜன நெருக்கடிகள் இருந்தன - ஒன்று அல்ல இரண்டு!

முதலாவது, அவரை இசைக்கடவுளாக மாற்றும் முயற்சி; இரண்டாவது அவரை ஒடுக்கப்பட்ட சமூகத்தின் பெருமைக்குரிய அடையாளமாக மாற்றும் முயற்சி. இந்த இரண்டையுமே அவர் தொடர்ச்சியாக மறுத்து வந்திருப்பதை நாம் பார்க்கிறோம். அவரைத் தொடர்பு கொண்ட, தங்களோடு நிற்கும்படி அழைத்த தலித் அமைப்புகளுக்கெல்லாம் அவர் கோபத்தையே உருவாக்கினார். இளையராஜா, பார்ப்பனராகி விட்டார் என்ற குற்றச்சாட்டு எந்த மூலையிலிருந்து உருவானது என்று நினைத்தீர்கள்? இந்தப் பகுதியிலிருந்துதான்.

இதற்கு சற்றும் குறைவில்லாமல், அவர் தனது ரசிகர்களைத் தொடர்ச்சியாக சீண்டிக்கொண்டும், அவர்கள் இளையராஜா என்ற நபரை வெறுப்பதற்கான வாய்ப்புகளை வழங்கிய படியும் இருப்பது தான் அந்த பிம்பத்தின் நேர்மை என்று நினைக்கிறேன். இந்தச் செயலையே நாம் வலுப்படுத்த வேண்டும் என்றும் நினைக்கிறேன்.

வினா: தன்னைக் கடவுளாகக் கருதுகிறவர்களைக் கண்டிப்பது வரையில் சரிதான், ஆனால், ஒடுக்கப்பட்ட சமூகத்தின் அடையாளமாகத் தன்னை கருதுபவர்களைப் புறக்கணிப்பது எப்படி சரியாகும்?

விடை: தலித் அமைப்புகளின் ஆகப் பெரிய குழப்பம் இதுதான் என்று நான் நினைக்கிறேன். அரசியல் அதிகாரம், சமூக விடுதலை, சமூக மேம்பாடு குறித்து தலித் அமைப்புகளிடம் தெளிவான திட்டங்கள் இல்லை.

ஆட்சி அதிகாரம் என்பதும் கருத்தியல் நேர்மை என்பதும் வெவ்வேறானவை என்ற அடிப்படைத் தெளிவுகூட அவர்களிடம் இல்லை.

ஆட்சி அதிகாரம் மட்டுமே இந்த ஒடுக்குதலிலிருந்து தங்களை விடுவிக்கும் என்ற யோசனையை சுதந்திர இந்தியாவின் பொன்னுலகக் கனவிலிருந்து தலித் அமைப்புகள் இரவல் வாங்கியிருந்தன. இதற்கு அம்பேத்கருக்கு நவீனத்துவம் மீதிருந்த பிடிவாத நம்பிக்கையும் ஒரு காரணம். இதனால் ஒடுக்கப்பட்ட சமூகங்கள் தன்னிடமிருந்த உருவான ஒவ்வொரு தலைவரையும் 'எதிர்கால ஆட்சியாளராகவே' பார்த்தது.

இதில் விரயமானவர்கள்தான் ஏராளமானோர். நல்ல பேச்சாளர்கள் இதில் பலியாகியிருக்கிறார்கள்; நல்ல, நல்ல இலக்கியவாதிகள், அதிகாரிகள், களப்பணியாளர்கள் என்று பலரும் அரசியல் அதிகாரத்தைக் கைப்பற்றும் பயணத்தில் இரையாகியிருக்கிறார்கள்.

இந்தப் போக்கு ஒடுக்கப்பட்ட சமூகங்களில் மட்டுமல்லாது, எல்லோரிடமும் இருப்பதை நாம் பார்க்கலாம். யாரையாவது புகழ வேண்டுமென்றால் அல்லது யாருக்காவது எதையாவது பரிசளிக்க விரும்பினால், நாம் உடனடியாக அவர்களை முதல்வராக்கிப் பார்க்கத்தான் விரும்புகிறோம். இந்த ஜனநாயக நாட்டில் கொடுப்பதற்கு வேறொரு சிறப்பான பொருள் நம்மிடம் இல்லை; அதுதான் உயரிய பொருள் என்றும் நினைக்கிறோம்.

ஆனால், இளையராஜாவின் பிம்பம் முதல்வர் வேட்பாளராகக் கற்பனை செய்வதற்கு அப்பால் இருக்கிறது என்பதுதான் அதன் பலம்.

வினா: இளையராஜா மாதிரியான பிம்பங்கள் நமக்கு ஏன் தேவை?

விடை: அரசியல் அதிகாரத்திலிருந்து விலகி நிற்கிற பொது பிம்பங்கள் எப்பொழுதுமே ஒரு சமூகத்தை முன்னகர்த்தி செல்லத் தேவைப்படுகின்றன. அப்பிம்பங்கள் சில விழுமியங்களின் மீது நமக்கு நம்பிக்கையை ஏற்படுத்தக்கூடும். உதாரணமாய், 2015 சென்னைப் பெருவெள்ளம் விளைவித்த சீர்கேட்டிலிருந்து நம்மைக் காப்பாற்றியது சக மனிதர் மீதான கருணைதான். இதுவொரு சர்வைவல் இன்ஸ்டிங்ட்.

இந்தச் செய்தியை பரவலாக்குவதற்கு, வலுப்படுத்துவதற்கு நமக்கு சில ஊடகங்கள் தேவை. அப்படியான ஊடகமே இளையராஜா போன்ற பிம்பங்கள். மீதமனைத்தும் அரசியலாகக் கணிக்கப்பட்டு காற்றில் கரைந்து போகும்.

இதை மீடியாக்கள் உணரவில்லை என்பதோடு, இதற்கு எதிராகவும் வேலை செய்கின்றன என்பதுதான் நமது பலவீனம். தன்னை முரட்டு முட்டாளென்று நம்பும் மீடியாதான் நமக்கு வாய்த்திருப்பது என்பதை யாரிடம் போய் சொல்வது?

விஜய் தொலைக்காட்சியில் வந்திருந்த இளையராஜா பேட்டியை இணையத்தில் தேடி இன்று பார்த்தேன். சென்னை வருவதற்கு முன்பான தனது வாழ்க்கையைப் பற்றி அவர் பேசிக் கொண்டிருந்ததைக் கேட்க பதட்டமாகவே இருந்தது. எப்பொழுது வேண்டுமானாலும் உடைந்து சிதற, ததும்பிக் காத்து நிற்கும் குமிழி போல இருந்தார் இளையராஜா.

மாயாண்டி பாரதியுடன் அவருக்கு ஏற்பட்ட மதுரை அனுபவத்தை விவரித்தது அப்படியொரு உடைந்த தருணம். 'கட்சியில் கேட்க வேண்டும்' என்பது நேர்மையாய் சொல்லப்பட்ட பதில்தான் என்பதில் எனக்கு சந்தேகமில்லை. ஆனால், அந்தப் பதில் இளையராஜா

சகோதரர்களால் எத்தனை வலி நிரம்பியதாகப் புரிந்து கொள்ளப்பட்டிருக்கிறது!

ஒடுக்கப்பட்ட அத்தனை பேரும் இந்த உள்ளுணர்வினாலேயே செய்யப்பட்டிருக்கிறார்கள். எந்தத் திசையிலிருந்து, எந்த வடிவத்தில் புறக்கணிப்புகளும், மறுதலிப்புகளும் வரும் என்று அறிந்திராத திகைப்பு அது. தீண்டாமையை விதவிதமான வடிவங்களில் சந்தித்ததனால் உண்டான இவ்வகைச் சுதாரிப்பு ஒடுக்கப்பட்ட அனைவருக்குள்ளும் சேகரமாகியிருக்கிறது. புன்னகையும், அரவணைப்பும் கூட உதாசீனத்தின் வடிவங்களாக இருக்குமோ என்ற சந்தேகம் இருந்து கொண்டே இருக்கிறது.

ஒடுக்கப்பட்டவர்களின் சர்வைவல் இன்ஸ்டிங்ட்இது. மேலும் மேலுமான அவமானங்களிலிருந்து தப்பித்துக் கொள்வதற்காக இந்த உள்ளுணர்வை அவர்கள் தொடர்ந்து வளர்த்துக் கொள்கிறார்கள். இது ஒரு வகையில் அனைத்தையும் சந்தேகப்படும் குணம். 'அனைத்தையும் சந்தேகப்படுதல்' தத்துவார்த்த உரையாடலில் வேண்டுமானால் உன்னத நிலையாக இருக்கமுடியும். ஆனால், அன்றாட வாழ்க்கையில் அது கொடூரம். எது நட்பு, எது பகை என்று அறிய முடியாத சகதி.

ஆனாலும், இந்த உள்ளுணர்விலிருந்து வெளி வருவதற்கே ஒவ்வொரு ஒடுக்கப்பட்டவனும் ஆசைப்படுகிறான்.

இதற்கு அவன் முன்பு இரண்டு வழிகள் இருக்கின்றன. ஒன்று, அவன் உங்களைப் போலத் தன்னையும் மாற்றிக்கொள்ளுதல்.

இந்த வழிமுறையின் இருபதாம் நூற்றாண்டு வடிவம்தான் 'தலித் அரசியல்'. உங்களுக்குச் சரிசமமாக தன்னையும் உயர்த்திக் கொள்வதுதான் இதன் அடிப்படை நோக்கம். ஆனால், பாருங்கள், நீங்களொன்றும் அவ்வளவு உன்னதமான வாழ்க்கை வாழவில்லை என்பதால், உங்களைப் போலவே மாறுவது கூட அவனைச் சகதியிலிருந்து வெளியேற்றவில்லை.

இதன் அடுத்த வழிமுறை, தன்னை விடுவித்துக் கொள்வதோடு உங்களையும் அத்தனை கசடுகளிலிருந்தும் விடுவித்தல். இதற்காக அவன் தன்னை பொதுத்தளத்தில் இருத்திக் கொண்டு உங்களோடு உரையாடத் தொடங்குகிறான். இது அயோத்திதாசருக்கு 'தமிழ் பௌத்தமாக' இருந்தது; இளையராஜாவிற்கு 'திரையிசையாக' இருக்கிறது.

'சாதி பேதங்களற்ற இசை' என்பதுதானே அவருடைய மொத்த செய்தியும். நீ என்னை வைகை அணையின் சுவர்களுக்கு தண்ணீர்

பாய்ச்சும் குழந்தைத் தொழிலாளியாக அனுப்பினாலும், கருணை கொண்டு உன் அலுவலகத்தின் ஆபிஸ் பாயாக பதவி உயர்த்தினாலும், சென்னை பற்றிய பயத்தோடு மதுரை கம்யூனிஸ்ட் கட்சியில் அடைக்கலம் புகுந்தால் 'கட்சியில் கேட்க வேண்டும்' என்று தூய்மைவாதம் பேசினாலும், இன்னும் இப்படியே மனதிற்குள் புதைந்து கிடக்கும் ஆயிரமாயிரம் அனுபவங்கள் இருந்தாலும்....

பதிலுக்கு நான் 'சாதி பேதங்களற்ற இசை'யை மட்டுமேதானே உனக்குத் தந்தேன்.

ஆனால், இந்தப் பெருந்தன்மைக்கு நாம் செய்த மரியாதை என்ன? அவரைக் கடவுள் என்றது.

எவ்வளவு பெரிய அராஜகம் இது!

'நீ என்னை அவமானப்படுத்தினாய், ஆனால் நான் உனக்கு இசையை வழங்கினேன்', என்று ஒருவர் சொன்னால், 'அய்யயோ, நீங்களெல்லாம் கடவுளாக்கும்!' என்று சொல்வது எவ்வளவு பெரிய அரசியல்?

•

4

மெட்ராஸ்: கருப்பு, நீலம், வெள்ளை

தமிழ்த் திரைப்படங்கள் குறித்து எனக்கு எப்பொழுதும் பெரிய வருத்தங்கள் இருந்ததில்லை; ஏனெனில், அதன் படைப்பாளிகள் குறித்து என்னிடம் எதிர்பார்ப்புகள் எவையும் இருந்ததில்லை. தமிழ்த் திரைப்படங்கள் மிகச் சாதாரணமான, யோசிப்பதற்கு மலிவான கதையோட்டங்களையும், காட்சியமைப்புகளையும், முரட்டுத் தோலுக்கான உணர்வுகளையும் கொண்டிருப்பவை என்பதுதான் எனது அபிப்பிராயம்.

தனது குலக்குறிகளின் மீது வெறி கொண்டலையும் குடியினங்களின் முட்டாள்தனத்தை விடவும் மேம்பட்ட அரசியல் எதுவும் அத்திரைப் படங்களில் இல்லை என்பதும் எனது அசைக்க முடியாத நம்பிக்கை. ஆனால், அவ்வூடகம் அற்புதமான பேச்சுத்திறனை உடையது என்றும், அதன் பேச்சு ஒரே நேரத்தில் பன்முகத்தளங்களில் செயல்படக்கூடிய ஆற்றல் வாய்ந்தது என்பதும், வேறெந்த ஊடகப் பேச்சையும் விட அதீதக் கற்பனைச் சுதந்திரம் உடையது என்பதும் என் அனுபவம். அதனாலேயேகூடத் தமிழ்த் திரைப்படங்கள் மீது எனக்குப் பெரிய ஈடுபாடு இருந்ததில்லை.

பா. ரஞ்சித்தின் 'மெட்ராஸ்' திரைப்படம் எனது நெடு நாள் அபிப்பிராயத்தை மாற்றிக்கொள்ளலாம் என்று நினைக்க வைத்திருக்கிறது.

மெட்ராஸ் மிக வெளிப்படையாகக் கட்சி அரசியலைப் பற்றி பேசக்கூடிய ஒரு படம். ஐம்பது வருட தமிழக அரசியல் அதிகாரத்தை தங்களுக்குள்ளேயே பகிர்ந்து கொண்டிருக்கக்கூடிய திராவிடக் கட்சிகளின் அரசியலை, அதன் உணர்வுபூர்வமான, வஞ்சிக்கப்பட்ட தொண்டர்களின் பார்வையில் கேள்விக்குட்படுத்தும் திரைப்படம். யதார்த்தில் இவ்வாறு எழுப்பப்படும் கேள்விகள் மேலோட்டமான பார்வைக்கு சமநிலையற்ற அரசியல் அதிகாரம், வஞ்சகம், கட்டற்ற வன்முறை, வெளித்தெரியும் படியான பொருளாதார ஏற்றத்தாழ்வு என்பது போலத் தோன்றினாலும், இன்னும் அடியாளத்தில், அழிந்து கொண்டிருக்கும் சகோதரத்துவம் குறித்த அலறலையும், இறுதியாக மிச்சமிருக்கிற கலைக்கான வேட்கையையும் கொண்டிருக்கிறது என்பதுதான் அதன் வெற்றியாக இருக்கிறது.

மெட்ராஸ் திரைப்படத்தின் கதையை மிக எளிமையாக இப்படிச் சொல்லலாம். இரு அரசியல் கட்சியினரிடையே குறிப்பிட்டவொரு சுவரில் விளம்பரம் எழுதுவது குறித்து மோதல் ஏற்படுகிறது. இந்த மோதல் இரண்டு தலைமுறையாக பல்வேறு உயிர்களைப் பலிவாங்கி இருக்கிறது. ஒரு முறை அச்சுவர் இருக்கும் குடியிருப்புவாசிகள் தாங்கள் பலிகடா ஆக்கப்படுவதை உணர்ந்து அச்சுவரில் சமூக மேம்பாட்டிற்கான வாசகங்களை எழுதி அரசியல் கட்சிகளை அங்கிருந்து துரத்துகிறார்கள். இத்தனை எளிமையான, நாடகத் தன்மைகள் நிரம்பிய கதையில் தமிழகத்தின் ஐம்பதாண்டு அரசியல் விமர்சனத்திற்கு உட்படுத்தப்பட்டிருக்கிறது என்பதுதான் முக்கியம்.

அந்தச் சுவர் பிரம்மாண்டமான படுதா போல இருக்கிறது. அதில், நானேதான் 'அரசாங்கம்' என்று அறிவித்துக் கொண்ட, உயிர்த்தியாகம் செய்த கழகத் தலைவரின் மார்பளவு ஓவியம் வரையப் பட்டிருக்கிறது. அவருக்கு 'அடங்காச் சிங்கம்' என்று பட்டமும் வழங்கப்பட்டிருக்கிறது. புதர் போல் மண்டிய 'தமிழ்' மீசையை வைத்திருக்கிறார் அவர். அந்த அடங்காச் சிங்கத்தின் ஓவியம் கொஞ்சம் கொஞ்சமாக சுவரோடு சுவராய் புனிதம் அடையத் தொடங்குகிறது.

அமானுஷ்ய மரணங்களை அச்சுவரின் கதையாகக் கட்டுகிறார்கள். (அச்சுவர் பேய்ச்சுவர் என்றோ சாமிச்சுவர் என்றோ ஒரு தமிழ்த் திரைப்பட படைப்பாளி நம்பவில்லை என்பது எவ்வளவு ஆசுவாசத்தைத் தருகிறது!) அச்சுவர் நாளடைவில் தவிர்க்கமுடியாத, காப்பாற்றப்படவேண்டிய, அதிகாரத்தையும் செல்வாக்கையும் குறித்து நிற்கிற குலக்குறித்தன்மையை அடையத் தொடங்குகிறது. மிகத் தெளிவாக அது 'அதிகாரத்தின்' அடையாளமாகவே கழகத்தினரால் முன்வைக்கப்படுகிறது.

இது போல் பண்பாட்டுப் புனிதம் ஏற்றப்பட்ட சடப்பொருட்களின் தோற்றம் திராவிட அரசியலின் இன்றியமையாத அத்தியாயங்களுள் ஒன்று. தமிழகத்தின் ஆட்சியதிகாரத்தை கைப்பற்றிய இருபதாம் நூற்றாண்டின் பிற்பகுதியில், அவ்வதிகாரத்தைத் தக்க வைப்பதற்கான அடிப்படையான உத்திகளில் ஒன்றாக, நிலக்காட்சியை மாற்றி அமைத்தல் என்பதை அவர்கள் மேற்கொள்ளத் தொடங்கினர்.

புதிய குடியிருப்புகளை தத்தமது பெயர்களில் உருவாக்குதல், பழைய குடியிருப்புகளில் பேருந்து நிலையங்கள், பொதுச் சந்தைகள் போன்ற நவீன வசதிகளுக்கும், மாவட்டங்களுக்கும், அரசு அலுவலகங் களுக்கும் தங்களது தலைவர்களின் பெயர்களைச் சூட்டுதல், வாய்ப்பிருந்த அனைத்து சந்திகளிலும் தத்தம் தலைவர்களின் கல்லுருவங்களை நிறுவுதல் என்று தமிழக நிலப்பரப்பைப் புதிய வகையில் ஒழுங்குபடுத்தும் வேலையைத் துரிதமாகச் செய்தனர்.

இதனால், அறிவிப்புப் பலகைகளும், கல்லுருவங்களும் பண்பாட்டுப் புனிதத்தை அடைந்து, குறியீடுகளாக உருமாறி, வழிபடும் இடங்களாகவும், மோதலின் போது சிதைபடும் இடங்களாகவும் மாறின. மேலும், சுவர்கள், சாதியத்தைக் கடைபிடிப்பதன் அடையாளம் என்பதற்கு சமய வேறுபாடுகளற்ற வடக்கன்குள 'ட்ரெளசர் ஆலயத்திலிருந்து' உத்தபுர 'சாதிச்சுவர்' வரைக்கும் ஏராளமான எடுத்துக்காட்டுகள் தமிழகத்தில் உண்டு.

பலதெய்வ இந்துக் கடவுள்களின் யோக்கியதையை அலசத் தொடங்கி, கடவுள் மறுப்பிற்கு வந்து சேர்ந்த திராவிட இயக்கங்கள், அதற்கு மாற்றாக வழிபடத் தொடங்கிய குலக்குறியடையாளங்களின் வகைமாதிரியாகவே அந்தச்சுவர் நின்று கொண்டிருக்கிறது. திரைப் படத்தில் முன்வைக்கப்படும் சிக்கல், அந்தச்சுவரை எக்குலம் ஆக்கிரமிப்பது என்பது மட்டுமல்ல, அந்தச்சுவர் சமூகத்தின் கீழ் அடுக்குகளில் வாழ்பவர்களால் நிர்மாணிக்கப்பட்டது என்பதால், அதனைப் பாதுகாக்க வேண்டிய பொறுப்பை தார்மீகமாய் உணர அவர்கள் பழக்கப்பட்டிருக்கிறார்கள் என்பதும்தான்.

தமிழ் நிலத்தின் பூர்வீகக் குடிகள் இந்த ஒடுக்கப்பட்ட மக்கள்தான் என்றும், அதனால், தமிழ்ப் பண்பாடு, மொழி, அடையாளம் போன்ற அனைத்தையும் கட்டிக் காக்க வேண்டிய, பூஜிக்க வேண்டிய கடப்பாடு அவர்களுக்கே உள்ளது என்ற கோஷத்தையும் இந்த இடத்தில் நாம் ஞாபகத்தில் கொள்ள வேண்டியது அவசியம்.

நியூயார்க் நகரில் வாழும் ஆப்பிரிக்க அமெரிக்கர்களின் குடியிருப்பான 'ஹார்லம்'ன் சாயலைக் கொண்டதாய் அந்த வடசென்னைக் குடியிருப்பு காட்டப்பட்டிருக்கிறது.

அங்குமிங்குமாய், நவீன இருசக்கர மிதிவண்டிகளில் படமெங்கும் திரிந்து கொண்டிருக்கும், மேற்கத்திய நடனத்தையும் சாவு வீட்டின் பறையாட்டத்தையும் ஆடியபடியிருக்கும் அந்த இளைஞர்கள் 'ஹார்லம்' சாயலை வலுப்படுத்தியபடியே இருக்கிறார்கள்.

கூடைப்பந்திற்குப் பதிலாக கால்பந்து விளையாடுகிறார்கள். இருசக்கர வாகனங்களில் பறக்கிறார்கள். புறாக்கூண்டு போன்ற குடியிருப்பு பகலெல்லாம் இரைச்சலாகவும், இரவுகளில் மயான அமைதியோடும் காட்சி தருகிறது. எதிர்பாராத வளைவுகளில் காதலர்கள் நெருக்கமாய் பேசிக்கொண்டிருக்கிறார்கள். கடை வாசல்களில், விளையாட்டு மைதானங்களில் இளைஞர்கள் கூட்டம் கூட்டமாய் நின்று கலகலத்துக் கொண்டிருக்கிறார்கள்.

காவல்துறையினரின் வன்முறையால் சற்றே சித்தம் கலங்கிப் போன, ஆங்கிலப்புலமை வாய்ந்த ஜானியும், கழக அரசியலின் களேபரங்களுக்கு இடையில் தலித் அரசியல் பேசிக்கொண்டிருக்கும் 'கட்சிக்காரரும்' 'ஹார்லெம்' வாசனையை இன்னும் அதிகப் படுத்துகிறார்கள். அங்கிருக்கும் மக்களில் பலரும் (குறிப்பாக இளைஞர்கள்) செய்வதற்கு ஏதுமின்றி சும்மா இருக்கிறார்கள்; கதாநாயகனைப் போல் ஒரு சிலர், படித்து, நல்ல வேலையில் இருக்கிறார்கள்; இன்னும் ஒரு சிலர், அரசியல் கட்சிகளின் முழு நேரப் பணியாளர்களாக இருக்கிறார்கள்.

அக்குடியிருப்பில், அந்தப் பிரச்சினையான சுவர் குறித்து குழப்பமான உணர்வுகளே வெளிப்படுகின்றன. கழகங்களின் தொண்டர்கள் அதனைத் தங்களது தலைவர்களின் பெருமிதமாக உணர்கிறார்கள்; சாதாரண ஜனங்களுக்கு அது இனந்தெரியாத சக்திகளைக் கொண்டுள்ள 'துடியான' சுவர்; விரல் விட்டு எண்ணக்கூடிய ஒரு சில இளைஞர்களுக்கு அது அநியாய களப்பலி வாங்கிய அடக்குமுறைச் சின்னமாக இருக்கிறது. ஒரு சுவர், ஒரு பிரிவினருக்கு அதிகாரத்தின் அடையாளமாகவும், வேறு சிலருக்கு பலி மேடையாகவும் தெரிவதுதான் மெட்ராஸின் முரணாக முற்றத் தொடங்குகிறது.

திரைப்படம் கட்டமைக்கும் இரு வேறு சமூகப் பிரிவுகள் தீர்க்கமான எதிரும் புதிருமான அடையாளங்களைக் கொண்டுள்ளன. சுவர் இருக்கும் குடியிருப்பும், கழகத் தலைவர்களின் வாழிடமும் எண்ணிக்கையற்ற வேறுபாடுகளுடன் கட்டப்பட்டிருக்கின்றன. கழகத் தலைவர்களது வீட்டு உணவு மேஜையின் விஸ்தாரமே காட்சியை நிரப்புகிற அளவுக்கு இருக்கிறது; அவர்களது வாகனங்களும் அதே போல் விசாலமானவை. அவர்கள் தமிழகத்தின் இயற்கை வளங்களை (கனிம வளங்களையும், வன வளங்களையும்)

வெட்டி விற்கும் தொழிலைச் செய்கிறவர்களாக இருக்கிறார்கள். வெள்ளைச் சட்டையை சீருடை போல அணிந்து கொண்டிருக் கிறார்கள். அவர்களது ஆணவம், ஊத்தைப் பல்லில் சிக்கிக் கொண்ட கறித்துணுக்குகளைக் குத்தி எடுப்பதற்கான குச்சியைத் தேடி அவ்வீட்டுப் பெண்களை நாலாபுறமும் சிதறி ஓட வைக்கிறது. அவர்களது வீடுகளில் ஏராளமான நாற்காலிகள் இருந்தாலும் அனைத்தும் ஆட்கள் உட்கார்வதற்கான வாய்ப்புகளை இழந்து சிலையாய் இருக்கின்றன. தங்கள் முன்னே நின்று பேசுவது, உட்கார்ந்து பேசுவது, கை நீட்டி பேசுவது என்று ஒவ்வொன்றிற்கும் ஆயிரம் அர்த்தங்களைக் கற்பித்துக் கொண்டு அவர்கள் அவஸ்தையில் நெளிகிறவர்களாக இருக்கிறார்கள். அவர்கள் அபூர்வமாய் சிரிக்கிறார்கள் அல்லது சிரிக்கவே இல்லை.

இதற்கு எதிர் திசையில் குடியிருப்பு வீடுகளின் பெண்கள் ஆளுமை நிரம்பியவர்களாய் சித்தரிக்கப்படுகிறார்கள். கதாநாயகனின் காதலை, அவனது தாயும் காதலியும் திட்டமிடுகிறார்கள்; 'கட்சிக்காரர்' தோசை சுட்டு வந்து மகளின் தட்டில் போட்டுச் செல்கிறார். மனைவிகள் கணவன்மாரை அடக்கிப் பேசுகிறார்கள். இதையெல்லாம் விட இக்குடியிருப்புகளைச் சார்ந்தவர்கள் தமிழ்த் திரைப்படங்கள் சொல்லி வைத்துள்ள வகைமாதிரிகளைப் போல் அல்லாமல் வேறு மாதிரியான நடத்தைகளைக் கொண்டவர்களாக இருக்கிறார்கள்.

கோபத்தில் அடுக்களையில் பாத்திரங்களை உருட்டி விட்டால் வழக்கமாய் மனைவியை ஓங்கி அறைந்து விடும் கணவன், இந்தப் படத்தில் அடுக்களைக்குள் பாய்ந்து சென்று பதறி நிற்கும் அவளை அணைத்து, கொஞ்சி சமாதானப் படுத்துகிறான்; குழந்தை பார்த்துக் கொண்டிருக்க, கணவனும் மனைவியும் சல்லாபிக்கிறார்கள்; இதனை அதைக் குழந்தையே பக்கத்து வீட்டு மாமாவிடம் போட்டுக் கொடுக்கிறது; மகனும் காதலியும் முத்தமிட்டதைப் பார்க்க நேருகிற அம்மா, தான் தவறுதலாய் அங்கு வர நேர்ந்ததாய் தலையிலடித்துக் கொண்டு வெளியேறுகிறாள்; தங்களுக்குள் ஆரம்பத்தில் காதல் வரவேயில்லை என்று காதலர்கள் வெகு இயல்பாய் பேசி, 'காதல் மயக்கத்தை' கலகலவென்று சிரித்தபடி துடைத்தெறிகிறார்கள்; அதன் பின்பும் அவர்கள் காதல் உயிரோடே இருக்கிறது. இது போல், தமிழ்த் திரைப்படங்கள் காதல் குறித்து கட்டிவைத்துள்ள அத்தனை பூடகங்களையும் சிதைத்துவிட்டு, இன்னும் வெளிப்படையான, இயல்பான, நாடகத்தன்மைகளற்ற அழகோடு கூடிய இன்னொரு காதலை இப்படம் சித்தரிக்கிறது. இக்காதலில் பெண்கள் தீர்மானிக்கிறவர்களாக இருக்கிறார்கள்.

அந்தச் சுவரை மையமாகக் கொண்டு பின்னப்பட்ட முரண், கொஞ்சம் கொஞ்சமாக வாழ்க்கை பற்றிய புரிதல்கள் குறித்த முரணாகவும், ஆண் - பெண் உறவு குறித்த முரணாகவும் வளர்ச்சியடையும் போது, மொத்த படமும் இரு வேறு சித்தாந்தங்களின் முரணாக மாறி நிற்கிறது. அரசியல் அதிகாரத்தைத் தக்க வைப்பதற்காக முனைந்து நிற்கும் இரு பிரிவினர் முதலிலிருந்தே ஒரு பக்கமாகத்தான் நின்று கொண்டிருக்கிறார்கள் என்பதும் அவர்களிடமிருந்து வேறுபட்டு நிற்கிற குடியிருப்புவாசிகள் தங்களுக்கான அரசியலைத் தேடி அலைந்து கொண்டிருக்கிறார்கள் என்பதும் 'அன்பு' சிதைக்கப் படுகையில் வெட்டவெளிச்சமாகிறது. இதற்கப்புறமாக மொத்தத் திரைப்படமும் வேறு வகையான உரையாடலொன்றை தனக் குள்ளேயே கட்டமைக்கத் தொடங்குகிறது.

தங்களுக்கான அரசியலை வெளிப்படுத்த வாய்ப்பில்லாமல், மற்றவர்களின் (கழகத்தினரின்) அரசியலையே செய்து கொண்டிருக்க வேண்டிய நிர்பந்தந்தத்திலிருக்கும் குடியிருப்புவாசிகள், கட்டக் கடைசியாய் தங்களது 'அன்பைக்கூட' கழகத்தினர் வஞ்சகமாய் கொன்றது அறிந்து, அதற்கான எதிர்வினையாற்ற வழியின்றி தவிக்கும் பொழுது 'கலையும்' 'கட்சிக்காரரும்'தான் அவர்களுக்கான வழியைக் காட்டுகிறார்கள்.

'ஹார்லம்' போல் தோற்றமளிக்கும் அந்தக் குடியிருப்புவாசிகளின் பிரதிநிதியாக ஆரம்பத்திலிருந்தே 'காளி' என்ற கதாபாத்திரம்தான் காட்டப்படுகிறது. 'இது என் இடம்' என்று படத்திலேயே பேசக்கூடிய வாய்ப்பும் அதற்குத்தான் தரப்படுகிறது. 'அன்பு' என்ற கதாபாத்திரம் பேசும் அளவிற்கான அரசியல் தெளிவு காளிக்கு இல்லை; நட்பு என்றால் எவ்வளவு தூரம் என்பதையும் 'அன்பு' மூலமே காளி தெரிந்து கொள்கிறான்.

தனது கண்மண் தெரியாத கோபத்தினால் சாதாரண பேச்சுவார்த்தை கொலைப்பழியில் வந்து முடிகிற போதும், அப்பழியில் 'அன்பு' அழிந்து போகும் போதும் காளி நிலைகுலைந்து போகிறான். காளிக்கு பெண்கள் பற்றிய கூச்சம் இருக்கிறது; சுவர் பற்றி சொல்லப்படும் கட்டுக்கதைகளை சாதாரணமாக அவன் நம்பவில்லை என்றாலும், நடு இரவில், உயிருக்கு ஆபத்து நிலவும் சூழலில், தனது வாகனம் சுவருக்கு அருகில் நின்று போகையில் அவன் அடையும் கிலி இயல்பானதாக இருக்கிறது.

அன்பு போன்ற கதாபாத்திரங்கள் தங்களின் மீது காட்டும் அக்கறையை வடசென்னைவாசிகள் நெகிழ்ச்சியான ஒவ்வொரு தருணத்திலும் நினைத்து நினைத்து மருகுகிறார்கள். தாங்கள் செய்ய வேண்டியது

என்ன என்ற கேள்விக்கு அவர்களால் தெளிவான ஒரு பதிலைச் சொல்ல முடியவில்லை. எது தங்களுக்குப் பிடிக்கும், 'அன்பா' 'கலையா'? என்ற கேள்வி அவர்களைத் தொடர்ந்து துன்புறுத்துகிறது.

மொத்தப் படத்திலும் எனக்கு மிகவும் பிடித்த, வேறு வேறு உரையாடல்களுக்கான சாத்தியங்களை உருவாக்கிய காட்சி, காளியும் கலையும் கடற்கரையில் ஓர் இரவில் அமர்ந்து பேசிக்கொள்ளும் காட்சிதான். ஒட்டுமொத்தப் படத்தின் சிக்கலையும் அந்தக் காட்சி தனக்குள்ளே விவாதிப்பதாக உருவாக்கப்பட்டிருப்பதற்கு ரஞ்சித்தை நான் பாராட்ட விரும்புகிறேன்.

காளி, கலையிடம் தன்னை அவளுக்கு எவ்வளவு பிடிக்கும் என்று கேட்க, விரலிடுக்கைக் காட்டி 'இத்துனூண்டு' என்று சொல்வதில் அந்தக் காட்சி ஆரம்பிக்கிறது. (வழக்கமாய் இந்தக் கேள்விக்கு நமது தமிழ் நடிகைகள் ஆகாயத்தையும் கடலையும்தான் காட்டி நமக்குப் பழக்கம். 'கடலினும் ஆழமானது, ஆகாயத்தினும் விரிந்தது நம் காதல்' என்பது சங்க காலத்திலிருந்து தமிழ் மரபு.)

அதன் பின், காளி தனக்குக் கலையின் மீது காதல் உண்டான தருணத்தை காவியத்தன்மையோடு விவரிக்க, கலை அதனை கலகலவென சிரித்து 'போடா பைத்தியம்' என்பது போல கலைத்துப் போடுகிறாள். இதைக் கேட்டு காளி அடையும் வெட்கம் தமிழ்க் கதாநாயகர்களுக்கு ரொம்ப புதுசு.

அதன் பின்பு, காளியின் அம்மா கலையிடம் காதல் தூது வந்ததால்தான் கலைக்கு காதல் வந்தது என்ற செய்தி காதல் குறித்தும் 'அம்மா' குறித்தும் தமிழ்த் திரைப்படங்கள் உருவாக்கி வைத்துள்ள அத்தனை அழகுகளையும் குலைத்துப் போடுகிறது. தன்னைச் சுற்றிலும் எத்துனை அற்புதமான மனிதர்கள் என்று நெகிழ்ந்து போகிற தருணத்தில் 'அன்பு' அழிக்கப்பட்டது ஞாபகத்துக்கு வந்து காளியை மீண்டும் வெறிகொண்டவனாய் மாற்ற (அதாவது அச்சு அசல் தமிழ்க் கதாநாயகனாய் மாற்ற), இந்தச் சிக்கலிலிருந்து காளியை மீட்டெடுக்க கேட்கப்படும் கேள்வி, கருத்தாக்கக் கேள்வியாக மாறி, காவியக் குணத்தை அடைவதுடன் மொத்தத் திரைப்படத்தையும் வேறொரு கதையாடலுக்குள் இட்டுச் சென்றுவிடுகிறது.

அன்பா கலையா எது உனது பாதையாக இருக்கமுடியும் என்று கேட்கப்படும் கேள்விக்கு அவ்வளவு எளிதாக யாராலும் பதில் சொல்ல முடிவதில்லை. அன்பு என்பது 'மக்களை நேசிக்கும் ஒடுக்கப்பட்ட சமூகத்தின் அரசியல்' என்று திரைப்படம் சொல்வதைப் புரிந்து கொண்டால், கலை என்பதை அம்பேத்கர்

தொகுதிகள் படிக்கும் கட்சிக்காரரால் பெற்று வளர்க்கப்பட்டது என்பதைப் புரிந்து கொண்டால், வடசென்னைவாசிகள் மட்டுமல்ல, ஒட்டுமொத்தத் தமிழகத்தின் ஒடுக்கப்பட்ட சனங்களும் குழம்பித் தவிக்கும் கேள்வியாக அது உருமாறுவதை உணரலாம்.

திராவிட இயக்கங்களுக்கு நாங்கள் எங்களின் 'அன்பை' அரசியாலாக அனுப்பி வைத்தோம்; அது எங்களின் அன்பிற்கு வஞ்சகத்தைப் பதிலாய் தந்தது. வஞ்சகத்தை வேரறுக்கும் அரசியலைச் செய்வதா அல்லது கலையையே உயிர் மூச்சாகக் கொள்வதா என்பதுதான் மெட்ராஸ் திரைப்படம் வாயிலாய் முன்வைக்கப்படுகிற விவாதம் என்று நினைக்கிறேன்.

'மேரி'யோடு வாழ்ந்து காட்டும் அரசியல் பேசும் 'அன்பு'; கழகத் தலைவர்களின் பெயர்கள் 'மாரி', 'கண்ணன்'; ஆங்கிலப் புலமை வாய்ந்த, பைத்தியமாக்கப்பட்ட 'ஜானி'; 'கட்சிக்காரரின்' மகள் 'கலை'; வடசென்னை கதாபாத்திரமான 'காளி' என்று கதா பாத்திரங்களின் பெயர்கள் உருவாக்கும் வேறு வேறு உரையாடல்களைக் கவனிக்க முடிந்தால் இந்தப் படத்தைத் திரும்பவும் ஒரு முறை பார்க்கலாம்.

இறுதியாக மெட்ராஸ் திரைப்படம் அன்பா கலையா என்ற கேள்விக்கு இரண்டு முடிவுகளைச் சொல்கிறது. ஒன்று, கலைதான் என்று முடிவெடுக்கையில் நிகழும் காட்சி - நீல நிறம் விசிறப்பட்டு, தொடர்ந்து பல்வேறு நிறங்களால் தனது பழைய அடையாளத்தை இழந்த அந்தச் சுவர், தன் முன்னே நிகழும் கொண்டாட்ட மனநிலைக்கான வண்ணப் பின்புற படுதாவாக மட்டுமே நிற்கும் காட்சியோடு ஒரு வகைப் படம் முடிந்து போகிறது. இன்னும் ஒருபடி மேலே போய், மேரி, திராவிட வண்ணத்தை கழகங்களின் வெள்ளைச் சட்டைகளில் வீசும்போது காட்சி உறைந்து போகிறது.

ஆனால், உயிர் வாழ்வதற்கான நெருக்கடி உருவாகும் போது, அவனை கையமர்த்தி வைத்திருந்த கலையே கூட, 'நீ என்ன தப்பா செய்ற?' என்று கேட்டு, தமிழ்த் திரைப்பட பழிவாங்கலைச் செய்ய அனுப்பி வைக்கிறது. எல்லாம் முடிந்த பின்பு, வடசென்னைவாசிகள் 'அன்பு' வழியை 'கலை'யோடு இணைந்து மேற்கொள்வதாக்க் காட்டுகிறது.

யதார்த்தவாதப் படம் என்றால், அந்தக் கடற்கரைக் காட்சியில் கேட்கப்படும் பதிலளிக்கமுடியாத கேள்வியோடு நிறைவு பெற்றிருக்கும்; காவியக் குணமுடைய படம் என்றால், சுவருக்கு வண்ணங்களை இறைக்கும் காட்சியோடு முடிவிற்கு வந்திருக்கும்;

இதை அரசியல் படம் என்று ரஞ்சித் முடிவு செய்திருக்க வேண்டும், அதனால்தான் அம்பேத்கரும், அயோத்திதாசரும், இரட்டைமலை சீனிவாசனும் நிரம்பியிருக்கும் அந்த பாலர் பள்ளியில் படம் வணக்கம் சொல்கிறது.

இந்தப் படம் நம்பிக்கைகளை வாரி வழங்கிய படம் என்று நான் சொல்ல விரும்புகிறேன். திரைப்பட மொழி குறித்த அக்கறையை இது அகலப்படுத்தியிருக்கிறது. தனக்கான அரசியலையும், தான் அதனை அடைந்த முறையினையும் வெளிப்படுத்தும் கலைப் படைப்பாக உருவாகியுள்ளது. சமகால சமூக ஒழுங்கமைப்புகளின் மீதும், அழகியலின் மீதும் அது எழுப்புகிற கேள்விகள் அவசிய மானவை, விவாதிக்க வேண்டியவை என்று நினைக்கிறேன். அது மாற்றாக முன்வைக்கும் அழகியலை என்னால் ரசிக்க முடிகிறது. ரஞ்சித்திற்கும் அவரோடு இணைந்து இதனை சாத்தியமாக்கிய அத்தனை நண்பர்களுக்கும் என் நன்றி.

●

5

கபாலி: திரைக்கதையும் திரைக்கு வெளியே கதையும்

ரஞ்சித் வதை

எப்பொழுதுமே ஒரு திரைப்படம், திரைவெளியில் காட்டப்படுவது மட்டும் அல்ல. அது திரைக்கு வெளியே வேறொரு கதையையும் காட்டிக் கொண்டிருக்கிறது. நமது வசதிக்காக, திரைக்கதை (திரைவெளிக் கதை), திரைக்கு வெளியே கதை என்று சொல்லிக் கொள்ளலாம்.

படத்தில் சொல்லப்படும் கதை திரைக்கதை. படையப்பாவிற்கும் நீலாம்பரிக்கும் இடையிலான ஜென்மவிரோதக் கதை இதற்கு உதாரணம். அதே நேரம், திரைக்கு வெளியே ஒரு கதையும் கட்டப் பட்டிருந்தது - ரஜினிகாந்த் என்ற சூப்பர்ஸ்டாருக்கும், ஜெயலலிதா என்ற அரசியல்வாதிக்குமான விரோதக் கதை இது ('இந்த நாட்டை ஆண்டவனாலும் காப்பாற்ற முடியாது!' என்ற பஞ்ச் வசனங்கள் கூட இதில் உண்டு.)

எந்தத் திரைப்படத்தின் 'திரைக்கு வெளியே கதை' திறமையாகப் பின்னப்படுகிறதோ, அத்திரைப்படம் வெகுஜன வெற்றியை அடைகிறது. ஒரு குறிப்பிட்ட காலம் வரைக்கும், சிவாஜிக்கும் எம்ஜியாருக்கும், ரஜினிக்கும் கமலுக்கும் சொல்லப்பட்ட மோதல்

கதைகள் அனைத்தும் இவ்வாறு பின்னப்பட்ட 'திரைக்கு வெளியே கதைகள்'தான்.

இந்த மோதல் கதைகளுக்கான சங்கேதங்களையும், குறிப்புகளையும் அந்தந்த நடிகர்களின் படங்களில் கண்டடைந்து இன்புறுவதே வெகுஜனம் சினிமாவை ரசிக்கும் கலை. எம்ஜியார் படத்தில் சிவாஜி பற்றிய அவதூறுகளும், சிவாஜி படத்தில் எம்ஜியார் பற்றிய கிண்டல்களும், ரஜினி படத்தில் கமல் பற்றிய கிசுகிசுக்களும், கமல் படத்தில் ரஜினி பற்றிய சீண்டல்களும் இடம்பெற்றிருப்பதே வெகுஜனக் கொண்டாட்டத்திற்கான தொடக்கப்புள்ளி.

இந்த மோதல் உத்தி அரதப்பழசானது - ஆனால், இன்றைக்கும் அஜித் - விஜய்; தனுஷ் - சிம்பு என்று தொடர்ந்து வந்து கொண்டிருப்பது. ஒருவரைப் பற்றிய அவதூறு இன்னொருவர் படத்தில் இருப்பதால், இரண்டு தரப்பினரும் அப்படங்களைப் பார்த்தாக வேண்டிய நிர்பந்தம் உருவாக்கப்படுகிறது. இது, ஒரு வெற்றிகரமான வியாபார உத்தி.

வெறுப்பை உற்பத்தி செய்தல்

இந்தத் தந்திரத்தின் அரசியல் வடிவம்தான், சமூகக் குழுக்களுக்கு இடையிலான மோதலாகவும் வடிவமெடுக்கிறது. இது, முன்னதை விடவும் ஆபத்தானது.

ஆனால், இதுவும் நமக்கு பழகி வந்ததுதான். கலைஞர், எம்ஜியார் காலத்து பழசு. பராசக்தி முதற்கொண்டு திராவிட அரசியல் பேசுவதாக நம்பப்படும் அத்தனைத் திரைப்படங்களும் இந்த வியாபார உத்தியைத்தான் பயன்படுத்தி வந்துள்ளன.

சினிமா ஒரு கலைப்படைப்பா இல்லையா என்ற கேள்வி தமிழ்ச்சூழல் சார்ந்து இப்படித்தான் கேட்கப்பட வேண்டியிருக்கிறது. திராவிட அரசியல்வாதிகள், சினிமாவைப் பயன்படுத்திக் கொண்டது, கலை பற்றிய அனுமானங்களில் ஏதாவது மாற்றங்களை ஏற்படுத்தி இருக்கிறதா?

இந்தக் கேள்விக்கு அப்படியெல்லாம் ஒன்றும் இல்லை என்பதுதான் பதிலாகக் கிடைக்கிறது. கலைக்கும் திராவிட அரசியலுக்கும் சம்பந்தமே இல்லை என்பதுதான் ஆகி வந்த பதில். கலை விவாதங்களில், திராவிட அரசியல் சினிமாக்களை, 'பிரச்சாரம்' என்று சொல்லி எளிதாகக் கடந்து போவதுதான் நம் மரபு.

திராவிட மேடைப்பேச்சுகளைக்கூட 'பிரச்சாரம்' என்று நீங்கள் சுருக்கிவிட முடியாது.

அதனால், சினிமாவை விளக்க ‘பிரச்சாரம்’ என்ற இந்த வார்த்தை கொஞ்சமும் போதுமானது அல்ல. பிரச்சாரம் என்ற சொல், வறட்டுத்தனமானது / தட்டையானது / மேம்போக்கானது / ஊதிப் பெரிதாக்குவது என்று மட்டுமே அர்த்தப்படுத்தப்பட்டது. ஆனால், கலை விவாதத்தின் போது, மேடைப் பேச்சுகளையும் சினிமாவையும் ஒரு சேர பிரச்சாரங்கள் என்று சொன்னதில் கவனிக்கத் தவறிவிட்ட ஒரு விஷயம் இருக்கிறது - அது இப்பிரச்சாரங்கள் மூலம் உருவாக்கப்படும் சமூக விரோதம்! பிரச்சாரம் என்றால், ‘எதிர்த்தரப்பு மீதான விரோதத்தையும்’ உள்ளடக்கியது என்பதுதானே உண்மை.

திராவிட அரசியல் சினிமாக்களில் பேசப்பட்ட நாத்திகம், சுயமரியாதை, மாநில சுயாட்சி போன்ற கோட்பாடுகள், கடவுள் மறுப்பு, பிராமண எதிர்ப்பு, நடுவணரசு எதிர்ப்பு என்ற வட்டத்தை விட்டு வெளியே வரவே இல்லை என்பதைக் கணக்கிலெடுத்தால், பிரச்சாரம் என்ற வடிவம் எவ்வாறு சமூக வெறுப்பை மட்டுமே தொடர்ச்சியாக உற்பத்தி செய்கிறது என்பது விளங்கும். பிரச்சாரம் எப்பொழுதுமே ஒற்றைக் குரலில்தான் பேசுகிறது - திராவிட மேடைப்பேச்சுகளையும், சினிமாக்களையும் போல.

ஆனால், கலை வடிவம் முற்று முதலாக இந்த ஒற்றைத் தன்மையை மறுப்பதையே தொடர்ந்து செய்து வருகிறது; அது எழுத்தாளனின் ஒற்றைக்குரலாக இருந்தாலும் சரி அல்லது கதாபாத்திரங்களின் ஒற்றைக் குரலாக இருந்தாலும் சரி. இன்னும் இன்னும் அதிகமாக, பல்வேறு குரல்கள் ஒலிக்கக்கூடிய சாத்தியங்களை உருவாக்கு வதையே கலை தனது நோக்கமாகக் கொண்டிருக்கிறது.

நாட்டுப்புறக்கலைகளின் பல்சாதித்தன்மை

நாட்டுப்புற வழக்காறுகள், சினிமா போன்ற வெகுஜனக் கலைகளில் பல்குரல் தன்மையை எவ்வாறு கொண்டு வருவது என்ற கேள்வி தொடர்ந்து விவாதிக்கப்பட்டிருக்கிறது. சினிமாவை விடவும் மூத்த நாட்டுபுறக் கலைகள் இந்தப் பல்குரல் தன்மையை ஒரு தந்திரத்தோடு கையாண்டு வந்திருக்கின்றன.

நாட்டுப்புறக் கலைகளுக்கு நிரந்தரமான பனுவல் இல்லை என்ற காரணத்தால், ஒவ்வொரு நிகழ்த்துதலும் தனித்துவம் வாய்ந்தவை என்ற காரணத்தால், காலம் - இடம் - சுழலுக்கு ஏற்ப அவை தங்களது பனுவலை மாற்றிக் கொள்கின்றன.

ஒரே ஒரு வாய்மொழிப் பனுவலைக் கொண்டிருக்கும் நாட்டுப்புறப் பொழுதுபோக்குக் கலையான ராஜா - ராணி ஆட்டக்கலையை, எந்த

ஊரில் நிகழ்த்துகிறார்களோ அதற்குத் தகுந்தாற் போல, அழகு முத்துக்கோன் பாடல், கட்டபொம்மன் பாடல், இம்மானுவேல் பாடல், அம்பேத்கர் பாடல், முத்துராமலிங்கத் தேவர் பாடல் என்று மாற்றியமைத்துக் கொள்கிற வாய்ப்பு வழக்காறுகளுக்கு இருந்தது. இதனால், அந்தந்த சாதிப் பெருமைகளை அந்தந்த சாதிகள் மட்டுமே கேட்டு, புல்லரித்துக் கொள்வது இன்றளவும் நடந்து வருகிறது. நாட்டுப்புறக் கலைஞர்கள் மட்டுமே இந்த எல்லா சாதிப் பெருமைகளையும் அறிந்திருந்தும் மீசகிப்புடையவர்களாக விளங்கினார்கள் (யாதும் ஊரே, யாவரும் கேளிர்!). இந்த மீசகிப்பு அவர்களுக்கு வரும்படியையும் கொடுத்து வந்தது.

சினிமாவிற்கு இந்தக் கொடுப்பினை இல்லை. அதன் பனுவல், நிரந்தரமானது; மாற்றத்திற்கு உரியது அல்ல. அதே போல், அதன் நிகழ்த்துக் களமும் மரபான சாதியக் களம் அல்ல. அதாவது, சினிமா, தனித்தனி ஊர்களாய் பிரிந்து நிற்கும் நிலவுடமைச் சமூகத்தின் கலை அல்ல; ஒரே ஊர், ஒரே மக்கள் என்று பேசும் முதலாளித்துவ சமூகத்தின் கலை வடிவம்.

திரைப்படங்களின் பல்சாதித்தன்மை

திராவிட அரசியலின் பிரதிநிதியாக எம்ஜியார் தன்னைக் காட்டிக் கொள்வார்; காங்கிரஸ், இந்திய தேசியம், ஆரியர்கள் பற்றிய வம்புகள் அதில் ஆங்காங்கே தூவப்பட்டிருக்கும். இதைக் கொண்டாட திராவிடர்கள் படம் பார்க்கச் செல்வார்கள். இதைக் கண்டிக்க, எதிரிகளும் அந்தப் படத்தை ஓடிப்போய் பார்ப்பார்கள்.

இதன் சமீபத்திய உதாரணங்கள், கமலஹாசன் படங்களில் திரைக்கு வெளியே கட்டப்படும், முக்குலத்தோர் - தலித்துகள் மோதலும் இந்து - முஸ்லிம் மோதலும் (விஸ்வரூபம்). தேவர் மகன், விருமாண்டி போன்றவை வெளியான போது கமலஹாசன் என்ற நடிகர் குறித்து கவனப்படுத்தப்பட்ட சில தகவல்கள் அவரை முக்குலத்தோரின் ஆதரவாளராகக் காட்டியதைக் கவனியுங்கள் - அவர் பரமக்குடிக்காரர்; இம்மானுவேல் சேகரன் கொலை வழக்கில் முத்துராமலிங்கத்திற்கு வாதாடியவர் கமலஹாசனின் தந்தையோ தாத்தாவோ என்பது போன்ற கிசு கிசு பாணித் தகவல்கள்.

ரஜினிகாந்த் ரொம்ப காலமாகப் பயன்படுத்தி வந்த, 'ஆணவப் பெண் ஜெயலலிதா' என்ற திரைக்கு வெளியேயுள்ள கதை, சமீப காலங்களில் காலாவதியானதையும், அவரது படங்கள் வியாபாரத் தோல்வியை அடைந்ததையும் இந்த யோசனையோடு பொருத்திப் பார்க்கலாம். ரஜினிகாந்திற்கு உடனடியாய், புதியதொரு 'திரைக்கு வெளியே

கதை'யொன்றை கண்டுபிடிக்க வேண்டிய தேவை இருந்தது. இந்தச் சூழலில், அப்படியொரு உணர்ச்சிகர கதைக்கான முரண், தலித் அரசியலில் இருப்பதாகக் கண்டுபிடித்ததுதான் நமது துரதிர்ஷ்டம்.

ரஜினிகாந்த் மாதிரியான சூப்பர்ஸ்டார் கதாபாத்திரம், தலித் அரசியல் பிரகடனங்களை பஞ்ச் டயலாக்குகளாக பேசும் பொழுது, இரு பக்கமும் (தலித் - தலித்தல்லாதவர்) எழக்கூடிய சமூகக் கொந்தளிப்பு களை அவர்கள் துல்லியமாகக் முன்கணிப்பு செய்திருக்க வேண்டும். அவ்வாறு கொந்தளிக்கும் இரு தரப்பினரையும் தனது நுகர்வோர் களாக மாற்றுவது எப்படி என்பதையும் அவர்கள் திட்டமிட்டிருக்க வேண்டும். இந்த நுகர்வோர், வெறும் நுகர்வோராக மட்டுமே இல்லாமல், எவ்வாறு திறமைமிக்க விளம்பரதாரர்களாகவும் செயல் படுவார்கள் என்பதையும் அவர்கள் கூடுதலாக எதிர்பார்த்திருக்கலாம்.

இதனால், கபாலி, தலித் அரசியலுக்குக் கிடைத்த மாபெரும் வெற்றி என்று நம்ப வைப்பதே அவர்களது வியாபார தந்திரமாக இருந்தது. நிறைய பேர் கண்மூடித்தனமாக நம்பிக் கொண்டிருப்பது போல அவர்கள் முன்வைக்க விரும்பியது தலித் அரசியலை அல்ல; தலித் விரோதத்தை.

இது நாள் வரையிலும், தலித் அரசியல் மிக எளிமையாக தனது வலியை மட்டுமே தன் தரப்பு நியாயமாக முன்வைத்துக் கொண்டிருக்கிறது. 'அடங்க மறு! அத்துமீறு!' என்பதெல்லாம் அதன் அரசியல் கோஷங்களாக முன்வைக்கப்பட்டாலும், அந்த வார்த்தை களுக்கு நிஜத்தில் எந்த வலுவும் இருந்தது இல்லை. அடங்க மறுத்தல், அத்துமீறுதல் போன்ற அனைத்தும், முறையாக அரசியல் படுத்தப் படாத பாரம்பரிய சூழல்களிலேயே இன்று வரைக்கும் நடைபெற்று வருகின்றன. அந்தக்கால சமூகக் கொள்ளையர்களிலிருந்து சமீபத்திய சாதி மோதல்கள் வரைக்கும் அடங்க மறுத்த, அத்துமீறிய சம்பவங் களுக்கும் தலித் அரசியலுக்கும் யாதொரு சம்பந்தமும் இருக்க வில்லை. சாதிக் கொடுமைக்கு எதிராக வன்முறையைக் கையிலெடுப்பது தன்னிச்சையாக வெளிப்படுவதுதானே தவிர, அதற்கு தலித் போன்ற எந்தவொரு அரசியல் பின்புலமும் இருக்க வில்லை.

விடுதலை அரசியலின் மொழியில் சாதியம் எவ்வாறு முன்வைக்கப் பட்டது என்பதை மிக வலுவான உதாரணங்களுடன் நான் நிரூபிக்க முடியும். சூப்பர்ஸ்டார் கபாலியாகப் பேசக்கூடிய பஞ்ச் வசனங்களைக் கவனித்துப் பாருங்கள்.

'பழைய கபாலின்னு நினைத்தாயா?' என்று கட்டபொம்மன் வசனத்தைப் போன்ற தொனியில் சூப்பர்ஸ்டார் பேசிய வசனம்,

அந்தக் காட்சியமைப்பில் என்ன தர்க்கத்தைக் கொண்டிருக்கிறது, அல்லது அந்த வசனம் சுட்டிக் காட்டுகிற 'பழைய கபாலியா நான்?' என்ற கேள்வி திரைக்கதையில் எந்த வகையில் நியாயப்படுத்தப் படுகிறது என்பதை யோசித்தால் மிக எளிதாக இது விளங்கும்.

நிஜமாகவே, அந்தக் காட்சிக்கும், அந்த வசனம் யாரை நோக்கிக் கதைப்படி பேசப்படுகிறதோ அந்தக் கதாபாத்திரத்திற்கும் இந்த பஞ்ச் வசனத்திற்கும் எந்தப் பொருத்தமும் இல்லை. அப்படியானால், அந்த வசனம் யாரை நோக்கி பேசப்படுகிறது? ஒரு நூற்றாண்டு சொச்ச தமிழ் திரையுலகையும் அதில் ஆதிக்கம் செலுத்தி வரும் சாதிவுணர்வையும் நோக்கியா?

அதே போல, 'நான் கோட் போடுவேன்டா, கால் மேல கால் போட்டு உட்காருவேன்டா...' என்று கபாலி பேசும் வசனத்திற்கு, வில்லன் கதாபாத்திரம் உச்சரிக்கும் ஒரு வசனம் மட்டுமே திரைக்கதையில் சொல்லப்படும் காரணம். ஆனால், இந்த வசனத்திற்கு திரைக்கு வெளியே ஆயிரமாயிரம் காரணங்களும், நியாயங்களும் இருக்கின்றன.

அம்பேத்கரிலிருந்து இம்மானுவேல் சேகரன் வரைக்கும் பலரையும் நீங்கள் இந்த வசனத்தோடு பொருத்திப் பார்க்க முடியும். கபாலி திரைப்படத்தின் பின்பகுதியில் ஏறக்குறைய இந்த மாதிரியான, திரைக்கு வெளியே கதைக்கான வசனங்கள் தாம் திரும்பத்திரும்ப பேசப்பட்டன.

நடிகனின் படமும் இயக்குநரின் படமும்

கபாலி உருவாகிக்கொண்டிருக்கும் காலகட்டத்திலேயே இது போன்று, தலித் விடுதலை அரசியல் வியாபாரமாக்கப்படும் என்று நான் எதிர்பார்த்திருந்தேன். ரஜினிகாந்த் இந்த வியாபாரத்தை மிகச் சிறப்பாக செய்வார் என்பதும் என் நம்பிக்கையாக இருந்தது. ஆனால், நான் பயந்து கொண்டிருந்ததெல்லாம், எம்ஜியார் ரிக்சாக்காரர் களையும், நரிக்குறவர் சமூகத்தையும் தனது அரசியல் லாபங்களுக்குப் பயன்படுத்திக் கொண்டது போல, ரஜினிகாந்திற்கு ஒரு வேளை அரசியால் கணக்குகள் உண்டு என்றால், தலித்துகளைப் பகடைக் காய்களாகப் பயன்படுத்துவாரோ என்று மட்டும்தான். இதை நான் நண்பர்களிடம் நேர்ப்பேச்சில் நிறைய முறை பகிர்ந்தும் கொண்டிருந்தேன். ஆனால், கபாலியின் வியாபாரம் நான் எதிர்பார்த்த அபாயத்தை உருவாக்காமல், கொஞ்சமும் எதிர்பார்க்காத வேறொரு அபாயத்தைத் தோற்றுவித்தது.

கபாலி என்ற கதாபாத்திரம் ஒரு தலித் என்ற அறிகுறிகள் திரைக்கதையில் அங்குமிங்குமாய் தூவப்பட்டிருந்தன. இவை அந்தப்

படத்திற்கு வியாபாரரீதியாக மிகப்பெரிய விளம்பரத்தையும் உருவாக்கித் தந்தன. ஆனால், இந்தக் கபாலி என்ற தலித், வெகுஜனம் வைத்திருக்கும் தலித் என்ற கற்பனை போலவும் இருக்கவில்லை; தலித் விடுதலை அரசியல் உருவாக்கியிருந்த தலித் என்ற கற்பனை போலவும் இருக்கவில்லை.

இந்தக் கபாலி என்ற தலித், வேறெந்தவொரு இடைநிலைசாதிக் கதாநாயகனின் குணங்களோடு இருந்தான். அதாவது வன்முறையை வன்முறையால் எதிர்க்கும் பிரதான குணத்தைக் கொண்டிருந்தான். பழிதீர்த்தல் அவனது இயல்பாக இருந்தது. இது, தமிழ்த்திரைப்பட சாதிக்கதாநாயகர்களின் அடிப்படைக்குணம். இதைக் கண்ட வெகுஜன சினிமா பார்வையாளர்கள் கபாலியோடு தங்களை அடையாளப்படுத்திக் கொள்ள முடியாத எளிய ஒவ்வாமைக்கு உள்ளானார்கள்.

இந்த ஒவ்வாமையை, அதாவது பதட்டத்தை உருவாக்க வேண்டு மென்பதுதான் சினிமா வியாபாரத்தின் நோக்கமாகவும் இருந்தது. எனவே, கபாலி குறித்த முதல் விமர்சனம், அதைச் சந்தைப்படுத்திய தயாரிப்பாளரை நோக்கி அமைந்திருந்தது. மிக மோசமான வியாபார முன்னுதாரணத்தை கபாலி திரைப்படம் உருவாக்கியிருப்பதாய் கண்டனங்கள் எழுந்தன. வழக்கம் போல தயாரிப்பு தரப்பிலிருந்து இதற்கு யாரும் எதிர்வினையாற்றி இருக்கவில்லை.

அதன் பின், இந்த ஒவ்வாமையை, ரஜினி என்ற கதாநாயகனின் ஒவ்வாமை என்று பேசத் தொடங்கினார்கள். இது ரஜினியின் படமல்ல; ரஜினியை அந்தப் படத்தில் எங்குமே பார்க்கமுடிய வில்லை என்று விமர்சித்தார்கள். போனால் போகுதென்று, ரஜினி தனது மனைவியைத் தேடிக்கண்டு பிடிக்கும் வரைக்கும்தான் இது ரஜினி படம் என்று ஒத்துக் கொண்டார்கள்.

அதாவது, வெகுஜனம், தனது ரஜினி பிம்பத்தின் மீது தலித் அடையாளம் விழுவதை ரசிக்க மறுத்தது. தயாரிப்பாளர்களைப் போலவே ரஜினியும் இந்த விஷயத்தில் எந்தச் சிக்கலான கருத்தையும் சொல்லாமல் தவிர்த்தார். கபாலி, தனக்கு இன்னொரு படம் மட்டுமே என்று சொல்லி அடுத்த படத்திற்கு வேலை செய்யப் போய்விட்டார். இப்பொழுது ஒட்டுமொத்த பார்வையும் இயக்குநர் ரஞ்சித்தின் மீது விழத்தொடங்கியது.

கபாலி திரைப்படத்தில் கட்டப்படவிருக்கும் தலித் அடையாளத்தின் லாபங்களை ரஜினி தனது அரசியல் ஆசைகளுக்காகப் பயன்படுத்திக் கொள்வாரோ என்ற என் எதிர்பார்ப்பு இந்த இடத்தில் பொய்த்துப் போனது. இதற்கு இரண்டு காரணங்கள் இருக்க முடியும்.

ஒன்று, எம்ஜியாரைப் போல் 'வேடமேற்று நடித்த கதாபாத்திரங்களின் கலவைதான், நான்!' என்ற பிம்பத்தை உருவாக்காமல், அதற்கு எதிராக, 'எனது எந்தக் கதாபாத்திரமும் நான் இல்லை!' என்ற சந்நியாச தோற்றத்தை ரஜினி உருவாக்கி வந்திருப்பது - இதனால், கபாலியும் என் கதாபாத்திரம்தான், ஆனால் அது அல்ல நான் என்று விலகி நிற்பது. (மாப்பிள்ளை அவர்தான், ஆனா அவர் போட்டிருக்கிற சட்டை என்னோடது!) இந்த சந்நியாச பிம்பம்தான் ரஜினியின் அரசியல் தோற்றம் என்ற அளவில் இதை நாம் விளங்கிக் கொள்ள முடியலாம்.

இரண்டாவது, நான் மிகச்சிறந்த வியாபாரி மட்டுமே என்ற யோசனை - ஒரு முறை ரசீதிடப்பட்டு, விற்கப்பட்ட பொருளைத் திரும்பப் பெறும், மாற்றித் தரும் வழக்கம் எங்கள் நிறுவனத்தில் இல்லை என்ற விதிமுறை. இந்த விதிமுறையின் கீழ் விற்கப்பட்ட படங்களைக் குறித்தும் பேச்சிற்கே இடமில்லை.

ரஜினி, இப்படியொரு வியாபாரமும் அரசியலும் கலந்த பிம்பம். இது எப்பொழுதும் ஆபத்தானது.

படத்தின் தயாரிப்பாளரும் நடிகரும் வியாபார, அரசியல் காரணங் களுக்காக கபாலி குறித்த வெகுஜன உரையாடலுக்கு வராதிருந்த சூழலில், ரஞ்சித்தை இந்த உரையாடலுக்குள் வலுக்கட்டாயமாக இழுத்து வந்து சேர்த்திருந்தார்கள்.

இந்த இடத்தில்தான் கபாலி, நடிகனின் படம் என்ற இடத்தைக் கடந்து இயக்குநரின் படமாக உருமாறத் தொடங்கியது. அதிலுள்ள ஒவ்வொரு வசனத்திற்கும், காட்சியமைப்பிற்கும் இயக்குநரே பதில் சொல்ல வேண்டிய கட்டாயம் உருவாக்கப்பட்டது. அது தலித் படம் தானா, அதில் தலித் அரசியல் பேசப்படுகிறதா, தலித் படம் என்றால் என்ன, தலித்துகளுக்கான விடுதலை இது போன்ற படங்களால் சாத்தியமா என்று வெகுஜன அறிவு மனம் பல்வேறு விஷயங்களை அவரிடம் கேட்டு விடை பெற முயற்சி செய்தது.

இது நிச்சயமாக ஒரு கலைஞனுக்கு தமிழ்ச்சூழலில் நேர்ந்த அவலம்தான். இந்தப் பேச்சும் எந்தத் தருணத்திலும் விவாதமாக நடக்கவில்லை. மாறாக, ஒரு விசாரணை போல நிகழ்த்தப்பட்டது.

அந்த விசாரணையும்கூடக் கண்துடைப்பிற்காக நடத்தப்பட்டதுதான். விசாரணைக்கு முன்பாகவே, ரஞ்சித் பற்றிய தீர்ப்புகள் எழுதப் பட்டிருந்தன. அத்தீர்ப்புகளை நியாயப்படுத்துவதற்காக வெகுஜனம் இந்த வழக்கை நடத்திக் கொண்டிருந்தது.

அந்தத் தீர்ப்புகள் இப்படி இருந்தன: ரஞ்சித், சாதி அபிமானம் மிகுந்தவர்; இடை நிலைச் சாதிகளின் மீது வெறுப்பை உமிழ்பவர்; எல்லாவற்றிலும் சாதியை அடையாளப்படுத்துபவர்; தனது சாதி நலன்களுக்காக எதையும் செய்யக்கூடியவர். மொத்தத்தில் அவர் சாதியால் பீடிக்கப்பட்டவர்.

சாதி சார்ந்த நலன்களை மட்டுமே கவனமாக முன்னெடுத்து வரும் தமிழ்த் திரைப்பட உலகில், ரஞ்சித் சுயசாதி அபிமானம் கொண்டவர் என்று நிரூபிப்பது அவலமான நகைச்சுவை. ஆனால், இவ்வாறு தீர்ப்பிடப்படுவதன் மூலம் அந்த இயக்குநருக்கு வழங்கப்படவிருந்த தண்டனை கொடூரமானது. அது, ரஞ்சித்தை முளையிலேயே கிள்ளி எறிதல். இவ்வாறு செய்வதன் மூலம், வெகுஜன உளவியல் சில அடிப்படையான விஷயங்களை மீண்டும் உறுதிபடுத்திக் கொள்ள விரும்பியது.

சாதியால் கட்டப்பட்ட சமூகச் சூழலில் மிதமிஞ்சிய போதையை ஒரு பக்கம் அனுபவிக்கும் வெகுஜனம், தன்னைச் சாதியற்றதாகக் காட்டிக் கொள்ள வேண்டிய தேவையையும் உணர்ந்தே இருக்கிறது. அல்லது, சாதியைக் கருத்தளவில் வெறுத்துப் பேச முடிகிற வெகுஜனத்தால், சாதியற்ற சமூகச் சூழலைக் கற்பனை செய்யவும் அதை நடை முறைப்படுத்தவும் முடியாமலிருக்கிறது. எனவே, அது தன்னை தூயவனாகக் காட்டிக்கொள்வதற்கு கிடைக்கிற அத்தனை வாய்ப்புகளையும் பயன்படுத்திக் கொண்டிருக்கிறது. ரஞ்சித் அப்படி அதற்குக் கிடைத்த ஒரு வாய்ப்பு. இந்த வாய்ப்பின் மூலம், தான் சாதி கடந்தவன் என்று நிரூபித்துக் கொள்ள விரும்பியது.

ஆனால், ரஞ்சித் தன்மீது நடத்தப்பட்ட விசாரணையின் ஊடாக, வாதத்திறமிக்கவொரு அரசியல் சித்தாந்தியாக உருவெடுத்துக் கொண்டிருந்தார். தான் எதையுமே விளையாட்டாகவோ வியாபாரத்திற்காகவோ செய்யவில்லை என்று அவரால் நிரூபிக்க முடிந்தது.

உச்சகட்டமாக, தன் மீது நடத்தப்பட்ட விசாரணையின் போக்கில், வெகுஜனம் மறைக்க விரும்பிய சாதி முகத்தை அவரால் அம்பலப் படுத்தவும் முடிந்தது. இவ்வாறு, நீதிபதிகளே குற்றவாளிகளாக மாற்றப்பட்ட பின்புதான் அந்த விசாரணை நிறுத்தவும்பட்டது.

இது ரஞ்சித் என்ற திரைக்கலைஞனின் வாழ்வாதாரப் பிரச்சினை. அவர் மீது கல்லெறிந்து கொல்ல வந்தவர்களைப் பார்த்து, உங்களில் சுத்தமானவர்கள் முதல் கல்லை எறியுங்கள் என்று சொல்லித்தான் அவர் தன் உயிரைக் காப்பாற்றிக் கொள்ள வேண்டியிருந்தது.

கடைசியில் அவர் உயிர் தப்பினார் என்றுதான் சொல்லவேண்டும். ஆனால், எவ்வளவு துர்பாக்கியசாலியாக உயிர் தப்பினார் என்பதுதான் என் வருத்தம். எம்ஜியாருக்கோ ரஜினிகாந்திற்கோ, இல்லை சமீபத்திய அஜித்குமாருக்கோ வாய்த்த 'சாதி சந்நியாச நிலை' ரஞ்சித்திற்கு வாய்க்கவில்லை. இல்லை, இளையராஜாவோ ஏ.ஆர். ரகுமானோ மேற்கொள்ளும் 'சுய சந்நியாசநிலை'யும் அவருக்குக் கூடவில்லை.

சாதிய மேன்படுத்தலை கிராமக் கிளுகிளுப்போடு பாரதிராஜா செய்யத் தொடங்கிய போது, 'ஆசிரியர் கோட்பாட்டை' தூக்கி வந்து அவருக்கு ப்ரெஞ்ச் கலர் கொடுக்க முனைந்த அறிவுஜீவிகள் போல அவருக்கு யாரும் வாய்க்கவில்லை. அவர் தன் வழக்கை தானே வாதாடிக் கொள்ள வேண்டியிருந்தது.

இந்த இடத்தில் எனக்கு சில விஷயங்களைப் பற்றி பேச வேண்டியிருக்கிறது. ரஞ்சித் படைப்பாளி என்ற எல்லையையும் கடந்து, தன்னை அரசியல்வாதியாக பாவித்து இந்தப் படத்திற்கு வக்காலத்து வாங்கியது எவ்வளவு தூரம் சரியானது?

அதற்கு இந்தப் படம் தகுதியானது தானா?

கபாலியின் நீர்நிலைக்காட்சி

கபாலி படத்தில் எனக்குப் பிடித்த ஒரே காட்சி இதுதான்.

> 'கபாலி நண்பர்களுடன் காரில் சென்று கொண்டிருக்கிறான். நீர்நிலை அருகே மரபெஞ்சு போடப்பட்டிருக்கும் இடமொன்றை கார் கடக்கிறது. கபாலியின் கண்களை ஏதோ இடறுகிறது. காரை நிறுத்தச் சொல்லி, வேகமாக இறங்கிப் போய் பார்க்கிறான்.
>
> அவன் நினைத்தது சரி. குமுதவல்லி அங்கே உட்கார்ந்திருந்தாள். அவனுக்காகத்தான் காத்துக் கொண்டிருந்தாள். எப்படி இது? அவனுக்கு, ஆச்சரியம். ஆச்சரியத்தோடே அவளை நெருங்குகிறான்.
>
> இருபத்தைந்து வருடங்களுக்கு முன்பு காணாமல் போனவள். அப்போது போலவே இப்போதும் உட்கார்ந்திருக்கிறாள். கண்களை நம்புவதா, வேண்டாமா?
>
> அவளருகே அமர்கிறான்.
>
> அவள் சிரிக்கிறாள். அதே சிரிப்பு.
>
> அவனும் பதிலுக்கு சிரிக்கிறான். பின் ஏதோ கேட்கிறாள்.

இதுவெல்லாம் அன்றைக்கு நடந்தது போலவே இன்றைக்கும் நடக்கிறது. அவனும் பதிலுக்கு ஏதோ சொல்கிறான்.

இப்போது திடீரென்று அவள் சிரிப்பு மாறத் தொடங்குகிறது. அவள் கண்கள் கபாலியின் முதுகிற்குப் பின்னால் நகர்கின்றன. யார் இவன் என்று நெற்றி சுருக்குகிறாள்.

சரேலென திரும்பிப் பார்க்கிறான் கபாலி...

அங்கே கொலைகாரன்!'

இதுதான் காட்சி.

ஒரு கேங்ஸ்டரின் வாழ்க்கை கொல்லப்படும் தருணங்களாலே செய்யப்பட்டிருக்கிறது. அதனால், எந்தத் திசையிலிருந்து, எந்த அம்பு பாயும் என்பதை உணர்ந்தவனே சூப்பர் கேங்ஸ்டர். திறமையான தாதாக்களின் பிடறியிலும் இரு கண்கள் உண்டு என்பதெல்லாம் சினிமா நமக்கு வழங்கியிருக்கும் பொது அறிவுத்தகவல்கள். கேங்ஸ்டராக மாறுவது என்பது இந்த உள்ளுணவை வளர்த்துக் கொள்வதுதான் என்றே பொதுவாக நம்பப்படுகிறது. இந்த நம்பிக்கையையும் சினிமாதான் நமக்குச் சொல்லித்தந்தது; அதைத்தான் நாமும் நம்பி வருகிறோம்.

அதிர்ஷ்டவசமாக உயிர் தப்பி, இருபத்தைந்து வருடங்கள் சிறையில் வாழ்ந்த கபாலி, இந்த உள்ளுணர்வை வளர்த்துக் கொண்டே வெளியே வருகிறான். வந்துட்டேன்னு சொல்லு!

கபாலியின் விசேஷம், அந்த சாதாரண உள்ளுணர்விற்கு ஒரு உருவம் தந்தது. அவனது உள்ளுணர்வு இறந்து போன மனைவி வடிவத்தில் இருக்கிறது. சதா காலமும் அவனுக்காகவே யோசித்துக் கொண்டிருக்கும் உள்ளுணர்வு இது. 'அவன் உயிரோடிருந்தாலே, தான் உயிரோடிருக்க முடியும்' என்று நம்பும் தாலிக்கொடி உள்ளுணர்வு.

இது ஒரு வகையில் அற்புதமான கற்பனை. உருவமற்றதை உருவமாகக் கற்பனை செய்தல். சினிமா மாதிரியான காட்சி ஊடகத்தில் இப்படி சர்வ சாதாரணமாக நடைபெற முடிகிறது. இலக்கியத்தில் மாய யாதார்த்தவாதம் என்று சொல்லப்படுகிற உத்தி, சினிமாவில் வெகு இயல்பான சித்தரிப்பாக மாறிவிடுகிறது.

எப்பொழுதுமே நீர்நிலைக்காட்சிகள் ரஞ்சித்தின் படைப்புகளில் கற்பனையின் உச்சத்தை அடைகின்றன; அல்லது, கவித்துவம் நிரம்பிய காட்சிகளை ரஞ்சித் நீர்நிலையோரங்களில் சித்தரிக்கிறார்.

மெட்ராஸ் திரைப்படத்தில் காளியும் கலையும் இதே போல் கடற்கரையொன்றில் பேசிக்கொண்டிருக்கும் காட்சியே அப்படத்தின் புதிரை விடுவிக்கும் காட்சியாக இருந்தது.

கபாலியில் சொல்லத் தவறிய அல்லது சொல்ல முடியாமல் போன கதையின் மையச் சரடும் இந்தக் காட்சியே என்றுதான் எனக்குத் தோன்றுகிறது.

உலவும் உள்ளுணர்வு

இது கபாலி போன்ற கேங்ஸ்டரின் வாழ்க்கையில் மிக வலுவான சிக்கலை உருவாக்குகிற காட்சி. இருபத்தைந்து வருடங்களாக மனைவி குறித்து கபாலிக்கு எதுவும் தெரியாது. அவளையும் கொன்று விட்டார்கள் என்றுதான் நினைக்கிறான். இதன் பின்பே, அவளது நினைவுகளைத் தனது உள்ளுணர்வாக வடிவமைக்கத் தொடங்கினான். உயிர் வாழ்வதற்கு அவனே சுயமாகக் கற்றுக் கொண்ட ஒரு உத்தி இது. இதை அவன், சிறை வாழ்க்கையில்தான் கற்றுக் கொண்டிருக்க வேண்டும். 'உலவும் உள்ளுணர்வு' என்ற உயிர் வாழும் மந்திரம்.

'இப்படியொரு உள்ளுணர்வை வளர்த்துக் கொண்டு, எதிரிகளுக்கு சவால் விட வெளிவரும் கபாலி' என்று யோசிக்க ஆரம்பித்தால் நமக்கொரு சூப்பர் ஸ்டார் கதை கிடைக்கும்.

ஆனால், ரஞ்சித், கதையை வேறு திசைக்குக் கொண்டு போகிறார். சிறையிலிருந்து வெளி வந்ததும், மனைவியும் குழந்தையும் உயிரோடு இருப்பது குறித்த தகவல்கள் கபாலிக்குத் தெரியவருகின்றன என்று சொல்கிறார். ஒரு ஆவேசத்தில் இருவரையும் தேடி கபாலி கிளம்புகிறான் என்கிறார். நீண்ட தேடலுக்குப் பின் கண்டுபிடித்தும் விடுகிறான் என்கிறார்.

கதையின் இந்தப் பகுதியே வெகுஜன பார்வையாளர்களுக்குக் கபாலியை நெருக்கமானவனாக மாற்றுகிறது. ஆரம்ப தடாலடி வசனங்களுக்குப் பின் விவரிக்கப்படும் இந்தக் கதையோடுதான் எல்லோராலும் ஒன்றிப்போக முடிகிறது. மனைவி இருக்கிறாள் என்று அறிவதையும், அவளை அழைத்து வருவதையும் ரஜினிகாந்தாக இல்லாமல் கபாலியாகவே அந்தக் கதாபாத்திரம் செய்கிறது.

ஆனால், அதற்கப்புறம், கதையில் என்னென்னவெல்லாமோ நடந்து விடுகிறது. கபாலியைத் துரத்தி விட்டு, ரஜினிகாந்த் வந்து, கதையில் கால் மேல் கால் போட்டு உட்கார்ந்து விடுகிறார்.

போதாது என்று கோட் போட்டிருப்பதற்கெல்லாம் வில்லன்களுக்கு விளக்கம் சொல்கிறார். அவர்களை மீண்டுமொரு முறை கொல்லவும் செய்கிறார். கூர்ம அவதாரம், வாமன அவதாரம் போல இதுவொரு தலித் அவதாரம் என்ற அளவிற்கு ரஜினி சித்தரிக்கப்படுகிறார். இந்த அவதாரக் கூத்திற்கு மனைவியையும் மகளையும் தேடிக் கண்டு பிடிப்பதாக ஏன் கதை சொன்னார்கள் என்றுதான் தெரியவில்லை.

இரண்டு திரைக்கதைகள்

என்னைப் பொறுத்த வரையில் அந்தப் படத்தில் இரண்டு திரைக்கதைகள் இருக்கின்றன. ஒன்று ரஞ்சித்தின் திரைக்கதை; இன்னொன்று ரஜினியின் திரைக்கதை.

ரஜினியின் திரைக்கதை, மிக எளிமையானது. சிறையிலிருந்து கபாலி விடுதலையாகிறார். அவரில்லாத மலேசியா இன்னும் மோசமாக கெட்டுப் போயிருக்கிறது. ரஜினி மாதிரியான மீட்பரைத்தான் மலேசியாவே எதிர்பார்த்து உட்கார்ந்திருக்கிறது. அநீதி ஆட்சி செய்வதை வயதான ரஜினி நேரடியாகவே பார்க்கிறார்.

இடையில், ரஜினியின் முன்கதையையும் நமக்குச் சொல்கிறார்கள். இறுதியில் ரஜினி வில்லன்களை வதை செய்யப் புறப்படுகிறார். அதுவொரு நவீன யுத்தமாக இருக்கிறது. அவ்வளவுதான் கதை.

இதில், அவரது வயோதிகத்தை வில்லன்கள் தவறாக மதிப்பிட்டார்கள் என்றொரு சரடைச் சேர்த்து விட்டால் ரஜினி படத்திற்கு தேவையான நகைச்சுவையும், பரபரப்பும் வந்துவிட முடியும். வயோதிக ரஜினி வெளியே வேடிக்கையானவர், உள்ளே வலி நிரம்பியவர் என்று பாதி பாதியாக வகுந்து விட்டால் எல்லாம் சுபம்.

ரஞ்சித்தின் திரைக்கதை கொஞ்சம் சிக்கலானது. சிறையிலிருந்து வெளிவரும் கபாலி பழி தீர்க்கவே வருகிறான். எல்லாவற்றையும் அழித்து விடுவதுதான் அவனது நோக்கம். அதற்காகவே சிறையில் தன்னை புதிய கபாலியாக உருமாற்றியிருக்கிறான். உலவும் உள்ளுணர்வு.

பழி வாங்குவதே தனது அரசியல் நடவடிக்கை என்று நம்புகிறான். அந்த நம்பிக்கையோடே வெளியே வருகிறான். வந்தவுடன் பழிவாங்கும் வேலையை ஆரம்பித்தும் விடுகிறான்.

அப்பொழுது, ஒரு விபத்து போல தனது இறந்தகாலம் அப்படியொன்றும் முழுதாய் இறந்து போய்விடவில்லை என்பதைக்

கேள்விப்படுகிறான். அதன் பின், தனது மனைவியையும் மகளையும் தேடிக் கண்டுபிடிக்கிறான்.

கதையில் இப்பொழுது ஒரு சிக்கல் வந்திருக்க வேண்டும். நிஜ மனைவி வந்ததும், மனைவியின் உருவத்தில் உலவிய உள்ளுணர்வுக்கு என்ன நடக்கும்? இரண்டு மனைவிகளோடு - நிஜம், அவனது கற்பனை - வாழ வேண்டுமா? அல்லது உலவும் உள்ளுணர்வை விரட்டி விடலாமா?

ஆபத்துகள் நிறைந்த இந்த உலகில் உள்ளுணர்வை விரட்டி விட்டு உயிர் வாழ்வது சாத்தியமில்லை. அதற்காக, மீட்டெடுத்த உறவுகளை விலக்கி வைக்கவும் முடியவில்லை. இந்தச் சூழலில் என்ன முடிவெடுப்பது என்பதே இக்கதையின் உச்சபட்ச முரண். இந்த முரணை, ரஜினிக்காக பலி கொடுக்கத் தயாரானதுதான் அடிப்படைக் கோளாறு.

நான் குறிப்பிடும் இதே முரண், ரஞ்சித்தின் முந்தைய படமான மெட்ராஸில் வேறு மாதிரியாக வடிவெடுத்திருந்தது. 'என் மீதான காதல் முக்கியமா அல்லது உன் நண்பனுக்கான பழிவாங்கல் முக்கியமா?' என்று அப்படத்தின் கதாநாயகி வெளிப்படையாகவே கேட்கிறாள் (அந்தக் கடற்கரையோரக் காட்சி). இந்தக் காட்சியே அந்தப் படத்தை வேறொரு தளத்திற்கும் இட்டுச் செல்கிறது. கபாலியின் கோளாறு இப்படித்தான் ஆரம்பமாகிறது.

சரி, இந்த முரணில் அப்படி என்ன முக்கியத்துவம்?

இந்த முரண்தான் வெகுஜனத் தளத்தில் தலித் விடுதலை அரசியலைப் பேசுவதற்கான முரண் என்று நான் சொல்வேன். அதாவது, சமத்துவத்தையும் நீதியையும் ஏற்படுத்த விரும்பும் தலித், தனது அரசியல் பயணத்தில் சந்திக்கக்கூடிய மிக முக்கியமான முரண்பாடாக நான் இதைக் கருதுகிறேன். இதைக் கொஞ்சம் விரித்து எழுத என்னை அனுமதியுங்கள்.

நகரும் தலித் அரசியல்

விடுதலைக்காக போராடிக் கொண்டிருக்கிற ஒவ்வொரு சமூகக் குழுவும் இந்தப் பிரச்சினையை எதிர்கொள்ளத்தான் வேண்டும்.

ஒடுக்கப்படுகிற சமூகங்கள் அனைத்தும் ஆரம்பத்தில் தங்களை ஏதிலிகளாகவே கற்பனை செய்கின்றன. இந்த 'ஏதுமற்ற' கற்பனையே அவர்களுக்கு விடுதலை மீதான விருப்பத்தையும், நீதி - நியாயம் மீதான வேட்கையையும் தோற்றுவிக்கிறது. இதன் காரணமாகத் தங்களது விடுதலைக்காகவும், சமூகத்தில் நீதியை நிலை

நிறுத்தவும் அவர்கள் இயக்கமாகத் திரண்டு போராடத் தொடங்குகிறார்கள்.

மிகச்சரியாக இந்தத் தருணத்தில், ஒவ்வொரு ஒடுக்கப்படுகிற சமூகமும், தான் ஏற்கனவே கற்பனை செய்திருப்பது போல ஏதிலியல்ல என்பதைக் கண்டுபிடிக்கத் தொடங்குகிறது. தனக்கு செழுமையான பண்பாட்டு மரபு உண்டு என்றோ, இலக்கிய மரபு உண்டு என்றோ, கலை வரலாறு உண்டு என்றோ, அறிவு மரபு உண்டு என்றோ கண்டு கொள்கிறது; பின்பு, அதனை மீட்டெடுக்கிறது.

இந்தத் தருணம், விடுதலைக்கான வழித்தடத்தில் மிகவும் சிக்கலானது; ஆனால் தவிர்க்கமுடியாதது. தங்களை 'ஏதுமற்றவர்களாகக்' கண்டு விடுதலைக்கான வேட்கையை உருவாக்கிக் கொண்ட ஒடுக்கப் பட்டவர்கள், தாங்கள் அப்படியொன்றும் முற்று முழுக்க ஏதுமற்றவர்கள் அல்ல; பூரணமாக ஒடுக்கப்பட்டவர்கள் அல்ல; பொருளாதாரத்திலும் சமூக அரசியல் அதிகாரத்திலும் வேண்டு மானால் ஒடுக்கப்பட்டிருக்கலாம்; ஆனால், பிற தளங்களில் செழுமையான வரலாற்றையும் மரபையும் கொண்டவர்கள் என்று கண்டு கொள்ளும் தருணம் ஒரு விதத்தில் மதிமயக்கம் தரக்கூடியது.

தனது செழுமையான கடந்த காலத்தை மீட்டெடுக்கிற / கண்டுபிடிக்கிற ஒடுக்கப்பட்ட சமூகம், முதலில் தன்னை 'ஒடுக்கப் பட்டவன் மட்டும் இல்லை' என்று விளங்கிக்கொள்கிற இடம் தடுமாற்றங்கள் நிறைந்தது.

முதல் தடுமாற்றம், 'ஒடுக்கப்பட்ட' சமூகங்களின் விடுதலைக்கான சொல்லாடலில் நிகழத் தொடங்குகிறது. அச்சமூகங்கள் தொடர்ந்து தங்களை 'ஒடுக்கப்பட்டவர்களாக' மட்டுமே சித்தரிக்க முடியாத உள் முரணொன்றை கண்டுபிடிக்கின்றன. விடுதலைக்கான பயணத்தில், ஒரு செயல்திட்டமாகச் சொல்லப்பட்ட 'வரலாற்றை மீட்டெடுத்தல்' என்ற செயல்பாடு, அந்தப் பயணத்தின் திசையையே மாற்றக் கூடியதாக உருமாறுகிறது. இந்தத் தருணத்தில் தங்களது, நியாய ஆவேசங்களை இழந்து - அதாவது, அனைவருக்கும் பொதுவான நீதி - நியாயம் என்பது போன்ற அறவொழுக்கங்களை இழந்து - அரசியல் மற்றும் பொருளாதார அதிகாரங்களை மட்டுமே குறிவைக்கும் அமைப்புகளாக திசைமாறிப்போன விடுதலை இயக்கங்கள் ஏராளம் உள்ளன.

திராவிட இயக்கம் அப்படியொரு இருபதாம் நூற்றாண்டு உதாரணம். ஏதிலிகளாக உணர்ந்த தருணத்தில் கட்டப்பட்ட விடுதலைக்கான சொல்லாடல், பண்பாட்டு - வரலாற்றுச் செழுமையை மீட்டெடுத்ததும் சமத்துவத்திற்கான சொல்லாடலாக மாற்றம் பெற

வேண்டிய தேவையை சரியாகக் கணிக்க முடியாத இயக்கங்கள், தங்களது நியாயத்தை இழந்து விடுகின்றன என்பதைத்தான் வரலாறு நமக்குக் கற்றுத்தருகிறது.

விடுதலையிலிருந்து சமத்துவத்தை நோக்கி

விடுதலைக்கான சொல்லாடலை, சமத்துவத்திற்கான சொல்லாடலாக மாற்றுகிற தருணம் மிகவும் சிக்கலானது. ஏனென்றால், விடுதலை என்ற சொல்லாடலின் மையக் காரணி 'போராட்டம்'; சமத்துவமோ, மறுசீரமைப்பை பரிந்துரைக்கிறது. விடுதலை, தனிப்பட்டவொரு குழுவுக்கானது; சமத்துவம், ஒட்டுமொத்த சமூகத்திற்கானது. இன்னும் விளக்கமாகச் சொல்வது என்றால், விடுதலை தனியன்; சமத்துவம் பொதுமை.

சாதியமைப்பிற்கு எதிராக தலித்துகள் மேற்கொள்ளும் நடவடிக்கைகள் ஒரு கட்டத்தில், விடுதலை என்ற நிலையைக் கடந்து சமத்துவம் என்ற கட்டத்தை வந்தடைகிறது. இந்த நேரம், சாதி எதிர்ப்பு என்பது தலித்துகளின் விடுதலை என்ற நிலை மாறி, ஒட்டு மொத்த சமூகத்திலும் சமத்துவத்தை நிலை நிறுத்துதல் என்பதாக விரிகிறது. 'நான் ஏன் தலித்தும் அல்ல?' என்ற நூலில் இந்த நகர்வையே நான் பிரதானமாக முன்வைத்திருந்தேன்.

சாதியொழிப்பு நடவடிக்கையில், தலித்துகள் தங்களது வரலாற்றையும், பண்பாட்டையும், மரபையும் மீட்டெடுக்கும் / கண்டுபிடிக்கும் பொழுது, விடுதலை என்ற சொல்லாடலைக் கடந்து, சமத்துவம் என்ற சொல்லாடலுக்கு வந்து சேர்கிறார்கள். அப்பொழுது, முதல் நடவடிக்கையாக, தங்களது 'தலித்' என்ற அடையாளத்தைதான் அவர்கள் முதலில் நிர்மூலமாக்குகிறார்கள். இது எவ்வாறு சாத்தியமாகிறது என்று கேட்டால், வரலாறுதான் அவர்களை விடுதலை செய்தது என்றும் நான் சொல்வேன்.

மீட்டெடுக்கப்பட்ட வரலாறு, அவர்களை ஒட்டுமொத்த சமூகத்தோடு இரண்டறக் கலக்கச் செய்து விடுகிறது. அந்த வரலாறு, சாதியமைப்பு என்பது தலித்துகளின் பிரச்சினை மட்டுமல்ல, அது ஒட்டுமொத்த இந்திய சமூகத்தின் அடிப்படையானக் கோளாறு என்று நமக்குக் காட்டித் தருகிறது. 2000க்குப் பின்பு, தமிழகத்தின் தலித் உரையாடலில் நடைபெற்ற மிக முக்கியமான மாற்றமாக இதையே நான் கருதுகிறேன். அயோத்திதாசரை முன் வைத்து நிகழ்த்தப்பட்ட விவாதங்களில், சாதியொழிப்பு என்பது தலித் விடுதலையால் நிகழ்ந்து விடாது என்று அறிந்து கொண்டதே காத்திரமான நகர்வு என்று நான் சொல்வேன்.

இது ஏன் இப்படி என்று கண்டறிவது மிக எளிது: சாதி, தலித்துகளின் தனிப்பட்ட சிக்கல் இல்லை!

இந்திய சாதியமைப்பு குறித்த நவீனத்துவ உரையாடல்கள், அதன் பரிதாபமான 'பலியாடாக' தலித்துகளைக் கற்பனை செய்திருந்தது. அதன் தொடர்ச்சியாக, அப்பலியாடுகளை உடனடியாகக் காப்பாற்றியாக வேண்டிய நிவாரண நடவடிக்கைகளைத் திட்ட மிட்டது. சாதியமைப்பு குறித்து காலனிய அரசாங்கம் கொண்டிருந்த பார்வையும், அம்பேத்கரின் மேற்பார்வையில் இந்திய அரசாங்கம் கொண்டிருந்த பார்வையும் வன்கொடுமையிலிருந்து தலித்துகளைக் காப்பாற்றும் நிவாரணங்கள் என்பதை மறுப்பதற் கில்லை. ஆனால், நிவாரணங்கள் என்றைக்குமே முழுமையான தீர்வுகள் அல்ல. அதாவது, சாதிய வன்முறையிலிருந்தும், அடக்கு முறையிலிருந்தும் தலித்துகளைப் பாதுகாப்பது மட்டுமே சாதி ஒழிப்பதற்கான நடவடிக்கை அல்ல. இதுவொரு சிறு நகர்வு, அவ்வளவு மட்டுமே.

முன்னகர்வா, பின்னகர்வா

இந்த நேரத்தில், என் மீது இரண்டு விதமான கேள்விகள் வைக்கப் படுகின்றன: தலித்துகளைக் காப்பாற்றுவதற்கு அரசியல் சாசன ரீதியாக ஏற்படுத்தப்பட்ட விதிமுறைகளைக் கூட (சட்டங்கள், இடவொதுக்கீட்டு முன்னுரிமைகள், சமூக நீதிகள்) முழுமையாக நடைமுறைப்படுத்திவிடாத சூழலில், அடுத்த கட்ட நகர்வு சாத்தியமா? இன்றைக்கும் தலித்துகள் பலியிடப்படுவது தொடரத் தானே செய்கிறது? இந்திய சாதியமைப்பு முன்னைக் காட்டிலும் இறுக்கமாக மாறியிருக்கிறதே தவிர, முன் சொல்லப்பட்டதைப் போல மட்டுப்பட்டதாகத் தெரியவில்லையே? இத்தகைய சூழலில், அடுத்த கட்டத்தைப் பற்றிப் பேசுவது, நிவாரணங்களை மறுப்பதாக இருக்காதா?

இன்னொரு கேள்வியும் ஏறக்குறைய இதே தொனியைக் கொண்டது தான். ஆனால், எதிர் திசையிலிருந்து கேட்கப்படுவது. சட்ட ரீதியாகவும், சமூக ரீதியாகவும் வழங்கப்படும் நிவாரணங்கள் (அதாவது, இடவொதுக்கீடு போன்றவை) சாதியை ஒழிக்காது என்று தெரிந்துவிட்டால், இன்னமும் அதை ஏன் பிடித்துத் தொங்கிக் கொண்டிருக்க வேண்டும்? இந்தச் சலுகைகள் சாதியை மேலும் இறுக்கமடைய வைத்திருக்கிறது என்றால், அத்திட்டங்கள் தோல்வியடைந்தன என்றுதானே அர்த்தம்? இடவொதுக்கீட்டை வேண்டாம் என்று மறுப்பதுதானே சாதி மறுப்பாக இருக்க முடியும்?

இந்த இரண்டு விதமானக் கேள்விகளும் தற்கால சமூகச்சூழலை வெவ்வேறு முகாம்களிலிருந்து அணுகுகின்றன என்பதை அறிவது பெரிய காரியமில்லை. ஒன்று, ஏற்கெனவே நடைமுறையிலிருக்கும் சமூக நீதியை இழந்து விடுவோமோ என்ற பயத்தை வெளிப் படுத்துகிறது என்றால், மற்றொன்று, பாரம்பரிய சாதிய சமூக அமைப்பில் நிகழும் மாற்றங்களை ஜீரணிக்க முடியாத பயத்தை வெளிப்படுத்துகிறது. ஆனால், இவ்விரண்டு பயங்களும் நமக்கு ஒரு புதிய விஷயத்தை தெளிவுபடுத்துகிறது - பொதுவாக அபிப்பிராயப் படுவது போல, சாதியமைப்பு முன்னை விட வலுவடைந்திருக்க வில்லை; அதன் பிடி தளர்ந்திருக்கிறது என்பதுதான் அது!

நவீனத்துவ உரையாடலின் விளைவாக முன்னெடுக்கப்பட்ட நிவாரண உதவிகள் என்ன செய்ய வேண்டுமோ அதைத் தத்தமளவில் திருப்தியாக செய்துள்ளன என்றுதான் முடிவிற்கு வரவேண்டி இருக்கிறது. இடவொதுக்கீட்டின், சமூக நீதியின், தாழ்த்தப்பட்டவர் களுக்கான சட்ட பாதுகாப்பின் நோக்கமும் சாதியமைப்பின் வலுவைக் குறைப்பது மட்டுமே. சாதியை ஒழித்து விடுகிறோம் என்று மேற்கூறிய எந்த முயற்சிகளும் நமக்கு வாக்குறுதிகளைத் தந்திருக்க வில்லை.

ஆனால், நடைமுறைப்படுத்தப்பட்ட சமூக நீதி நடவடிக்கைகளின் மூலமாக, தலித்துகள் தங்களை ஒருங்கிணைத்திருக்கிறார்கள்; பின் இயக்கமாக மாறியிருக்கிறார்கள்; விடுதலைக்கான சொல்லாடல் ஒன்றை உருவாக்கியிருக்கிறார்கள்; அதன் தொடர்ச்சியாக, தங்களது வரலாற்றை மீட்டெடுத்திருக்கிறார்கள். நான் ஏற்கெனவே விளக்கியதைப் போல, நவீனத்துவத்தின் உருவாக்கங்களான தலித்துகள் தங்களது விடுதலை பயணத்தின் இன்றியமையாத தருணமொன்றில், 'சாதிய சமூகத்திலிருந்து விடுதலை பெறுவது' என்ற நிலையைக் கடந்து இந்தச் சமூகத்தைச் சமத்துவ சமூகமாக மாற்ற வேண்டிய தேவையை உணரத் தொடங்குகிறார்கள். இந்தக் கருத்தாக்க நகர்வையே இன்றைய தலித் சொல்லாடலாக நான் விளங்கிக் கொள்கிறேன்.

இலக்கியமும் திரைப்படமும்

கபாலி திரைப்படத்தில், சிறையிலிருந்து வெளிவரும் கபாலி, தான் இல்லை என்று நம்பிக்கொண்டிருந்த மனைவி, உயிரோடு இருக்கிறாள் என்று அறிவது, நீண்ட தேடலுக்குப் பின் அவளை மீட்டெடுப்பது வரையிலான காட்சி அமைப்புகளை, தலித் சொல்லாடல் இன்றைக்கு தமிழில் அடைந்திருக்கும் கருத்தாக்க நகர்வுகளின் உருவகமாகவே நான் பார்த்தேன்.

அதை இப்படிச் சொல்ல முயற்சிக்கலாம். எதுவுமே எங்களுடையது இல்லை என்ற சந்நியாச மனநிலையில்தான் தலித் ஜெயிலிலிருந்து வெளிவருகிறான். வந்ததும், தனது எதிரிகளை நோக்கி வீர வசனங்களை (திரும்ப வந்துட்டேன்!; பழைய கபாலினு நினைச்சியா?) பேசிக் கொண்டிருக்கிறான். ஆனால், ஒரு கட்டத்தில் அவனது பண்பாட்டை அவன் அடையாளம் காண நேர்கிறது. தொலைந்த வரலாற்றை தேடிக் கண்டு பிடிக்கிறான் (அயோத்திதாசர், பௌத்தம் போன்ற விஷயங்களை நினைவு படுத்திக் கொள்ளுங்கள்).

இந்த இடத்தில் ஒரு கேள்வியை நானே என்னை நோக்கிக் கேட்டுக் கொள்வேன்: கபாலியில் இல்லாத விஷயங்களையெல்லாம் நான் இட்டுக் கட்டுகிறேனா?

இட்டுக்கட்டுகிறேன்தான்.

ஆனால், அதற்கு அந்தக் கதையும் ஒத்துழைக்கிறது என்பதுதான் என் தரப்பு நியாயம். கபாலியின் பாத்திரத்தை தலித்தாக உருவகிக்கவும், அதற்கு நேர்ந்த சம்பவங்களை தலித் சொல்லாடலின் பகுதியாகக் கட்டுவதற்கும் போதிய சான்றுகள் இருக்கின்றன. ஒட்டுமொத்த தலித் தடுமாற்றமும் ஒரு நேர்த்தியான புனைவாக அங்கே வடிவெடுக்கிறது.

எல்லாமே பூடகமாகத்தான் சொல்லப்படுகின்றது. சினிமா போன்ற வெகுஜனக் கலை வடிவங்களில் இப்படியான பூடகங்கள்தான் செல்லுபடியாகின்றன. இலக்கியங்களில் சாத்தியமாவதைப் போல, அடுத்தவரின் அனுபவமாக எதையும் உள்வாங்கிக் கொள்ளும் வழக்கம் வெகுஜனக் கலையில் இல்லை.

தலித் அனுபவத்தை, உள்ளது உள்ளபடியே இலக்கியங்களில் எழுத முடிகிறது. அதை வாசிப்பதற்கான, சாதியக் குற்றவுணர்வுடைய நவீன இந்திய மனம் நம்மிடம் உண்டு. ஆனால், வெகுஜன மனதில் இத்தகையக் குற்றவுணர்வுகள் இல்லை. அது, தனக்குச் சொல்லப் படுகிற கதைகளோடு தன்னை அடையாளப்படுத்தியே பழகி இருக்கிறது.

மெட்ராஸ் திரைப்படத்தில் காளி என்ற பாத்திரம் அடையும் துயரத்தை வெகுஜனத்தால் விளங்கிக் கொள்ள முடிந்தது போல, கபாலி மனைவியை மீட்டுக் கொண்டு வரும் உணர்வையும் விளங்கிக் கொள்ள முடிகிறது. இத்தகைய உணர்வுரீதியான ஒன்றிணைதலே வெகுஜனக் கலை ரசனை. எனவே பூடகமாகச் சொல்வதுதான் சினிமாவின் வழக்கமாக இருக்கிறது. இந்த இடத்தில்தான், இலக்கியத்திலிருந்து சினிமா வேறுபடவும் செயகிறது.

குடும்பத்தைக் கண்டெடுக்கும் வரைக்கும் கபாலி ஒரு தலித் அரசியல் படமாகத்தான் இருக்கிறது. அதற்கப்புறமாகத்தான்... அது ரஜினி என்ற வெகுஜனக் கலைஞனுக்காக இல்லாத சாகசங்களையெல்லாம் செய்யத் தொடங்குகிறது. மதுரைக் கதாநாயகர்கள் அரிவாளால் செய்வதை, கபாலி மலேசியாவில் துப்பாக்கியால் செய்கிறார். பழிக்குப்பழி வாங்கி கபாலி ரஜினியாக மாறிவிடுகிறார்.

இதில் வேடிக்கை என்னவென்றால், ரஜினிக்காக வலிந்து திணிக்கப்பட்ட, செயற்கையாக உருவாக்கப்பட்ட பகுதிக்காகத்தான் ரஞ்சித் வெகுஜனத்தால் விசாரணைக்கு உட்படுத்தப்பட்டார். அந்தப் பகுதிதான் தங்களது சாதிப் பிடிமானத்தை அசைத்துப் பார்ப்பதாக எல்லோரும் பதறினார்கள். தனக்குக் கொஞ்சமும் சம்பந்தமில்லாத பகுதிக்காகத்தான் ரஞ்சித், ஒரு இயக்குநர் என்ற அளவில், அக்கினிப்பரிட்சைக்கு தயாராகவும் இருந்தார்.

வரலாற்று மீட்டுருவாக்கம் 'புதுசா', 'பழசா'?

கபாலி குறித்த இந்த விமர்சனங்களை நான் இணையத்தில் எழுதிய போது, அபிலாஷ் மிக முக்கியமான கருத்தொன்றை பதிவு செய்திருந்தார். அதன் சாராம்சம் இப்படி இருந்தது:

'தலித்துகள் தத்தமது வரலாற்றை மீட்டெடுக்கும் நிகழ்வை, கபாலி தனது பழைய மனைவியைக் கண்டுபிடிக்கும் சம்பவத்தோடு எப்படி ஒப்புமைப் படுத்த முடியும்? ஒவ்வொரு ஒடுக்கப்பட்ட சமூகமும் தனது வரலாற்றை மீட்டுருவாக்கம் செய்யும் பொழுது அடையக் கூடிய உற்சாகத்தை 'புதிய' ஒன்றைக் கண்டடையும் கிளர்ச்சியோடு தானே இணைத்துப் பார்க்க முடியும்? தொலைந்து போன 'பழமையைக்' கண்டெடுப்பதற்கும், தலித்துகளின் வரலாற்று மீட்டுருவாக்கத்திற்கும் பாரதூர இடைவெளிகள் இருக்கின்றன தானே?'

இந்த வாதம் மேலோட்டமான பார்வையில் சரியாகத்தான் தோன்றுகிறது. காலங்காலமாக ஒடுக்கப்பட்டிருக்கும் சமூகங்கள் - ஏற்கெனவே கட்டமைக்கப்பட்டிருக்கும் வரலாற்றின் மூலமும் ஒடுக்கப்பட்டிருக்கும் சமூகங்கள் - தங்களுக்கான வரலாற்றை மீட்டெடுக்கும் போது அடையக்கூடிய உற்சாகம் எல்லையற்றது தான். நான் ஏற்கெனவே எழுதியது போல், அனாதரவான சூழலில் - அதாவது, ஒட்டுமொத்த வரலாறும் நமக்கு எதிராகவே இருக்கிறது என்று கண்டு கொண்ட அனாதரவான சூழலில் - மாற்று வரலாற்று முறையியல்கள் மூலம் தனக்கான வரலாற்றை தலித்துகள்

உருவாக்கிக் கொள்ளும் போது உருவாகும் மனவெழுச்சி நிச்சயமாய் புதுக்கருக்கு கலையாததுதான்.

இதற்கான உதாரணங்களை நாம் வரிசையாய் பட்டியலிட முடியும். ஒண்டிவீரனின் வரலாற்றை மீட்டுருவாக்கம் செய்தது, தளபதி சங்கரலிங்கம் வரலாறு, வீரன் அழகுமுத்துக்கோன் வரலாறு, மணிக்குறவன் போன்ற பலியாட்களின் வரலாறு, மலையூர் மம்பட்டியான் போன்ற சமூகக் கொள்ளையர்களின் வரலாறு, அரசன் நந்தனின் வரலாறு, கடற்கோளால் அழிந்த குமரிக்கண்ட வரலாறு, அயோத்திதாசர் எழுதும் இந்திர தேச சரித்திரம் என்பவை போன்ற அனைத்தும் இவ்வாறு மீட்டெடுக்கப்பட்ட வரலாறுகள்தான்.

இந்த மாற்று வரலாறுகள் கட்டமைக்கப்படும் பொழுது அடையக் கூடிய உற்சாகத்தைக் குறித்து நமக்கு எந்தச் சந்தேகமுமில்லை. அவை எப்பொழுதுமே, புதிய திறப்பாகத்தான் இருந்திருக்கின்றன. அளவிடமுடியாத உத்வேகத்தைத் தந்துள்ளன. ஆகப்பெரும் நம்பிக்கையை தோற்றுவித்துள்ளன. போராட்டக் கருவிகளுக்கு வலுவேற்றியுள்ளன.

ஆனால், அவை அனைத்துமே கடந்த காலத்தவை என்பதை யாராவது மறுக்கமுடியுமா? கடந்து வந்த பாதை என்பதை யாராவது மாற்ற முடியுமா? அதனால் அடையக்கூடிய உற்சாகம் வேண்டுமானால் புதிதாக இருக்க முடியுமே தவிர, வரலாற்று மீட்டுருவாக்கத்தின் மூலம் பெறப்படும் சித்திரம் பழைய காலத்தைப் பற்றியதுதான். இதையே இன்னொரு விதத்தில் சொல்வதானால், மாற்று வரலாற்றை எழுதும் நிகழ்வில், பயன்படுத்தப்படும் வரலாற்று எழுதியல் நவீனமானதே தவிர, அதன் மூலம் எழுதப்படும் வரலாறு, கடந்த காலத்தைப் பற்றியதுதான்.

'நவீன வரலாறு' என்ற சொற்சேர்க்கைதான் எவ்வளவு தவறானது! 'புதிய வரலாறு' என்ற பயன்பாடும்தான். வரலாற்றில் எங்கிருந்து வருகிறது நவீன, புதிய என்ற அர்த்தங்களெல்லாம்? ஆனால், ஒடுக்கப்பட்டவர்களின் அரசியலுக்கு ஆதரவான குரல்கள் கூட, தன்னுணர்வின்றி இந்தத் தவறைத் தொடர்ந்து செய்து கொண்டேதான் இருக்கின்றன. இப்படியே பேசிப் பேசி, 'மரபான வரலாறு', 'நவீன வரலாறு' என்று சொல்லிப்பழகியிருக்கிறோம். உண்மையில் நாம் சொல்ல வேண்டியது, 'மரபான அல்லது நவீன வரலாற்று வரைவியல்கள்' என்பதுதான். அபிலாஷ், இந்த வரலாற்று வரைவியலையும் அதன் மூலம் எழுதப்படும் வரலாற்றையுமே குழப்பிக் கொள்கிறார்.

கலை எனும் வாதை

கட்டக்கடைசியாய் கபாலியை ஆதரித்து சொல்லப்படுகிற ஒரு வாதம் இருக்கிறது: 'ரஞ்சித், சினிமாவை ஒடுக்கப்பட்டவர்களின் ஆயுதமாக மாற்றியிருக்கிறார்'.

இதன் தொடர்ச்சியாக, கபாலி திரைப்படத்தைக் கொண்டாடியும், ரஞ்சித் என்ற திரைக்கலைஞரை ஆதரித்தும் தமிழகத்தின் பல ஊர்களில் கூட்டங்கள் நடத்தப்பட்டன. அந்தக் கூட்டங்கள் தலித் எழுச்சிக் கூட்டங்களின் சாயலைக் கொண்டிருந்தன. அவ்வாறு நடந்த ஒரு நிகழ்ச்சியில் பைத்தியக்காரத்தனம் கரைபுரண்டு ஓடியதை நானே நேரில் கண்டேன்.

இந்தச் சூழலில் என்னிடம் ஒரே ஒரு கேள்விதான் இருந்தது.

வெகுஜனக் கலை வடிவங்களை ஒடுக்கப்பட்டோரின் ஆயுதங்களாக பயன்படுத்த முடியாதா? கபாலி மாதிரியான திரைப்படங்களில் தலித் அரசியல் வசனங்கள் இடம்பெற முடியாதா?

தமிழக நாட்டுப்புறக் கலைகளில் ஆய்வாளர்களும் புறக்கணித்த வழக்காறு ஒன்று உண்டு, அது, ராஜாராணி ஆட்டம். இதற்கு வேறு சில பெயர்கள் கூட உண்டு. இடத்திற்கும், நேரத்திற்கும், ஆட்களுக்கும் தகுந்த மாதிரி தெருக்கூத்து, குறவன் குறத்தி ஆட்டம் என்றும் இதனைச் சொல்வார்கள். இதுவொரு அரங்கக் கலை! ஆனால், மருந்துக்குக் கூட கலைத்தன்மையோ, அரங்கக் கூறுகளோ இல்லாதது. கூறு கெட்டது என்று சொல்வோமே, அப்படியொரு கூறுகெட்டக் கலை இது.

இதனாலேயே இந்த வடிவத்தின் மீது எனக்கு அதிக ஆர்வம் ஏற்பட்டது. ஏறக்குறைய இருபத்தைந்து ஆண்டுகளாக இந்த வடிவத்தை கவனித்து வருகிறேன். இந்த அத்தனை வருடங்களிலும் இதன் கூறுதான் கெட்டதேயொழிய, வழக்கொழிந்து போகவில்லை.

கலை நுணுக்கம் நிரம்பிய நாட்டுப்புறக் கலைகளுக்கும் இந்தக் கூறுகெட்டகலைக்கும் ஒரு வேறுபாடு உண்டு. கலை நுணுக்கம் நிறைந்த கலைகள் அனைத்தும் கோவில் வழிபாடுகளை நம்பியே உயிர்வாழ்ந்து கொண்டிருக்கின்றன.

வட தமிழகத்து தெருக்கூத்தை திரௌபதி வழிபாடு காப்பாற்றுகிறது; வில்லுப்பாடலுக்கும் கணியான் கூத்திற்கும் மாடன்களும், சுடலையுமே கதி; உடுக்கையடி பாடலுக்கு இருக்கவே இருக்கிறார்கள் அண்ணன்மார் சாமிகள்; இப்படி ஒவ்வொன்றையும்

சாமியும், கோவிலும், திருவிழாவும், சடங்கும்தான் காப்பாற்றுகின்றன.

கோவில் துணையற்ற, கலையில் சுத்தபத்தம் பார்த்திருந்த பாவைக் கூத்து, இந்த நூற்றாண்டில் நம் கண் முன்னே அழிந்து போயிருக்கிறது. ஆனால், இந்தக் கூறுகெட்ட கலையோ இன்றைக்கும் தன் சொந்தக் காலில் நின்று கொண்டிருக்கிறது. கூறு கெட்டது மட்டும்தான் இறுதியில் எஞ்சியிருக்குமோ?

இதில் ஒரு வசதி இருக்கிறது. எது கலை என்பதை, பூரணக் கலை வடிவங்களைக் காட்டிலும், கூறுகெட்டக் கலைவடிவங்களே நமக்குச் சொல்லித்தர முடியும். வேறுபாடுகளிலிருந்து அறிந்து கொள்ளுதல் நமது பாரம்பரிய அறிவு முறைகளுல் ஒன்று. அந்த வகையில், தென்தமிழகத் தெருக்கூத்திலிருந்தும் நாம் நிறைய கற்றுக் கொள்ள முடியும்.

மணிக்குறவன் மாண்ட கதை

நமது பிரச்சினைக்கு வரலாம். இப்படியொரு, தெருக்கூத்தை 1991ம் வருடம், கழுகுமலைக்கு அருகிலுள்ள கிராமமொன்றில் பார்த்துக் கொண்டிருந்த பொழுதுதான் அந்த அசம்பாவிதம் நடந்தது.

அப்பொழுது நான் நாட்டுப்புறவியலில் முதுகலைப் படிப்பை முடித்து விட்டு உயராய்விற்காக ஜவாஹர்லால் நேரு பல்கலைக்கழகத்திற்கு கிளம்பிச் செல்வதாக இருந்தேன். இதனிடையே தமிழகக் கிராமங்களை ஒரு முறை சுற்றி வர வேண்டும் என எனக்கு ஏனோ தோன்றியது. ஒரு நாள் கிளம்பி, ஊர் ஊராக சுற்றத் தொடங்கினேன். இப்படியே ஒரு வருட காலம் போல கிராமங்களில் தங்கியிருந்தேன். அந்த நாட்களில்தான் இதைக் கண்டேன்.

நான் கிரமாங்களைச் சுற்றிக் கொண்டிருந்த அந்த நாட்களில், குறவன் குறத்தியாட்டத்தின் மீது ரகசிய வெறியும் கொண்டிருந்தேன். அதில் விளம்பப்பட்ட பாலியலும் முக்கியமானவொரு காரணம். இரவு ஒரு மணி போலத் தொடங்கி, அதிகாலை மூன்று மணி வரை கொச்சையான, அருவருக்கத்தக்க பாலியல் சேட்டைகள் மட்டுமே அதில் நிகழ்த்தப்படும்.

அந்த வயதில் இதைப் பார்ப்பதில் எனக்கு விருப்பமிருந்தது. ஆனால், கூச்சமும் இருந்தது. இந்தக் கூச்சத்தை ‘நாட்டுப்புறவியல் ஆய்வாளன்’ என்ற மோஸ்தரின் மூலம் என்னால் கடக்க முடிந்தது. ஆய்வாளனைத்தான் யாரும் சந்தேகப்படுவது இல்லையே! யாராவது

பார்த்து, 'என்ன இதையெல்லாம் ரசிக்கிறாயா?' என்றால் அசடு வழியக்கூட வேண்டாம். ஆய்வு என்று சொல்லிக் கொள்ளலாம்.

கரகாட்டத்தைக் கூட, ராஜாங்கக் காரியம் போல ரசிக்கலாம். இப்படியான நிகழ்ச்சிகளைப் பற்றி கலைஞர்களே உங்களுக்குத் தகவல் சொல்லி விடுவார்கள். இந்த தேதியில் இந்த ஊரில் நிகழ்ச்சி இருக்கிறது என்று தகவல் வரும். தெரிந்த ஊர்களென்றால் நானே தனியாகப் போய் விடுவேன். தெரியாத ஊர்களுக்கு கலைஞர் களோடும் போயிருக்கிறேன். அப்பொழுதெல்லாம் ஊர்க்காரர் களுக்கு என்னை 'ஆய்வாளன்' என்று அறிமுகப்படுத்துவார்கள்.

குறவன் குறத்தியாட்டத்தின் நிகழ்த்தப்படும் பாலியல் ஆரம்பத்தில் எனக்குப் புதிராகவே இருந்தது. அந்த நிகழ்ச்சிகளைப் பார்க்கும் பொழுதெல்லாம் காமம் கொந்தளிக்கும். பார்க்கப் பார்க்க கண்ணெல்லாம் சிவந்து, உடல் ஜிவு ஜிவு என்று ஆகி விடும்.

ஆனால், அந்தப் பெண் கலைஞர்களை நேரே சந்திக்கும் பொழுது எந்தவொரு பாலியல் கிளர்ச்சியும் ஏற்படுவது இல்லை. அவர்கள் அரைகுறை ஆடைகளோடு இருந்தாலும் சரி, நெருக்கமாக அருகில் அமர்ந்திருந்தாலும் சரி எந்தவொரு உணர்ச்சியும் எனக்கு ஏற்பட்டதில்லை. இந்த வித்தியாசம் எனக்கு ரொம்ப நாளாகப் புரிபடாமலேயே இருந்தது. ஒரு வேளை நான்தான் பயத்தில் ஒழுக்க சீலனாக நடிக்கிறேனோ என்றுகூட என்னையே சந்தேகப் பட்டிருக்கிறேன்.

ஆனால், கொஞ்ச நாட்களுக்குப் பின்புதான், அந்த நிகழ்ச்சியில் வெளிப்படுவது பார்ப்பதற்கும், கற்பனை செய்வதற்குமான காமம் தானேயொழிய, நேரடியாய் ஈடுபடுவதற்கானது அல்ல என்று எனக்கு விளங்கியது. இரண்டு உடல்கள் தழுவி நிகழும் காமம் இன்னும் நெருக்கமானது, அந்தரங்கமானது, மென்மையானது என்பது அந்த நேரமே எனக்கு விளங்கியது. அவ்வாறு பாலுறவில் ஈடுபடுவதற்கு முன், இரண்டு பேரும் வேறு சில மென்னுணர்வுகளில் ஒன்றாகக் கலக்க வேண்டியிருக்கிறது. இந்தக் கலப்பு நிகழ்ந்த பின்பே உடல்கள் கலப்பது நிகழத்தொடங்குகிறது. நாட்டுப்புறப் பெண் கலைஞர்களோடு பகிர்ந்து கொள்ளக் கூடிய மென்னுணர்வுகள் என்று எனக்கு எதுவும் இருக்கவில்லை. எனவே, அவர்களின் உடல் எனக்கு கவர்ச்சிகரமானதாக தோன்றியிருக்கவில்லை.

ஆனால், நாட்டுப்புறக் கலைகளில் அக்கலைஞர்கள் வெளிப் படுத்துவது பகிரங்கக் காமம். அது உங்கள் கற்பனையில் உருவாகும் காமத்தீயோடு உறவாடிக்கொண்டிருக்கிறது. அவை பார்ப்பதற்கு மட்டுமே ஆனவை.

அன்றைய தினம், அக்கிராமத்தின் அருந்ததியர் குடியிருப்பில் ராஜா ராணியாட்டம் நடந்து கொண்டிருந்தது. குடியிருப்பிற்கும் கிராமத்திற்கும் கூப்பிடு தூர இடைவெளி. அந்த இடைவெளிதான் குறவன் குறத்தி ஆட்டத்திற்கான அரங்க வெளியாகவும் இருந்தது.

இரவு ஒரு மணி வரை எல்லாமே வழக்கம் போலத்தான் போய்க் கொண்டிருந்தது. திடீரென்று எங்கிருந்தோ நான்கைந்து கார்கள் வந்து நின்றன. அவற்றின் முகப்பில் திராவிட முன்னேற்றக் கழகக் கொடிகள் கட்டப்பட்டிருந்தன. அவர்களில் ஒருவர் (எல்லாரையும் பார்த்து கும்பிட்ட படியே இறங்கியவர்) கூத்தரங்கத்திற்குள் வந்து நின்றார். அது தேர்தல் நேரம். அவர்தான் சங்கரன் கோவில் சட்டமன்ற தனித் தொகுதி வேட்பாளர் என்று சொன்னார்கள்.

திமுகவிற்குள் மறுமலர்ச்சியெல்லாம் வந்திருக்காத காலம் அது. அதனால், தெலுங்கு பேசும் நாயக்கர்கள் அதிகம் வசிக்கும் அக்கிராமத்தில் ஓட்டு சேகரிக்க வந்தவர்களுக்கு, இப்படியொரு நாட்டுப்புற மேடை கிடைத்தது ரொம்பவும் வாய்ப்பாக போயிற்று.

அருந்ததிய மக்களுக்கும் இதில் மகிழ்ச்சிதான். தங்கள் விழாவிற்கு வேட்பாளர்களெல்லாம் வந்திருக்கிறார்கள் என்ற தற்பெருமை அவர்களுக்கு. கொஞ்சம் நேரம் போல வேட்பாளர் பேசினார். தான் எவ்வாறு பட்டியலின மக்களின் உரிமைகளுக்காக சட்டமன்றத்தில் பேசுவேன் என்றும், தலைவர் 'கலைஞர்' பட்டியலின மக்களின் மேம்பாட்டில் எவ்வளவு அக்கறையுடன் இருக்கிறார் என்றும், திராவிட இயக்கம் எவ்வாறு பட்டியலின மக்களின் நலன்களைப் பாதுகாக்கும் இயக்கம் என்றும் அவர் பேசி முடிக்கக் கூட இல்லை.

எங்கிருந்தோ வந்த சிலர், அங்கிருந்த அருந்ததிய இளைஞர்களை சரமாரியாக அடிக்கத் தொடங்கினர். ஒன்றிரண்டு பேரை இருட்டுக்குள் அடித்து இழுத்தும் சென்றனர்.

இதுவெல்லாம் தெரியாதது போல அந்தத் தனித் தொகுதி வேட்பாளர் பேசி முடித்து, உடனடியாய் தன் வாகனத்தில் ஏறி, அதே ஆடம்பரத்துடன் அந்த இடத்தைக் காலி செய்தார்.

அதன் பின் அசாதாரண சூழலொன்று அங்கே நிலவிக் கொண்டிருந்தது. எல்லோருக்கும் அந்த அடிதடியைப் பற்றி யாரிடமாவது பேசித் தணிய வேண்டும் போல இருந்தது;

'இந்த அக்கிரமத்தை எங்கே போய் சொல்வது?'

'தூரத்தில் தெரியும் நாயக்கர் வீடுகளிலிருந்து பெண்களும் இந்த நிகழ்ச்சியைப் பார்த்துக் கொண்டிருந்தார்களாம். அருந்ததிய

இளைஞர்கள் நின்று கொண்டிருந்ததால் அப்பெண்களால் நிகழ்ச்சியைச் சரிவர பார்க்க முடியவில்லையாம். மறைக்காதீர்கள் என்று சொன்னதையும் இவர்கள் கேட்கவில்லையாம்'.

இவ்வளவுதான் காரணம்.

யாராவது இது குறித்து உரக்கப் பேசுங்களேன் என்று எல்லோருமே ஏங்கிக் கொண்டிருந்தனர். யாராவது பேசுங்கள்! இது அநியாயம் என்று யாராவது சொல்லுங்கள். அதைக் காது குளிர கேட்க வேண்டும் என்றே எல்லோருக்கும் இருந்தது.

ஆனால், அப்படியே யாராவது ஆரம்பித்தாலும் 'அந்த பேச்ச விடுங்க' என்றும் அவர்களே சொன்னார்கள். பேசாமலிருந்தால் சங்கடமும், பேசி விட்டால் பயமும் அவர்கள் மனதில் சகதியாய் ததும்பிக் கொண்டிருந்தது.

'நடக்கிறது எங்க திருவிழா, எவ்வளவு ஏத்தம் இருந்தா, எங்க பசங்களயே வந்து அடிப்பாக?' என்று கேட்டுவிட அவர்கள் ஒவ்வொருவரும் விரும்பினார்கள். ஆனால், முடியத்தான் இல்லை.

இறுகிக் கிடந்தது உலகம்.

நாட்டுப்புறக்கலை மீது அபிமானம் கொண்டு, வேடிக்கை பார்க்க வந்த கிராமத்து நாயக்கர்கள் சிலர் இன்னும் அங்கிருந்து நகர்ந்திருக்கவில்லை. 'ஏய், ஆரம்பிக்கப்பே..!'

இறுக்கத்தைப் போக்க ஆட்டத்தை ஆரம்பிக்கச் சொன்னார்கள்.

எங்கேயோ நின்று பீடி இழுத்துக் கொண்டிருந்த பபூனும் ராஜபார்ட்டும் ஓடி வந்தார்கள். ஆட்டத்தை ஆரம்பித்தனர்.

ஆட்டத்தில் சுரத்தே இல்லை. அவர்களும் அசந்து போயிருந்தார்கள். அவர்கள் அடித்த எந்த கூத்தும் கூட்டத்தை அசைக்கக் காணோம்.

இப்படியே போய்க்கொண்டிருந்த ஆட்டத்தை ஒரு அருந்ததிய பெரியவர் இறுதியில் கலைத்தார். 'இப்ப பாடினியே... அந்த மணிக்குறவன் கதை, அதைத் திருப்பிப் பாடு' என்றார்.

'திரும்பவுமா?'

உண்மையில் அப்பொழுதுதான் ராஜபார்ட், மணிக்குறவன் மாண்ட கதையை பாடி முடித்திருந்தார். அங்கிருந்த அசாதாரண சூழலில் என்ன பாடப்பட்டது, எது பாடப்பட்டது என்ற ஓர்மையெல்லாம் யாருக்கும் இருக்கவில்லை.

'இப்ப பாடினியே... அதையேதான் திரும்பப்பாடு'.

கூத்துக் கலைஞர்கள் மணிக்குறவன் மாண்ட கதையைத் திரும்பவும் பாடத் தொடங்கினார்கள்.

மதுரையில் வாழ்ந்து வந்த மணிக்குறவன், ஒரு வீரன். ஏராளமான பன்றிகளை வளர்த்து வந்தவன். பெண்களால் ரசிக்கப்பட்ட ஆணழகன். யாருக்கும் அஞ்சாதவன். ஒரு முறை, டிவிஎஸ் பேருந்து ஒன்று மணிக்குறவன் வளர்த்த பன்றியை நட்ட நடு வீதியில் தூக்கியெறிந்து கொன்றது. இதற்கு நியாயம் கேட்ட மணிக் குறவனை, அந்தப் பேருந்தின் ஓட்டுனர் கேவலமாகப் பேசி விட, அங்கேயே அவரை வெட்டிப் படுகொலை செய்தான் அவன். இது கண்டு ஊரே அல்லோகலப்பட, போலிஸ் தேடத் தொடங்கியது. மணிக்குறவன் தலைமறைவானான். 'டிவியெஸ்காரனையே கொன்னவன்லா' என்று மக்கள் பெருமையாகப் பேசத்தொடங்கினர். இறுதியில், எல்லா வீரனையும் போல, மணிக்குறவனையும் சதி செய்து படுகொலை செய்தனர்.

இந்தக் கதையைத்தான் பாடலாக மீண்டும் ஒரு முறை ராஜபார்ட் பாடி முடித்தார். முடித்ததும்தான் தாமதம், கூட்டத்திலிருந்து ஒரு இளைஞர் ஓடிப்போய் ராஜபார்ட்டுக்கு பத்தாயிரம் பொற்காசுகள் அன்பளிப்பு வழங்கினார். வழங்கியதோடு நிற்காமல், 'அந்தப் பாட்டையே இன்னொரு தரம் பாடு' என்றார்.

'இன்னொரு தரமா?'

கூட்டமே, 'ஆமா, இன்னொரு தரம்' என்றது.

இந்த முறை ஆட்டமும் சூடு பிடித்தது. ஸ்திரிபார்ட் கலைஞர், நாயனக்காரரின் முன் நின்று இடுப்பை வேகமாக ஆட்டிக் காட்டினாள். நாயனம் நீண்ட ஸர்ப்பமாகி, அவளது யோனியை ஒரு முறை தீண்டித் திரும்பியது. இது கண்ட தவில்காரர் இடுப்பை முன் நெறித்து அவளை நோக்கி ஓரடி வைத்து வந்தார். ஸ்திரிபார்ட்டோ தன் அந்தரங்கத்தை தவிலுக்குக் காட்டுவது போல, ஒரு காலைத் தூக்கி ஆகாயத்தில் விசிறி மறு நொடி தரையில் ஊன்றினாள். பின்பு, நாயனத்திற்கு வக்கனம் காட்டிய படி, மறுமுனைக்கு ஓடிப்போனாள்.

மறுமுனை முன்வரிசையில் சிறுவர்களே உட்கார்ந்திருந்தனர். அவர்களுக்குள் ஒளிந்திருந்த பபூன் ஸ்திரிபார்ட்டின் கால்களுக்குள் புகுந்து மறுபக்கமாய் வெளியேறினான். அவளணிந்திருந்த குட்டைப் பாவாடை தலையைத் தடுக்கியது. திகைத்தது போல் நடித்து, அவனைக் கெட்ட வார்த்தையால் திட்டினாள் அவள். கூட்டம் இப்பொழுது ஒரு கொதி கொதித்து சிரிப்பாய் வழிந்திறங்கியது.

ஸ்திரிபார்ட்டின் காலுக்குள் புகுந்து வந்த பபூன், மூக்கை பொத்திக் கொண்டு, புளிப்பான எதையோ சப்பியதைப் போல 'அய்யே..' என்று உதட்டைக் கோணிக் காட்டினான். இதைப் பார்த்த ஸ்திரிபார்ட் அவனை அடிக்க ஓடி வந்தாள். 'வாடா, வாடா'.

அவளிடமிருந்து தப்பிக்க, பபூன் கிறு கிறுவென்று சுற்றி ஆடத்துவங்கினான். கூட்டம் இப்பொழுது தளபுளவென்று சத்தம் போட்டது. பபூன் கிறுக்கியாடியபடியே இருந்தான். ஸ்திரிபார்ட் அவனைத் தொடத் தொட பாய்ந்தாள். ஆனால், அருகில் கூட நெருங்க முடியவில்லை. அவ்வளவு வேகமாக கிறங்கினான் அவன். தொட முடிந்தால் அவள் அடிக்கக் கூடும் என்பது அவனுக்குத் தெரியும். அதனால் ஆடுவதை நிறுத்தப் பயந்தான்.

இதனிடையே ராஜபார்ட் இன்னொரு பக்கம் சிரத்தையாய் மணிக்குறவன் கதையைப் பாடி முடித்துக் கொண்டிருந்தார்.

முடித்ததுதான் தாமதம், பபூனும் ஸ்திரிபார்ட்டும் தங்களது உரையாடலை ஆரம்பித்தனர். இரண்டு பேரும் நாயனக்காரரை 'மாமா, மாமா' என்றே அழைத்தனர்.

பபூனுக்கு வளையாத குழலொன்று வாங்குவதற்கு ஸ்திரிபார்ட் நாயனத்திடம் பேரம் பேசிக்கொண்டிருந்தாள். பபூன், தனது பழைய குழலே வாசிக்க ஏற்றதுதான் என்று சாதித்துக் கொண்டிருந்தான். ஒட்டு மொத்த கூட்டமும் இதில் வெளிப்பட்ட அர்த்தங்களை கண்டு பிடித்த சந்தோசத்தில் கூத்தாடிக் கொண்டிருந்தது. உரையாடலும், ஆட்டமும் பாட்டமுமாக போய்க்கொண்டிருந்தது தெருக்கூத்து.

ராஜா ராணியாட்டத்தின் நிகழ்த்துப் பனுவல் ஆகச்சிறந்த நெகிழ்வுத்தன்மை உடையது. 'சாமியாடும் மனைவி' என்ற நகைச்சுவைக் கதையே அதன் மையச் சரடு. மாமியாருக்கும் மருமகளுக்கும் சண்டை. எசலிப்பு.

தன் உடம்பில் சாமி வருவதால் இனிமேல் வீட்டு வேலைகளை மாமியார்தான் செய்ய வேண்டும் என்பாள் மருமகள். உடனே மாமியார், 'அது சாமி அல்ல பேய்' என்று சொல்லி, பேயோட்டுகிறவனைக் கூட்டி வருவாள். பேயோட்டுகிறவனின் அடிக்குப் பயந்து மருமகள் உண்மையை ஒத்துக் கொள்வாள். இவ்வளவுதான் கதையே.

இதைத்தான் விடிய விடிய நடத்துவார்கள். இடையிடையே, மணிக்குறவன் கதை, இம்மானுவேல் சேகரன் கதை, பசும்பொன் முத்துராமலிங்கம் கதை, தனுஷ்கோடி புயல், மதுரை சுற்றளவு என்று

சின்னச் சின்னக் கதைப்பாடல்களை சேர்த்துக் கொள்வார்கள். போதாக்குறைக்கு பவுனுக்கு நாயனம் வாங்குவது போன்ற உரையாடல்களும் உண்டு. இவ்வளவையும் அனுமதித்த படி, தன்னையொரு ‘கதம்பமாக’ மாற்றிக் கொண்டிருக்கிறது குறவன் குறத்தியாட்டம்.

பவுன் பஞ்சாயத்து முடிந்ததும், மேற்கொண்டு ஒரேயொரு பாட்டுதான் பாடியிருப்பார்கள், அதற்குள் யாருக்கோ மணிக்குறவன் மாண்டகதை திரும்பவும் ஞாபகம் வந்து விட்டது. பாடு என்றார்கள். கலைஞர்கள் சளைக்காமல் மீண்டும் பாடினார்கள்.

இப்படியே, அந்த இரவில் மட்டும் ஏழு முறை மணிக்குறவன் மாண்ட கதை பாடப்பட்டது. மணிக்குறவன் டிரைவரை வெட்டிக் கொன்றதில் எதைப் புரிந்து கொண்டார்கள் என்று தெரியவில்லை, அந்தக் கட்டத்தைப் பாடும் போது மட்டும் விசில் பறந்தது.

ஆட்டம் பார்க்க உட்கார்ந்திருந்த ஒன்றிரண்டு நாயக்கர்களும் இதைக் கண்டு, ‘என்னல இது, ஒரே பாட்ட திரும்பத் திரும்ப பாடிக்கிட்டு’ என்று முனங்கிய படி எழுந்து வீடுகளுக்குச் சென்று விட்டார்கள்.

கூட்டத்திடம் இரண்டு மடங்கு உற்சாகம் தொற்றிக் கொண்டது. இப்படித்தான் அன்றைய தினம் அந்தக் கூத்து நடந்து முடிந்தது.

ஒடுக்கப்பட்டவர்கள், தங்களது மானுட அடையாளம் மறுக்கப்பட்ட சூழல்களில், பாலியல் மற்றும் அரசியல் மூலமாக அவ்வடை யாளத்தை எவ்வாறு உறுதிப்படுத்திக்கொள்கிறார்கள்; அதற்குக் கலைகள் எவ்வாறு துணைபுரிகின்றன என்பதை அன்றைக்குத்தான் நான் நேரில் பார்த்தேன். அன்றைக்கு அவர்கள் ஆயுதம் எதுவும் ஏந்தி நின்றது போல எனக்குத் தெரியவில்லை.

ஒடுக்கப்பட்டவர்களின் ஆயுதம்

நாட்டுப்புறக்கலைகளை ஒடுக்கப்பட்டவர்களின் கலையாக விவரிக்கும் போக்கு, ‘நலிவுற்றவர்களின் ஆயுதம்’ என்ற நூலை எழுதிய ஜேம்ஸ் ஸ்காட்டிற்கு பெரிதும் கடமைப்பட்டுள்ளது. அவர்தான், அதிகாரத்தின் பெயரால் ஒடுக்கப்படுகிறவர்கள் ஏதாவதொரு வழியில் தங்களது எதிர்ப்புணர்வை வெளிப்படுத்திக் கொண்டேயிருக்கிறார்கள் என்ற யோசனையை முன்வைத்தவர். எதிர்ப்புணர்வு என்று சொல்வதைக் காட்டிலும், ஒடுக்கப் பட்டவர்களின் மேற்கூறிய நடவடிக்கைகளை ‘அதிகாரத்திற்கு எதிரான தடைகள்’ என்று வரையறுக்கவே ஜேம்ஸ் ஸ்காட்

முயற்சிக்கிறார். 'எதிர்ப்பு' என்பதற்கும் 'தடை' என்பதற்கும் கணிசமான வேறுபாடுகள் இருக்கின்றன என்பது தெரியும்தானே?

நாட்டுப்புறக்கலை வெளிப்பாடுகள், ஒடுக்கப்பட்டவர்களின் எதிர்ப்பாகவோ அல்லது தடையாகவோ கவனிக்கப்படுவதில், இரண்டு முதன்மையான சிக்கல்கள் உள்ளன. நாட்டுப்புறக்கலை வடிவங்களுக்கு அப்படியொரு குணம், அதாவது அதிகாரத்தைத் தடை செய்யும் கலகக்குணம் இருக்கின்றதா என்பது முதல் சிக்கல்; இரண்டாவது, இக்கட்டான சூழல்களில் ஒடுக்கப்பட்டவர்கள் வெளிப்படுத்துவது எதிர்ப்பு அல்லது தடை தானா?

கலகக்குணம் மட்டுமில்லை, நாட்டுப்புற வழக்காறுகளின் வேறெந்தவொரு குணமும் அதன் சூழலால் மட்டுமே தீர்மானிக்கப் படுகிறது. இதையே, சூழலியல் கோட்பாடு, நிகழ்த்தப்படும் பொழுதே நாட்டுப்புறக்கலைகள் உருவாகுகின்றன; நிகழ்த்தப்படாத நாட்டுப்புறப் பனுவலுக்கு எந்தவொரு அர்த்தமும் இருக்கவில்லை என்று சொல்லி வருகிறது.

அதாவது, ஒரு கதையைச் சொல்லும் போது மட்டுமே அது கதையாகிறது; ஒரு பழமொழி, விடுகதை, கூத்து, சடங்கு என்று அத்தனையும் அப்படியே! நாட்டுப்புறக்கலை வடிவங்களுக்கென்று தனித்த அரசியல் குணங்கள் இல்லை; இருக்கவும் முடியாது.

இதையே, டான் பென் அமாஸ் போன்ற 'பேச்சுச் செயல்' கோட்பாட்டாளர்கள், நாட்டுப்புறப் பனுவல்களை 'நிகழ்த்துதல்' என்றே கவனப்படுத்த வேண்டும் என்ற பொருளில் 'எல்லா நாட்டுப்புறக்கலைகளும் நிகழ்த்துதல்களே!' என்று சொல்லி இருந்தார்கள். 'நிகழ்த்துதலே, அரசியலைத் தீர்மானிக்கிறது' என்ற யோசனை நமது கள அனுபவத்தை இன்னும் கூடுதலாக விளக்குகிறது.

ராஜா ராணி ஆட்டப் பனுவல்கள் எந்தவொரு குறிப்பிட்ட சாதிக்கும் பாத்தியப்பட்டது இல்லை. மேல் - கீழ் என்ற சாதி வித்தியாசமின்றி அவை தென் தமிழகத்தின் அனைத்து கிராமங்களிலும் பயன் படுத்தப்படுகின்றன. நாட்டுப்புற வழக்காறுகள் குறித்த கட்டுரை ஒன்றில் அந்தோணியோ கிராம்சி, '...அவை, கருத்தாக்கங்களின் அருங்காட்சியகம்!' என்றொரு விளக்கத்தைப் பயன்படுத்தினார். இந்த வரையறையை மிக வலுவாக ஆதரிக்கக்கூடிய வடிவம், ராஜா ராணி ஆட்டம். இந்திய நாட்டுப்புறக்கலைகள் சாதியுணர்வுகளின் அருங்காட்சியகம்! என்ன ஒரு வித்தியாசம் என்றால், இந்த அருங்காட்சியகம் உயிருள்ள அருங்காட்சியகம்.

சாதி அடையாளம் சார்ந்து வேறு வேறு சமூகக்குழுக்களாக அடையாளப்படுத்தப்படும் தமிழ்ச் சமூகத்தில், நாட்டுப்புற வழக்காறுகள் எவ்வாறு பொது வடிவங்களாக விளங்குகின்றன என்பது சுவராஷ்யமான ஒரு கேள்வி. ஆனால், உண்மை அதுதான் நண்பர்களே! நாட்டுப்புற வழக்காறுகளில், குறிப்பாக நாட்டுப்புற நிகழ்த்துக் கலை வடிவங்களில், ஒரேயொரு விதிவிலக்கைத் தவிர (கம்பளத்து நாயக்கர்களின் 'தேவராட்டம்'), சாதிக்கொரு கலைவடிவம் என்பது இல்லை. ஒரு வட்டாரத்தில் வாழும் சாதிகளனைத்தும் ஒரே மாதிரியான கலை வடிவங்களையே பயன்படுத்திக் கொள்கின்றன.

கலைஞர்கள் தங்கள் சாதிக்காரர்களாக இருக்க வேண்டும் என்று பார்க்கத் தெரிகிற சமூகத்திற்கு தங்கள் சாதிக்கென்று கலை வடிவங்களை உருவாக்கத் தெரிந்திருக்கவில்லை. அதாவது, நாட்டுப்புறக் கலை வடிவங்கள் வட்டாரத்தன்மையைத்தான் வெளிப்படுத்துகின்றனவே தவிர சாதி அடையாளங்களை அல்ல என்று சொல்ல முடியும். இன்னொரு வகையில் சொல்லப் போனால், சாதியாகப் பிரிந்து நிற்கிற தமிழ்ச் சமூகத்தை நாட்டுப்புறக்கலை வடிவங்கள், வட்டார அளவில் ஒன்றிணைக்கின்றன என்றும் கூட சொல்லலாம்.

நாட்டுப்புறக் கலைகளைப் பொறுத்த அளவில் இன்னுமொரு இயல்பையும் இந்த இடத்தில் என்னால் சொல்ல முடியும். வாய்மொழிப் புனைவுகள் என்று அழைக்கப்படுகிற, நாட்டுப்புறக் கதைகள், பாடல்கள், மற்றும் விடுகதைகள் மொழி எல்லையையே ('குமரி முதல் வேங்கடம் வரை' போன்ற) தங்களது புழங்கு எல்லையாகக் கொண்டுள்ளன.

தமிழகத்தின் தென்னெல்லையில் சொல்லப்படுகிற ஒரு கதையை வட எல்லையிலும் சொல்வதற்கு தடைகளோ குழப்பங்களோ இல்லை. ஆனால், நாட்டுப்புற நிகழ்த்துக் கலை வடிவங்களில் இது அப்படி இல்லை. அவை, வட்டார எல்லையில் மட்டுமே அர்த்தமுடையவை! நிகழ்த்துக்கலை வடிவங்கள் அந்த வகையில் தமிழ் பேசும் நிலப்பரப்பை, தென்கோடித் தமிழகம் (வில்லுப்பாட்டு, கணியான் கூத்து போன்றவை நிகழ்த்தப்படும் இடங்கள்), தென் தமிழகம் (ஸ்பெசல் நாடகம் நிகழும் பகுதிகள்), வடமேற்குத்தமிழகம் (உடுக்கையடிப் பாடல் நிகழும் பகுதிகள்), வட தமிழகம் (தெருக்கூத்து நிகழும் பகுதிகள்) என்று தனித்தனி வட்டாரங்களாக அடையாளப்படுத்துகின்றன.

வாய்மொழி புனைவுகளிலும் சரி, நிகழ்த்துக் கலைகளிலும் சரி 'சாதி' தனித்தவொரு பண்பாட்டுக் கூறாகத் தன்னை வெளிப்படுத்திக்

கொள்கிற வாய்ப்புகள் தமிழகத்தில் தவிர்க்கப்பட்டே வந்துள்ளன. குறிப்பிட்ட கலை வடிவங்களை நிகழ்த்தக்கூடிய கலைஞர்களாக சிலக் குறிப்பிட்ட சாதிகள் (கணியான்கூத்தை 'கணியான்' சாதியினர், தப்பாட்டத்தை 'பறையர்' சாதியினர்) அடையாளப்படுத்தப் படுகின்றன என்றாலும், அந்தக் கலை வடிவங்கள் அனைத்து சாதியினர் மத்தியிலும் நிகழ்த்தப்படுவதால், கலைஞர்கள் சாதி சார்ந்து அடையாளப்படுத்தப்பட்டாலும், கலை வடிவங்கள் சாதி கடந்தே செயல்பட்டுக்கொண்டிருக்கின்றன.

இந்த இடத்தில், வெளிப்படையாய் சாதிப் பெருமையைப் பேசுகிற தொன்மக் கதைகளையும், சாதி முரண்களைச் சொல்கிற கதைப்பாடல் களையும், சாதிக் காழ்ப்புகழ்களை வெளிப்படுத்துகிற வழக்காறு களையும் எவ்வாறு மதிப்பீடு செய்வது என்ற கேள்வி எழுகிறது.

சாதியின் தோற்றக்கதைகள் என்ற தொனியிலும், சாதியின் பழமரபுக்கதைகள் என்ற தோரணையிலும் வழங்கப்படும் பல்வேறு கதையாடல்களும், அந்தந்த சாதிகளுக்குள் வழங்கப்படும் அந்தரங்கச் சொல்லாடலாகவே காணப்படுகின்றன. அதே போல, அருகாமையில் வாழும் சாதிகளைக் குறித்த காழ்ப்புகளும் கூட ரகசியமாகவே வழக்கிலுள்ளனவே தவிர, பகிரங்க சொல்லாடலாக அனுமதிக்கப்படுவதில்லை. சாதி முரண்களைப் பேசுகிற கதைப்பாடல்கள் மேற்கூறப்பட்ட வகைகளிலிருந்து வேறுபட்டவை.

சாதி காரணமாகச் செய்யப்பட்ட படுகொலைக் குற்றத்தின் பளுவைக் குறைப்பதற்காகவும், அதனால் விளைந்த அசாதாரண நிலையை குணப்படுத்துவதற்காகவும், வன்கொலையில் ஈடுபட்ட சாதிகள் மேற்கொள்ளும் பரிகாரமாகவே இக்கதைப்பாடல்கள் வழங்கி வருகின்றன. மிக மெல்லிய குற்றவுணர்வும், தூக்கலான பயமும், தங்களது அநாகரீகம் குறித்த சங்கடமும் கலந்த கலவையாகவே இத்தகையக் கதைப்பாடல்களை அவை வழங்கி வருகின்றன.

எனவே, நாட்டுப்புறக் கலைகளைப் பொறுத்த வரையில், 'சாதி', ஒன்று அந்தரங்கச் சொல்லாடலாக இருக்கிறது அல்லது குற்றவுணர்வும், சங்கடமும் கலந்ததாக இருக்கிறது. இந்த மதிப்பீடுகளை அடிப்படைகளாகக் கொண்டு, நாட்டுப்புறக் கலைகள் சாதி தொடர்பான கதையாடல்களை எவ்வாறு நிர்வகித்தன என்று சில முடிவுகளுக்கு வர முடியும்.

சாதிப் பெருமைகளும், சிறுமைகளும் அந்தரங்கமாகவே புழங்கப்பட்டன; சாதிப் படுகொலைகள் நிகழ்ந்தன என்றால் அதற்கென் நாட்டுப்புறப் பரிகாரங்கள் செய்யப்பட்டிருந்தன.

நாட்டுப்புற வழக்காறுகள், வடிவ அளவில் சாதியைக் கடந்து செயல்படும் போக்கைக் கொண்டிருப்பதைப் போலவே, பொருண்மை அளவில் சாதியைத் தவிர்க்கிற பாங்கினையும் கொண்டிருக்கின்றன.

ராஜாராணியாட்டம் இந்த வகையில் உருவான ஒரு மிக முக்கியமான வழக்காறு என்று சொல்லலாம். அதன் பொதுவான கதை வடிவம் சாதி அடையாளங்களைக் கடந்ததாக விளங்குகிறது. ஆனால், அதன் நிகழ்த்துதல் வடிவம் அந்தந்த ஊரின் சாதி அபிமானங்களை சாந்தப்படுத்துவதாக அமைந்துள்ளது.

வீரன் அழகுமுத்துக்கோன் பாடல், கட்டபொம்மன் பாடல், மணிக்குறவன் மாண்ட கதை, வீரன் சுந்தரலிங்கம் பாடல், அம்பேத்கர் பாடல், பசும்பொன் முத்துராமலிங்கம் பாடல் போன்றவை அந்தந்த நிகழ்ச்சியை ஏற்பாடு செய்திருக்கும் சாதி சார்ந்து பாடப்படுவதோ பாடாமல் தவிர்க்கப்படுவதோ நடைபெறுகிறது. இதனால், ஒரே வடிவ அமைப்பையும், கதைப் போக்கையும் கொண்டிருக்கும் ராஜாராணியாட்டம், நிகழ்த்தப்படும் சூழலுக்கு ஏற்ப உள்வாங்கிக் கொள்வதாக உருவாகி வந்துள்ளது.

நாட்டுப்புறவியலில் சூழல் குறித்து நடைபெறும் விவாதங்களை நாம் மறுபரிசீலினை செய்ய வேண்டியிருக்கிறது. நாம் மேற்கொண்ட விசாரணையின் மூலம், இரண்டு விதமான சூழல்களை அடையாளப்படுத்தியிருக்கிறோம்: நிகழ்த்தப்படும் தனிச்சூழல், அரூபமான பொதுச்சூழல்.

நிகழ்த்தப்படும் தனிச்சூழல்கள், அந்தரங்கமானவை - அதாவது, ஒவ்வொரு சாதிக்குழுவும் தத்தமக்கென்று பிரத்யோகமாக நிகழ்த்திக் கொள்பவை; மாறிக்கொண்டிருப்பவை - உடனடித்தன்மை மிகுந்தவை. அரூபமான பொதுச்சூழல்கள், பகிரங்கமானவை; ஏறக்குறைய நிரந்தரமானவை.

ராஜாராணியாட்டத்தைப் பொறுத்த வரை, ரூபம் ரகசியமானது, அரூபம் வெளித்தெரியக்கூடியது என்று நம்மால் சொல்ல முடியும். இத்தகைய பண்பாட்டு ஏற்பாட்டின் பின்னால், சாதிச் சொல்லாடல்கள் தொடர்பானவொரு ஒவ்வாமை சமூகத்தில் செயல்படுவதை நாம் கவனிக்க வேண்டும். அதாவது, சாதியைப் பகிரங்கமாக அறிவிப்பதிலோ அல்லது செயல்படுத்துவதிலோ தமிழ்ச் சமூகத்திடம் காணப்படும் கூச்சத்தை நாம் கவனத்தில் கொள்ள வேண்டும். இந்தக் கூச்சம், பண்பாட்டுத்தளத்தில் பொது அடையாளத்திற்குப் புறம்பான தனி அடையாளங்களை இன்னமும்

கடைபிடித்து வருவதால் உண்டாகும் கூச்சம். இந்தக் கூச்சத்தை நாட்டுப்புற வழக்காறுகள் மூலம் வெற்றிகரமாகக் கடந்து வருவதையும் சமூகம் தொடர்ந்து செய்து கொண்டிருக்கிறது.

நாட்டுப்புற வழக்காறுகள் சாதியுணர்வை எவ்வாறு அந்தரங்கமாக வெளிப்படுத்தச் சொல்கின்றனவோ அதே போல, சாதி எதிர்ப் புணர்வையும் அந்தரங்கமாகவே வெளிப்படுத்தச் சொல்கின்றன. அவரவர், அவரவர் சாதித் திரள்களுக்குள் சாதியுணர்வையோ எதிர்ப்புணர்வையோ வெளிப்படுத்திக் கொள்ள வேண்டும். வழக்காறுகளைப் பொறுத்த வரையில் இரண்டிற்கும் பெரிய வித்தியாசமில்லை. இம்மானுவேல் சேகரன் கதைப்பாடலுக்கும் பசும்பொன் முத்துராமலிங்கத் தேவர் கதைப்பாடலுக்கும் ஒரே மரியாதை. இரண்டிற்குமே இடமிருக்கிறது. ஆனால், ரொம்பவும் தெளிவாக, நிகழ்த்தப்படும் பனுவலில் மட்டுமே இடமிருக்கிறது என்று வழக்காறு சொல்கிறது. நிரந்தரமான பொதுப்பனுவலில் இவை எவற்றுக்கும் இடமில்லை.

இதுதான் நாட்டுப்புற வழக்காறுகள் சாதியை எதிர்கொள்ளும் நுட்பம். சாதி உரையாடல்களை அங்கங்கே, அந்தந்த கிராமத்திலேயே விட்டு விட்டு வந்து விடுதல். இது ஒரு வகை தப்பித்தல். பிரச்சினைகளை எதிர்கொள்ளாமல் நழுவி ஓடுதல். அதே நேரம், தன்னை சாதிக்கு அப்பாற்பட்டதாகவும் காட்டிக் கொள்கிற இரட்டை வேஷம். இந்திய சமூகம், சாதி குறித்த உரையாடல்களை காலங்காலமாக இப்படித் தான் கையாண்டு வந்திருக்கிறது. இதனால்தான் நாட்டுப்புறக் கலை வடிவங்கள் சாதிக்கு எதிரானக் கலகக் குரல்களை ஆதரிக்கின்றன என்று நம்மால் சொல்ல முடிவது இல்லை.

அன்றைய தினம், கழுகுமலைக்கு அருகிலுள்ள அந்த சிற்றூரில், ராஜா ராணியாட்டத்தின் போது, சாதியின் காரணமாக வன்முறைக்கு உள்ளான அருந்ததிய மக்கள், மீண்டும் மீண்டும் மணிக்குறவன் கதையைப் பாடச் சொல்லியதையும், கட்டற்ற பாலியல் கேளிக்கைகளில் திளைத்ததையும் கலகக்குரல்களாக அடையாளப் படுத்துவதில் சிக்கல்கள் தோன்றுகின்றன. திடீரென்று நிகழ்த்தப் பட்ட வன்முறையால் நிலைகுலைந்து போயிருந்த அம்மக்கள் ஆகக்கடைசியில் செய்ய முடிந்ததெல்லாம் தங்களைத் தாங்களே சமாதானப்படுத்திக் கொண்டது மட்டும்தான்.

மனம் வெதும்பி, பேச்சு வராமல் நின்றிருந்த அவர்கள், மிகக் கச்சிதமாக தங்களது எதிர்ப்புணர்வை வெளிப்படுத்தியிருக்க வேண்டுமென்றால், ஒன்று, அந்த வன்முறையை வன்முறையால் எதிர்கொண்டிருக்க வேண்டும்; அல்லது, அந்த வன்முறைக்கு எதிராக

சட்ட ரீதியான நடவடிக்கைகளை மேற்கொண்டிருக்க வேண்டும்; அல்லது, குறைந்தபட்சம், நியாய தர்மங்களை எடுத்துச் சொல்லி பேச்சுவார்த்தையில் இறங்கியிருக்க வேண்டும். ஆனால், இந்திய சாதியமைப்பின் துயரம், அவர்கள் இதில் எதையும் செய்வதற்கு திராணியற்றவர்களாய் பொருளாதார ரீதியாகவும், அரசியல் ரீதியாகவும், எண்ணிக்கையளவிலும் பலவீனமாக இருந்தார்கள்.

திடீரென்று நிகழ்த்தப்பட்ட வன்முறையால் நிலைகுலைந்து போயிருந்த அம்மக்கள் ஆகக்கடைசியில் செய்ய முடிந்ததெல்லாம் தங்களைத் தாங்களே சமாதானப்படுத்திக் கொண்டது மட்டும்தான். வழக்காறுகள் எப்பொழுதுமே இது போன்ற சமாதானத்தை மட்டுமே ஆதரிக்கின்றன. சாதிய அடக்குமுறைகளின் வடிவம் என்னவாக இருந்த போதிலும் - பாலியல் வன்முறையாகவோ அல்லது வன்கொலையாகவோ அல்லது தீண்டாமையாகவோ - அவை முதலிலும் முற்றிலுமாக ஒரு விஷயத்தை தவறாமல் செய்து விடுகின்றன; அது, ஒடுக்கப்பட்டவனின் மனிதத்தன்மையை மறுத்தல்.

இதுவொரு ஆலகால விஷம். உள்ளிருந்து கொல்வது. உடல் ரீதியிலான பாதிப்புகளிலிருந்து வெளிவருவது போல இதிலிருந்து வெளிவர முடிவது இல்லை. சாதிய வன்முறை தொடர்ச்சியாக இந்த விஷத்தைதான் ஒடுக்கப்பட்டவர்களின் தன்னிலைகளுக்குள் திணிக்க விரும்புகிறது. 'நீங்கள், மனிதத்தன்மை அற்றவர்கள்!'

ஒவ்வொரு வன்கொடுமையும் இதை வலுப்படுத்திக் கொண்டே இருக்கிறது. பிறவியிலேயே குறைபாட்டுடன் பிறந்தவன் நீ என்று நம்பச் சொல்லுதல். குணப்படுத்த முடியாத ஊனம்! சாதிய அடக்குமுறை ஏற்படுத்தும் பொருளாதாரச் சிதைப்பு, உயிர்ச் சிதைப்பு, பண்பாட்டுச் சிதைப்பைப் போல இந்த உளவியல் சிதைப்பும் ஆபத்தானது. நாட்டுப்புறக்கலைகள் இந்த உளவியல் சேதத்தையே நேர்படுத்த முனைகின்றன.

அவர்கள் அன்றைய தினம் ஒரே பாடலைத் திரும்பத் திரும்ப பாடிக் கேட்டதன் மூலமும், வழக்கத்தை விட மிதமிஞ்சிய அளவில் பாலியல் சேட்டைகளை ரசித்ததன் மூலமும் தங்களைத் தாங்களே மனிதர்களாக அடையாளம் கண்டு கொண்டிருந்தனர். 'நாமும் மனிதர்கள்தான்!' என்ற செய்தியைத் தங்களுக்குள் உரக்க, சொல்லிக் கொள்ள விரும்பினார்கள். இதன் மூலம் தங்களது சிதைக்கப்பட்ட தன்னிலையை அவர்கள் மீட்டெடுக்க முயற்சித்தார்கள். இதுவொரு நாட்டுப்புற விளைவு!

மானுட அடையாளம் மறுக்கப்படுகிற சூழலில், அதை வீரக் கதைகள் மூலமாகவும் பாலியல் கதைகள் மூலமாகவும் மீட்டெடுக்கிறார்கள்

என்ற தகவல் இந்த இடத்தில் முக்கியமானது. வீரக் கதைகள் கோபத்தையும், பாலியல் கதைகள் காமத்தையும் காட்சிப் படுத்துகின்றன என்றால், நாட்டுப்புறக் கலைவடிவங்களில் இவ்விரு உணர்வுகளும் ஏன் அதீதமாய் வெளிப்படுத்தப்படுகின்றன என்பதை நாம் விளங்கிக் கொள்ள முடியும். இவையிரண்டு மட்டுமே அவர்களை மனிதர்களாய் நிரூபணம் செய்யக்கூடியவையாய் இருக்கின்றன.

ஆனால், எல்லா நாட்டுப்புறக் கலை வடிவங்களும் இந்த அளவோடு நின்று விடுகின்றன. அதற்கு மேல் அவற்றால் ஆகக் கூடியது ஒன்று மில்லை. சாதிய வன்முறையின் மூலம் அமனிதர்களாய் சிதைக்கப் பட்ட மக்களுக்கு அவர்களின் மனித உணர்வை மீட்டுத்தருவதோடு நாட்டுப்புறக்கலைகளின் பங்கு முடிவுக்கு வருகிறது.

மேற்கொண்டு நமது விவாதத்தைத் தொடர்வதற்கு முன், நாட்டுப்புறக்கலைகளின் பண்புகள் குறித்து நாம் கண்டடைந்த தகவல்களை தொகுத்துக் கொள்ளலாம்.

- நாட்டுப்புறக்கலைகள், சாதி ஆதரவுக்குரலையும் எதிர்ப்புக் குரலையும் வேறு படுத்தி அணுகுவதில்லை; அவற்றைப் பொறுத்தவரையில் இரண்டுமே ஒரே மதிப்பு கொண்ட அபிப்பிராயங்கள் அவ்வளவுதான்.

- நாட்டுப்புறக்கலைகளைப் பொறுத்த அளவில், சாதி குறித்த எந்தவொரு பேச்சும், அந்தரங்கமானவை; அந்தந்த சாதித் திரள்கள் தங்களுக்குள் ரகசியமாக பரிமாறிக்கொள்பவை.

- இந்த அந்தரங்க, ரகசிய பரிமாற்றங்களில், சாதிப் பெருமை பேச்சுகள் ஏற்கெனவே சொல்லப்பட்ட மரபுகளை வலுப் படுத்துவதாகவும், சாதி எதிர்ப்பு பேச்சுகள் ஏற்கெனவே சொல்லப்பட்ட மரபுகளை மீறுவதாகவும் அமைகின்றன.

- நாட்டுப்புறக்கலைகளில் வெளிப்படும் சாதியெதிர்ப்பு உரையாடல்கள், அந்தரங்கமாகவே நடைபெறுவதால் ‘கலகம்’ என்ற நிலையை அடைவதில்லை. இவ்வுரையாடல்களின் மூலம் ஒடுக்கப்பட்டவர்கள் தங்களது மறுக்கப்பட்ட மானுட அடையாளத்தை உறுதி செய்து கொள்வது மட்டும் நடை பெறுகிறது.

- தன்னிலை சிதைக்கப்பட்டவர்கள், எப்பொழுதும் கோபத்தையும் காமத்தையுமே வெளிப்படுத்துகிறாரகள்; இவ்விரு உணர்வுகளும் தங்களது இருத்தலியல் சிக்கலைத் தீர்த்து

வைக்கும் என்று அவர்கள் நம்புகிறார்கள். நாட்டுப்புறக்கலை வடிவங்கள் இதை வெற்றிகரமாக செய்தும் காட்டுகின்றன.

- நாட்டுப்புறக்கலை வடிவங்களில் ஒலிக்கும் இத்தகைய ஒடுக்கப்பட்ட மக்களின் குரல்கள் அவற்றின் திரிபு வடிவங்களாகவும் மாற்று வடிவங்களாகவுமே கருதப் படுகின்றன. அதாவது, இக்கோபம், காமம் அனைத்தும் இடைச்செருகல்கள். நிகழ்த்தும் போது, அந்தந்த வட்டாரத்திற்கு தக்க சேர்க்கபடுபவை. அதனால், அந்தரங்கமானவை.

ஆனால், இலக்கியம், சினிமா போன்ற கலைகள் இதைக் கடந்தும் செயல்பட முடியும் என்று நினைக்கிறேன். அதற்கான சக்தி இவற்றிற்கு உண்டு. ஆனால், கபாலி இந்தத் தன்மையை வீணடித்து விடுகிறது. ஒரு நாட்டுப்புறக்கலை போலவே அதுவும் தன்னை சுருக்கிக் கொள்கிறது என்பதுதான் என் ஆதங்கம்.

•

6

பால்ய கரகாட்டக்காரி கௌசல்யாவின் கதை

1

‘நாட்டார் கலைஞர்கள் எவ்வாறு உருவாகுகிறார்கள்?’ என்று தேடிக் கொண்டிருந்த போது தற்செயலாகத்தான் கௌசல்யாவைச் சந்தித்தேன்.

‘நானும் கலைஞர்தான், சார்’ என்று வந்து நின்ற சிறுமிக்கு பதிமூன்று, பதினான்கு வயது இருக்கலாம்.

‘நீயா?’

‘ஆமா, சார்’, சங்கோஜத்தோடு சொன்னாள்.

நான் சந்தேகப்படுகிறேன் என்று தெரிந்ததும், பக்கத்தில் நின்றிருந்த மாரியம்மாளை ‘நீ சொல்லும்மா, அப்பதான் நம்புவாங்க’ என்பது போல பார்த்தாள்.

அதற்கு மாரியம்மா, ‘ரெண்டு வருசமா இவ ஆடிதான் சார் சாப்புடுறோம்’ என்றார்.

சிறுமி கௌசல்யா, ஒரு கரகாட்டக் கலைஞராம்!

அந்தத் தற்செயல் இப்படித்தான் நடந்தது. ஒரு பால்ய கரகாட்டக்காரியை நான் முதல் முறையாகச் சந்திக்கிறேன்.

2

நான் பார்க்க வந்தது மாரியம்மாளை. அவர் ஒரு மேனாள் கரகாட்டக்கலைஞர். வயது ஐம்பதுக்குள் இருக்கலாம். கரகாட்டக்கலைஞர்கள் சீக்கிரமே ஓய்வு பெற்றுவிடுகிறார்கள். பெண் கலைஞர்கள் என்றால் இன்னும் வேகமாக, முப்பத்தைந்தைத் தாண்ட மாட்டார்கள்.

'ஓய்வு' என்பது கூட தவறான வார்த்தைதான்.

நாட்டார் கலைஞர்களுக்கு 'ஓய்வு' என்பதே கிடையாது. கலைஞர்களுக்கு ஏது ஓய்வு? ஒரு குறிப்பிட்ட வயதில் 'கழற்றி விடப்படுவார்கள்' அவ்வளவுதான்!

உடலில் மினுமினுப்பு குறைந்தால் போதும், 'இவரையே பார்த்துப் பார்த்து போரடிக்கிறது' என்று நாட்டுப்புறக் கலாரசிகர்கள் சலிக்க ஆரம்பிக்கிறார்கள். அதன் பின் அக்கலைஞர் ஒரு மயிரைப் போல உதிர்ந்துவிட வேண்டும்.

மாரியம்மாள் அப்படியொரு 'ஓய்வு பெற்ற' கரகாட்டக் கலைஞர். அவர் எவ்வாறு ஒரு கரகாட்டக் கலைஞராக உருவானார் என்று கேட்டுத் தெரிந்து கொள்வதற்காக வந்திருந்தேன். எனக்காக அவர் ஒரு கதையையும் வைத்திருந்தார்.

அவர் சொல்லச் சொல்ல அந்தக் கதையை நான் ஏற்கெனவே கேட்டது போலவே இருந்தது. வேறு யார் யாரெல்லாமோ சொல்லி இருக்கிறார்களோ? இன்னும் கூட யாராவது வந்து இதே கதையை தன் கதையாகச் சொல்லக்கூடும். அப்படியொரு சாகாவரம் பெற்ற கதை அது! ஒரே வாழ்க்கையை எப்படித்தான் இத்தனை பேர் வாழ்கிறார்களோ? மாரியம்மாளின் கதைக்கு தொன்மச் சாயல் இருந்தது.

3

மாரியம்மாளின் கதை -

மாரியம்மாள் இராமநாதபுரம் மாவட்டத்தில் ஒரு சிறிய ஊரில் பிறந்திருந்தார். அவரது தந்தை 'மேளக்காரர்'. பிழைப்பிற்காக குடும்பம் திருச்சிராப்பள்ளிக்கு குடியேறியிருந்தது.

மேளக்கார தந்தை சிறுவயதிலேயே இறந்து போகிறார். அதனால், மூன்றாம் வகுப்பிற்கு மேல் அவரைப் படிக்கவிடவில்லை. சொந்தக் காரர்களின் வீட்டில் 'பிள்ளையெடுக்க' அனுப்பி வைத்தார்கள். இதனிடையே தாயும் இறந்து போகிறார்.

வரிசையாக அண்ணன்களுக்கு திருமணம் நடக்கிறது. முடிந்த கையோடு ஒவ்வொருவரும் குடும்பத்தை விட்டு வெளியேறிச் செல்கிறார்கள். தம்பி தங்கைகளைக் காப்பாற்றும் பொறுப்பு மாரியம்மாளின் தலையில் விடிகிறது.

இதனால் மாரியம்மாள், கரகாட்டக் கலைஞராக மாறுகிறார். மேளக்கார தந்தையின் மரபணுக்கள் அவரது உடலிலும் ஓடத்தானே செய்யும்!

கரகாட்டத்தில் ஓரளவு வருமானம் வருகிறது. இதனிடையே திண்டுக்கல்லில் ஒரு மாப்பிள்ளையைப் பார்த்து அவருக்குக் கட்டி வைக்கிறார்கள். திருமணம் முடிந்த இரண்டே வருடங்களில் கணவர் இறந்து போகிறார். மாரியம்மாள் மீண்டும் தனிமரமாகிறார்.

மாரியம்மாளின் ஒரு தம்பி மதுரையில் இருந்தார். அவரைத் தேடி மதுரைக்கு வருகிறார். மீண்டும் கரகாட்டம் ஆட ஆரம்பிக்கிறார்.

இந்த சமயத்தில் மரக்கடை முதலாளி ஒருவருடன் மாரியம்மாளுக்கு நட்பு ஏற்படுகிறது. அந்த முதலாளி ஏற்கனவே திருமணமானவர். எனவே நட்பாக மட்டுமே அது தொடர்கிறது! நட்பிற்கும் உண்டோ அடைக்கும் தாழ்! மாரியம்மாள் ஒரு பெண் குழந்தைக்குத் தாயாகிறார். வழக்கம் போல, மாரியம்மாளின் முதலாளி 'அது தனக்குப் பிறந்தது அல்ல' என்கிறார்.

மீண்டும் சாப்பாட்டிற்கு வழியில்லை. சின்னச் சின்ன எடுபிடி வேலைகள் செய்தே குழந்தையை வளர்க்கிறார். குழந்தைக்கு இரண்டு வயதானதும் மீண்டும் கரகாட்டம் ஆடத் தொடங்குகிறார். அப்படியே குழந்தையைப் படிக்கவும் வைக்கிறார்.

இதனிடையே மாரியம்மாளுக்கும் வயதாகி விடுகிறது. ஆகும்தானே! இதனால் வாய்ப்புகள் குறைகின்றன. 'உன் பெண்ணை வேண்டு மானால் ஆடுவதற்கு அழைத்து வாயேன்', என்று யோசனை சொல்கிறார்கள். அப்பொழுது அந்தக் குழந்தைக்கு, வயது பனிரெண்டு. எட்டாம் வகுப்பு படித்துக்கொண்டிருந்தாள்.

படிப்பை அப்படியே நிறுத்தினார்கள். மறு நாள் முதல், அந்தச் சிறுமி கரகாட்டக் கலைஞரானாள்.

4

'இதோ இவ தாங்க அந்தப் பொண்ணு. இப்போ பதினாலு வயசு ஆகுது. கடந்த இரண்டு வருசமா இவ சம்பாரிச்சிதான் நாங்க சாப்பிடுறோம்' என்று மாரியம்மாள் காட்டிய பெண்தான் கௌசல்யா.

திரு திருவென்று முழித்துக் கொண்டிருந்தாள் கௌசல்யா. தனது வரலாற்றை தானே கேட்டுக் கொண்டிருந்த அவளுக்கு 'கதையில் வரும் அபலைப்பெண் அவள்தான்!' என்பது உரைத்த மாதிரியே இல்லை. அபலைப் பெண்ணின் முக பாவம் எது என்ற அறியாமையாக இருக்கலாமோ என்று நினைத்தேன். சிறுமிதானே! முகத்தை எப்படித்தான் வைத்துக் கொள்வதாம்?

மாரியம்மாள் தொடர்ந்து பேசிக்கொண்டே இருந்தார். வறுமையே தன்னை இவ்வாறு சின்னாபின்னமாக்கியிருக்கிறது என்பதை அவர் விதவிதமாகச் சொல்ல முயன்றார். 'தனது குழந்தை சம்பாதிக்க, உட்கார்ந்து சாப்பிடும் கொடுமைக்காரிதான் இல்லை; உயிர் பிழைத்திருக்க இதை விட்டால் எங்களுக்கு வேறு வழியே இல்லை; விருப்பமில்லாமல்தான் இந்தக் கரகாட்டத் தொழிலை நான் செய்தேன், இப்பொழுது என் மகளும் செய்கிறாள்' என்பதாக அதை நான் விளங்கிக்கொண்டேன்.

'கலையாவது மண்ணாவது! சாப்பாட்டுக்கே வழியில்ல' என்பதுதான் அதன் சாராம்சம். ஆனால் அவர் அப்படிச் சொல்லவில்லை. இரங்கியும், குழைந்தும், மருண்டும் ஏதேதோ சொல்லிக் கொண்டிருந்தார்.

அப்படியானால், நாட்டார் கலைஞர்கள் பசியிலிருந்துதான் உருவாகுகிறார்களா?

இதை அத்தனை சுலபமாய் ஜீரணிக்க முடியும் என்று எனக்குப் படவில்லை.

நான் அருகிலிருந்த கௌசல்யாவைப் பார்த்தேன். அவள் இன்னும் மருளுவதை நிறுத்தவில்லை. பேசச் சொன்னால், 'நான் நல்லா ஆடுவேன், சார்' என்பது போல் எதையாவது சொல்லத் தயாராக இருந்தாள். நல்ல வேளையாக நான் அவளை எதுவுமே கேட்கவில்லை.

இந்தச் சிறுமியைக் கரகாட்டக் கலைஞரென்று சொல்வதா?

எனக்கு பயமாய் இருந்தது. ஆனால், மாரியம்மாள் 'தனது மகளும் கலைஞர்தான்!' என்றே சொல்லிக் கொண்டிருந்தார். கௌசல்யாவும் அதற்குத்தான் ஆசைப்பட்டாள்.

கடந்த இரண்டு வருடங்களாய் தென் தமிழகக் கிராமங்களில் கௌசல்யா கரகாட்டம் ஆடி வருகிறாள். அவள் பெயர் போட்டு அச்சடிக்கப்பட்ட அழைப்பிதழ்கள் அவர்கள் வசம் இருக்கின்றன. அவளை விரும்பி அழைக்கக்கூடிய ஊர்த்திருவிழாக்கள் இருக்கின்றன. சொல்லப் போனால் அவளொரு வளர்ந்து வரும் கலைஞர்! ஆனால், கரகாட்டத்தின் தற்காலக் கோலத்தை நினைத்து கௌசல்யா சொல்வதை நம்பாமல் இருக்க நான் முயற்சி செய்து கொண்டிருந்தேன்.

எனக்குள் பல கேள்விகள். பாலியல் தொடர்பான கிண்டல்களும், கேலிகளும், சீண்டல்களும், மறைமுகங்களும் மட்டுமே நிரம்பியிருக்கும் இன்றைய கரகாட்டத்தில் இந்தச் சிறுமி என்ன பாத்திரத்தை வகிப்பாள்? அதில் பேசப்படும் பாலுறவு சார்ந்த வசனங்களை நிச்சயமாய் இந்தப் பெண்ணால் விளங்கிக் கொண்டிருக்க முடியாது. ஏனென்றால் அவை இயல்பான பாலுறவு குறித்தவை கூட இல்லை; முழுக்க முழுக்க தகாத பாலுறவு குறித்த வசனங்கள். அதிலும் தகாத பாலுறவின் கள்ளத்தனத்தைக் கொண்டாடும் வசனங்கள். இதை எப்படி இந்தச்சிறு பெண் தன் தலையில் சுமப்பாள்? தொலைக்காட்சி ரியாலிட்டி ஷோக்களில் சிறு குழந்தைகள் விரசம் ததும்பும் சினிமாப் பாடல்களைப் பாடுவது போல அபத்தமாய் இருக்காதா அது?

அவர்கள் சொல்வதை நான் நம்பவில்லை என்று தெரிந்ததும், தாயும் மகளும் பதட்டமடையத் தொடங்கினார்கள். ஒருவர் முகத்தை ஒருவர் பார்த்துக் கொண்டனர்.

அவர்களது பயம் வேறு விதமாக இருந்தது.

தமிழ் நாடு அரசின் கலைப் பண்பாட்டுத் துறை வழங்குகிற ‘நாட்டுப்புற கலைஞர்’ என்ற அடையாள அட்டைக்காக கௌசல்யா காத்துக் கொண்டிருக்கிறாள். எங்கே நான் அதைத் தடுத்து விடப்போகிறேனோ என்று அவர்கள் பயந்தார்கள்.

நாட்டுப்புறக் கலைஞர்களுக்கு அடையாள அட்டை என்பது ஒரு அரசு அங்கீகாரம். அதனால் பெரிய பலன்கள் ஒன்றுமில்லை என்றாலும், காவல்துறை நண்பர்களிடமிருந்து அதுதான் இவர்களைக் காப்பாற்றுகிறது. அதைத் தடுத்து விடுகிற அளவிற்கு நான் பெரிய ஆள் இல்லை. அதை அவர்களுக்கு நான் விளக்கினேன்.

புரிந்தது போலத்தான் தலையை ஆட்டினார்கள். நம்பினார்களா என்பதற்கு உத்தரவாதம் ஒன்றுமில்லை.

5

ஒவ்வொரு முறை கள ஆய்வுக்குச் செல்லும் போதும், இப்படி அடிப்படையான பிரச்சினைகளையே நான் சந்திக்கிறேன். இந்தச் சிறுமி நாட்டுப்புறக் கலைஞர் தானா? இப்பொழுது நான் என்ன செய்ய வேண்டும்? தொடர்ந்து எனது ஆய்வை மேற்கொள்ள வேண்டுமா? அல்லது அந்தச் சிறுமியைச் சூழ்ந்திருக்கும் பாலியல் வன்கொடுமையிலிருந்து அவளைக் காப்பாற்ற வேண்டுமா?

இது ஆய்வாளனுக்கு மிகவும் வெட்கக்கேடான தருணம்.

'என் பணி பதிவு செய்வது; இந்த அவலத்தை வெளிக்கொண்டு வருவதே எனது பிரதான வேலை!' - இப்படியொரு சமாதானம் எனக்கு முன்னே இருக்கிறது.

'இல்லை, இந்தப் பெண்ணை நான் பாதுகாக்க விரும்புகிறேன்; அவள் தொடர்ந்து படிப்பதற்கான முயற்சிகளை நான் செய்யப் போகிறேன்', என்றும் நான் கிளம்பலாம்.

'அவர்களே இதைப் பெரிதாக எடுத்துக் கொள்ளவில்லை; இதுதான் சமூக யதார்த்தம் என்று அவர்களுக்கு விளங்குகிறது. இதில் நீ உணர்ச்சிவசப்பட என்ன இருக்கிறது? ஜேஜே போல பண்ணாதே! உண்மையில் அவர்கள் கரகாட்டம் ஆடுவதற்குக்கூட பயப்பட வில்லை; உன் கொந்தளிப்பை நினைத்துதான் கலவரமாகிறார்கள்' - இப்படியும் இருக்கலாம்.

'இது ஒரு கௌசல்யாவின் கதை மட்டுமல்ல; இப்படி ஓராயிரம் கௌசல்யாக்கள் உண்டு. எத்தனை பேரை உன்னால் காப்பாற்ற முடியும்?'

'களத்தில் தகவல்களைச் சொல்லக்கூடிய விவரமான நபர்கள் யாரும் இல்லை. பாரம்பரியத்தை வெகு வேகமாக இழந்து வருகிறோம். இன்றைய கள ஆய்வு படு தோல்வி! ஆகவே, Back to square one.' - இப்படிச் சொல்லியும் நான் அந்த இடத்திலிருந்து வெளியேற முடியும்.

6

நான் என்ன செய்தேன்?

தமிழ் வழக்காறுகளில் வெளிப்படுத்தப்படும் பாலியல் குறித்து யாரும் விரிவாகப் ஆய்ந்திருக்கவில்லை. நாட்டுப்புறவியலில் நா. வானமாமலை, அன்னகாமு, கி.வா. ஜகந்நாதன் போன்ற

கனவான்களே அதிகம் என்பதால் பாலியல் பேசாப் பொருளாக மாறியிருக்கலாம். அதிகபட்சமாக, தெம்மாங்குப் பாடல்களில் காதல் வெளிப்படுகிறது என்று மட்டும் கண்டுபிடித்திருக்கிறார்கள். எதையாவது வற்புறுத்திக் கேட்டால் 'வழக்காறுகள் சமூக முரண்களைப் பிரதிபலிக்கின்றன....' என்று ஆரம்பித்து விடும் ஆபத்தும் அவர்களிடம் உண்டு.

விரசத்தை ஒதுக்கியே வைத்திருக்கிறார்கள். விதிவிலக்காக, கி.ராஜநாராயணன், 'வயதுவந்தோருக்கு மட்டுமான கதைகள்' என்றொரு தொகுப்பை மஞ்சப்புத்தகமாகக் கொண்டு வந்தார். அதற்கே அவரை கொஞ்ச நாட்களுக்குத் முறை வைத்து திட்டிக் கொண்டிருந்தார்கள். கிராமப்புறங்களில் அந்த மாதிரிக் கதைகளை வயதுக்கு வராதவர்களே நிறையக் கேட்கிறார்கள், சொல்கிறார்கள் என்று தெரிந்தால் என்னவெல்லாம் செய்வார்களோ தெரியவில்லை.

மேற்கத்திய ஆய்வாளர்கள் இன்னும் மோசம். இந்துக் கடவுள்களின் பாலியல் சேட்டைகளையெல்லாம்கூடப் படித்திருக்கிறார்கள். ஆனால், நாட்டுப்புற பாலியல் வாழ்க்கை குறித்து அவர்களுக்கு அக்கறை இல்லை.

7

இது ஏன் இப்படி?

மேற்கத்திய ஆய்வாளர்களுக்கும் சரி, இந்திய ஆய்வாளர்களுக்கும் சரி, நாட்டுப்புற வழக்காறுகளைப் பற்றிப் பேசும் போது மிகையான பொறுப்புணர்ச்சி வந்து விடுகிறது. எளிதில் உடைந்து விடுகிற பொருளைக் கையாளுவதைப் போல பதவிசாக நடந்து கொள்ளத் தொடங்குகிறார்கள். நாட்டுப்புற வழக்காறுகளின் மீது கொலைக் குற்றம் சாட்டப்பட்டிருக்கிறது போலவும், 'அப்படியில்லை யுவர் ஆனர், வழக்காறுகள் நிரபராதிகள்!' என்று வாதாடும் கலாச்சார வழக்கறிஞர்களாகத் தங்களையும் கற்பனை செய்து கொள்ளும் போதுதான் இந்தப் பிரச்சினை தோன்றுகிறது.

ஆனால், நமக்கு வாய்த்த வழக்கறிஞர்கள் திறமைசாலிகள்! 'நிரபராதி என்றால், உலக மகா நிரபராதி! அதாவது அப்பழுக்கற்றவர்!' என்றே நாட்டுப்புற வழக்காறுகளுக்காக வாதிட்டு வருகிறார்கள். இது ஒரு வகையான புனிதப்படுத்தும் நோய். மிடாஸின் தங்க வரம் மாதிரி. தொட்டதனைத்தும் தங்கம்தான்!

பாலியலைப் பேசாத வழக்காறுகள் அரிதினும் அரிது. ரொம்பவும் பவித்ரமானதாகக் கருதப்படும் தேவதைக் கதைகளில் கூட 'பேசிப்

பழகுவது', திருமணத்திற்கு முன்பே கருத்தரிப்பது எல்லாம் உண்டு. இதனாலேயே, ரொம்ப வருடங்களுக்கு கிரிம் கதைகளைச் சிறுவர்களிடமிருந்து விலக்கியே வைத்திருந்தார்கள் என்றால் பார்த்துக் கொள்ளுங்கள்.

பாலுறவை முகத்தில் அறைவது போல பேசும் வழக்காறுகள் என்றால், நான் கரகாட்டத்தையும் ராஜா ராணி ஆட்டத்தையும்தான் கைகாட்டுவேன். பச்சை, பச்சை என்பீர்களே, அதற்கெல்லாம் தாத்தா இவை! தொட்டால் கையில் மட்டுமல்ல, மனசு வரை ஒட்டிக் கொள்ளும்!

அப்படியொரு கரகாட்டக் கலையைத்தான் கௌசல்யா தொழிலாகக் கொண்டிருப்பதாகச் சொல்கிறாள். கடந்த இருபது முப்பது வருடங்களில் தனது பழமை அனைத்தையும் துடைத்தெறிந்து விட்டு, புதுப்பொலிவுடன் ஜிகினா பூசியிருக்கும் கரகாட்டத்தை அவள் ஆடிக்கொண்டிருக்கிறாள். நாட்டுப்புறவியல் ஆய்வாளர்கள் புனிதம் என்று சொல்லி வைத்திருந்த அனைத்தையும் களைந்து எறிந்து விட்டு நிர்வாணமாய் நின்று கொண்டிருக்கும் கரகாட்டம் இது.

இன்றைய வழக்காறுகளைப் பார்க்கிற யாருக்கும் தலை கால் புரியாத குழப்பம்தான் தோன்றும். புத்தகங்களில் எழுதப்பட்டதற்கும் நேரில் பார்ப்பதற்கும் பெரும்பாலும் சம்பந்தமே இருக்காது. சமீபத்தில் எழுதப்பட்ட புத்தகங்களைக் கூட, ஐம்பது அறுபது வருடங்களுக்கு முன்பு எழுதப்பட்டவையோ என்றே சந்தேகப்படத் தோன்றும். அவ்வளவு இடைவெளி!

கிராமப்புறங்களிலும் அக்கலைகளின் பாரம்பரியம், மரபு, மேன்மை என்று நம்மோடு அளவளாவக்கூடிய கலைஞர்களையோ பார்வையாளர்களையோ நீங்கள் சந்திக்க மாட்டீர்கள். அப்படி சிலர் இருந்தார்கள் என்றும் அவர்களும் சமீபத்தில்தான் இறந்து போனார்கள் என்றுமே உங்களுக்குச் சொல்வார்கள். மரபான கலைகள் அழிந்து, தற்போதுதான் பிறந்திருக்கும் 'நவீன(?) நாட்டுப்புறக் கலைகளை' மட்டுமே நீங்கள் எதிர்கொள்ள வேண்டியிருக்கும்.

இதில் ஆச்சரியப்பட ஒன்றுமில்லை. பாரக் ஒபாமா, அன்புமணிக்கெல்லாம் ரொம்ப முன்னாடியே 'Folklore என்றாலே change' என்றுதான் சொல்லப்பட்டிருக்கிறது. தத்துவார்த்தமாக சொல்ல விரும்பினால், 'அது மாறிக்கொண்டேயிருக்கிறது, அதனாலேயே அது folklore'!

ஆனாலும் 'மாற்றம்' என்பது ரொம்பவும் சண்டித்தனமான ஒரு கருத்தாக்கம். பேசும்போது அத்தனைத் தேனொழுகப் பேசும். தூக்கி

மடியில் வைத்துக் கொள்ளலாம் போல் இருக்கும். ஆனால், அது நிகழத் தொடங்கிவிட்டால் உலகின் மொத்த கசப்பையும் நம்மிடம்தான் கொட்டும். ஏண்டா கொஞ்சினோம் என்று இருக்கும். வழக்காறுகளில் நடைபெறும் மாற்றங்களும் இப்படித்தான். மாற வேண்டியதுதான், அதற்காக இப்படியா?

8

இந்த மாற்றம் எப்படி நிகழ்ந்தது?

இந்த நூற்றாண்டில் தமிழ் நாட்டுப்புற வழக்காறுகளில் 'மாற்றம்' ஏற்பட முக்கியக் காரணமாக அமைந்தவை திரைப்படங்கள். ஐரோப்பிய நாடுகளில் நடைபெற்றது போல, தொழிற்புரட்சியோ, நவீனமாதலோ, தேசிய உருவாக்கங்களோ நமது வழக்காறுகளில் மாற்றங்களை ஏற்படுத்திவிடவில்லை. இங்கே நடைபெற்றதாக நம்பிக்கொண்டிருக்கிற நவீனமயம், தேசிய அடையாள உருவாக்கம் போன்ற எதுவும் அணுக முடியாத வேறொரு உலகத்திலேயே வழக்காறுகள் செயல்பட்டுக்கொண்டிருக்கின்றன.

இதற்கு மாறாக, திரைப்படங்கள், வழக்காறுகளின் வடிவத்திலும் உள்ளடக்கத்திலும் தயவு தாட்சண்யமற்ற வன்முறையோடு மாற்றங்களை உண்டாக்கியுள்ளன. இது வழக்காறுகளில் மட்டும்தான் என்றில்லை. தமிழின் அத்தனை கலைச் செயல்பாடுகளிலும் இந்த ஊடுருவலை நம்மால் கவனிக்க முடியும். இசை, ஓவியம், நடனம், இலக்கியம், நாடகம் என்று அனைத்து ஊடகங்களையும் திரைப்படம் உண்டு இல்லை என்று ஆக்கியிருக்கிறது.

ஆனால், பிற ஊடகங்கள் அனைத்தும் திரைப்படங்கள் தம்மீது அதிகாரம் செலுத்துவதை ஒத்துக்கொள்ளத் தயங்கிக்கொண்டே இருக்கின்றன. நாட்டுப்புற வழக்காறுகளுக்கு அந்தக் கூச்சமே இல்லை. தங்களைத் திரைப்படங்களின் போலியாகவே வடிவமைத்துக் கொள்கின்றன.

இது ஒரு முக்கியமான தருணம் கூட.

போலிகளை நாம் என்றைக்குமே கலையாக அங்கீகரிப்பது இல்லை. கலை என்று அழைத்துக் கொள்வதற்கு கடுகளவாவது சுய கற்பனை தேவை என்கிறோம். ஆனால், நாட்டுப்புற வழக்காறுகளுக்கு நாம் எதிர்பார்க்கும் 'சுய ஒழுக்கங்கள்' எதுவும் இருப்பதில்லை. அது துணிந்து போலி செய்கிறது; 'போலிதான் செய்கிறேன்' என்று உரக்கவும் சொல்கிறது!

வழக்காறுகளைப் போலி செய்தே ஆரம்பகாலத் திரைப்படங்கள் உருவாக்கப்பட்டன என்று வரலாறு எழுதிக் கொண்டிருக்கிற நேரத்தில், வழக்காறுகள் இது போலச் செய்தன என்பதுதான் வேடிக்கை.

வழக்காறுகள், திரைப்படங்களைப் போலி செய்து கொண்டிருப்பதை 1980களில்தான் கவனிக்கத் தொடங்கினோம். 'ரிக்கார்ட் டான்ஸ்' என்பது அந்தப் போலி வடிவத்தின் பெயர்.

மக்கள் எல்லா இடத்திலும் ரிக்கார்ட் டான்ஸ் வேண்டும் என்றார்கள் அல்லது ரிக்கார்ட் டான்ஸ் இருந்தால் எதை வேண்டுமானாலும் பார்ப்பதற்குத் தயாராக இருந்தார்கள். தோற்பாவைக்கூத்துக் கலைஞர்கள்கூடத் தங்களது நிகழ்ச்சிக்கு முன்பாக சம்பிரதாயமாக இரண்டு மணி நேரம் ரிக்கார்ட் டான்ஸ் ஆடுவதாகத் திட்ட மிட்டிருந்தார்கள்.

கரகாட்டம் இன்னும் ஒரு படி மேலே போய், திரைப்படப் பாடல்களைப் பாடுவது, பாடிக் கொண்டே ஆடுவது, இடையிடையே இரட்டை அர்த்த வசனங்களைப் பேசி சிரிக்க வைப்பது என்று வேறு திசையில் போய்க் கொண்டிருந்தது. ஆனால், இதையே 'மானாட மயிலாட' என்றும், 'சூப்பர் சிங்கர்' என்றும், 'கலக்கப் போவது யார்' என்று வெகுஜன ஊடகங்களில் செய்வதற்கு இருபத்தோராம் நூற்றாண்டு பிறக்க வேண்டியிருந்தது. இப்படித் தங்களை மாற்றிக் கொள்வதில் வழக்காறுகளுக்கு எந்தக் கூச்சமும் இருக்கவில்லை. வழக்காறுகளைப் பற்றி ஆராய்கிறவர்களுக்குத்தான் இது லஜ்ஜையாக இருந்தது. ஆராய்வதே ஆராய்கிறோம், போலிகளையா ஆராய்வது? ஒரு ஒரிஜினல் கூட கிடைக்க வில்லையா?

வழக்காறுகள் இதையெல்லாம் பொருட்டாகவே எடுத்துக் கொள்ளவில்லை. பட்டவர்த்தனமே எங்களது ஆதார குணம் என்றன. இது நமக்குச் சங்கடமாகத்தான் இருக்கிறது. ஆதிக் கலை வடிவங்களுக்கே இந்த நிலையா என்று வெப்புராளமாயிருக்கிறது. ஆனால், இதனால்தான் இவை ஆதிக்கலைவடிவங்கள் என்பதும் விளங்குகிறது. உயிர் வாழ்வதற்காக எதையும் தன்வயப்படுத்திக் கொள்ளும் தகவமைப்புகூட ஒரு வகை ஆதிகுணம்தான். சில நேரங்களில் சுயத்தையே இழந்தும் கூட இத்தகவமைப்பு நடக்கக் கூடும்! சுயம், அயம், ஆதி, புதுசு என்ற சொற்களுக்கெல்லாம் நாட்டுப்புற அகராதியில் வேறு அர்த்தங்கள்தான் சொல்லப் பட்டிருக்கின்றன.

கௌசல்யா என்ற அச்சிறு பெண், தனது தொழில் கரகாட்டம் என்று சொன்னதை நான் இப்படித்தான் விளங்கிக் கொண்டேன். உருமாறி நிற்கிறது ஒரு நாட்டுப்புறக் கலை; எனவே கலைஞர்களும் உருமாறி நிற்கிறார்கள்.

ஏற்கனவே சொன்னது போல, வறுமைதான் இக்கலைகளை நோக்கி அவர்களை உந்தித் தள்ளியிருக்கிறது. ஆனால், அது மட்டுமே போதுமானதா என்றால், இல்லை. அவர்கள் தங்களை நாட்டுப்புறக் கலைஞர்களாக மாற்றிக் கொள்ள வேண்டும். இதற்காக அவர்கள் சில பயிற்சிகளை மேற்கொள்ள வேண்டும். புதிய சூட்சுமங்களை கற்றுக் கொள்ள வேண்டும்.

9

கௌசல்யா கதையில் இதுவெல்லாம் எப்படி நடந்தது என்று தெரிந்த கொள்ள நான் ஆசைப்பட்டேன்.

நாட்டுப்புறக்கலைஞர்கள் உருவாகும் முறைகள் குறித்து ஏராளமான ஆய்வு நூல்கள் எழுதப்பட்டுள்ளன. இந்த யோசனையை தொடங்கி வைத்தது, மில்மன் பாரி என்ற அமெரிக்கர். ஹோமரின் இதிகாசங்கள் எப்படித்தான் எழுதப்பட்டிருக்கும் என்ற கேள்வியோடு யுகோஸ்லேவியா புறப்பட்டவர் அவர். போன இடத்தில், செர்போ-குரோச்சிய (இன்றைய போஸ்னியா - ஹெர்ஸகோவினா) நாட்டார் பாடகர்களின் திறனைக் கண்டு மயங்கிப் போனார். எழுதப் படிக்கத் தெரிந்திராத அப்பாடகர்கள் லட்சக்கணக்கான வரிகள் கொண்ட கதைப்பாடல்களை அனாயசமாக ஞாபகம் வைத்துப் பாடுவதைக் கண்டவர், ‘இப்படிப் பாட எப்படிக் கற்றார்கள்?’ என்று கேட்கத் தொடங்கினார்.

அந்தப் பாடல்கள் எவையும் புத்தகங்களில் இருக்கவில்லை. எல்லாமே மனதில்தான் எழுதி வைக்கப்பட்டிருந்தது. இந்த மனவெழுத்து எப்படி நடக்கிறது?

மில்மன் பாரியின் ஆய்வுகளைத் தொடர்ந்த ஆல்பர்ட் பேட்ஸ் லார்ட் என்ற ஆய்வாளர் ஒரு புத்தகம் எழுதினார் - *The Singer of Tales*. அந்தப் புத்தகம், வாய்மொழிப் பாடகர்களின் கலைநுட்பத் திறனை சில அடிப்படையான கருத்தாக்கங்களின் மூலம் கோடிட்டுக் காட்டியது. செவ்வியல் கலைகளுக்கும், நவீன கலைகளுக்கும் மட்டுமே நுட்பங்களும், அழகியலும் வாய்க்கும்; நாட்டுப்புறக் கலைகளில் எல்லாமே தான்தோன்றித்தனமானவை என்று சொன்ன வாதத்தை அந்தப் புத்தகம் சண்டைக்கு அழைத்தது.

நாட்டுப்புறக் கலைகளும் இலக்கணம் சார்ந்தவையே; அவற்றிலும் கற்றுக் தேர்வதற்கு சூத்திரங்கள், உத்திகள் உண்டு; அவற்றைக் கற்றுக் கொள்வதற்கு முறையான பயிற்சிகளும் இருக்கின்றன; இவ்வாறு கற்றுக் கொண்டவர்களே நாட்டார் கலைஞர்களாக பரிமளிக்கிறார்கள் என்பது போன்ற உரையாடலை அந்தப் புத்தகமே தொடங்கி வைத்தது.

'அப்படியே ஊத்து மாதிரி கொட்டுமாக்கும்!'

'இதெல்லாம் தன்னால வரணும்! படிப்புக்கும் இதுக்கும் சம்பந்தமேயில்லை!'

'ஒழுங்கில்லாமல் இருக்குறதுதான் அதன் அழகே!' என்றெல்லாம் நாட்டுப்புறக் கலைகளைப் புனிதப்படுத்திக் கொண்டிருந்த சூழலில் மில்மன் பாரி, ஆல்பர்ட் பேட்ஸ் லார்ட் இருவரின் ஆய்வுகளும் சில யதார்த்தங்களை பேசத் தொடங்கின.

நாட்டுப்புறக் கலைஞர்களுக்கு ஒவ்வொரு நிகழ்ச்சியும் பயிற்சிதான். அக்கலைஞர்கள் கற்றுக் கொள்வதை என்றுமே நிறுத்துவதில்லை; இதுதான் ஆகச்சிறந்த நிகழ்ச்சி என்றும் எதுவுமில்லை. ஒவ்வொரு புதிய நிகழ்ச்சியும், அதன் முந்தைய நிகழ்ச்சியைத் தாண்டிச் செல்லவே முயற்சிக்கிறது. ஒவ்வொரு கலைஞரும் தனது நிகழ்ச்சியிலிருந்து மட்டுமில்லாது பிறருடைய நிகழ்ச்சியிலிருந்தும் ஏராளமான விஷயங்களைக் கற்றுக் கொள்கிறார். கற்றுத் தேர்ந்ததாக என்றைக்குமே கருதுவதில்லை.

ஒவ்வொரு நிகழ்வின் போதும் பாரம்பரியத்தைக் கடைபிடிக்க அவ்வளவு மெனக்கிடுகிறார்கள். அதே நேரம் தங்கள் தனித் தன்மையையும் பாதுகாக்கிறார்கள். பாரம்பரியமும் தனித்தன்மையும், அவர்களைப் பொருத்தவரையில் எதிரெதிரான விஷயங்களே இல்லை. தனித்தன்மையோடு ஒவ்வொரு நிகழ்ச்சியையும் செய்கையில் பாரம்பரியத்தையே காப்பாற்றுவதாக நினைத்துக் கொள்கிறார்கள்.

'பாரம்பரிய நிகழ்த்துதல்' என்பது அவர்களைப் பொருத்தவரை ஒரு புனைவு மட்டுமே. அப்படியொன்று இருப்பதாக நம்புகிறார்கள்; ஆனால், அதை என்றாவது நிகழ்த்திவிட முடியும் என்று அவர்களுக்கு நம்பிக்கையில்லை. ஆனாலும், அதை நோக்கியே நகர்ந்து கொண்டிருக்கிறார்கள்.

எந்தவொரு நாட்டுப்புறக் கலைஞரும் முதலில் ரசிக்கவே பழகுகிறார்; அதற்காக நிறைய நிகழ்ச்சிகளைத் தேடித் தேடிப் போய்

பார்க்கிறார். அதன் பின் அந்தரங்கமாகவோ சிறு குழுக்கள் மத்தியிலோ தனது அரைகுறை முயற்சிகளை மேற்கொள்கிறார்; கொஞ்சம் தைரியப்பட்டதும் பெரிய பெரிய நிகழ்வுகளில் சின்னச் சின்ன பொறுப்புகளை ஏற்றுக்கொண்டு வெள்ளோட்டம் பார்க்கிறார்; அதன் பின்பே பெரிய பொறுப்புகளை மேற் கொள்கிறார்; ஆனால், இறுதி வரையில் கற்றுக் கொள்வதை மட்டும் நிறுத்துவதே இல்லை.

கௌசல்யா கரகாட்டக் கலைஞராக மாறியது குறித்து அவர்களிடம் நான் நிறைய பேசினேன். கௌசல்யா நடனமாடப் பழகியது எப்படி, முதல் நிகழ்ச்சி எப்படி நடந்தது, கௌசல்யாவின் துணையாக மாரியம்மாளும் சென்று வந்தது எப்போது என்றெல்லாம் பேசிக் கொண்டிருந்த போது,

'கௌசல்யாவுக்கு இன்னொரு பேரு உண்டு சார்' என்றார் மாரியம்மாள். 'முத்துமாரின்னு சாமி பேரு வச்சிருந்தோம். நிகழ்ச்சிக்கி போக ஆரம்பிச்சதும்... கௌசல்யான்ற பேரு புடிச்சிருக்குனு சொன்னா, சரின்னு மாத்திட்டோம். நோட்டீஸ்ல எல்லாம் கௌசல்யான்னுதான் போடுவாக.'

'கூப்பிடுறது எப்டி கூப்பிடுவீங்க? கௌசல்யாவா இல்ல முத்துமாரியா?'

கௌசல்யா முந்திக் கொண்டு, 'எல்லாரும் கௌசல்யான்னுதான் கூப்புடுவாங்க. யாருக்கும் முத்துமாரின்னு தெரியாது' என்றாள்.

இந்த முறை மாரியம்மாள், 'ஆனா, இங்கன உள்ளவக எல்லாம் இன்னொரு பேரு வச்சி கூப்பிடுவாக....' என்று சொல்லி சிரித்தார். 'முண்டக்கண்ணி! கண்ணு முழிச்சிக்கிட்டு பெருசா இருக்கதால'.

நான் கௌசல்யாவைப் பார்த்தேன். அவள் முகம் காலியாக இருந்தது. எனக்கு ஆச்சரியம். வழக்கமாய் இந்தத் தருணத்தில் யாராக இருந்தாலும் கொஞ்சம் போல வெட்கம் வரும். அவள் முகத்தில் அப்படி எதுவும் இல்லை. என்னுடைய அடுத்த கேள்விக்குக் காத்துக் கொண்டிருந்தாள்.

'கௌசல்யாவிற்கு ஆடுவதற்கு யார் பயிற்சி கொடுத்தார்கள்?'

'யாரும் இல்ல. அவளேதான் இந்த டிவிய போட்டு போட்டு பாத்து, ஆடிப்பழகுவா'.

'அம்மா நிகழ்ச்சிக்கி போகும் போது நானும் கூட போயிருக்கேன். ஆடுறதுனா இஷ்டம். ஸ்கூல் ஆண்டுவிழால ஆடியிருக்கேன்.'

‘உங்க ஸ்கூல்ல யாருக்காவது நீ கரகாட்டம் ஆடுவேன்னு தெரியுமா?’

‘ஆட ஆரம்பிச்சதும்தான் நான் ஸ்கூலுக்கே போறதில்லயே!’

‘ஸ்கூல்ல யாருக்கும் தெரியாது.... தெரிஞ்சிருக்கும்... இவளதான் நிப்பாட்டியாச்சில்ல.’

‘நீங்க இவளுக்கு எதுவும் கத்துக் கொடுத்திருக்கீங்களா?’

‘பழைய பாட்டுகள இப்ப யாரு கேக்குறா. எல்லாம் புது பாட்டுக்குல்லா ஆடனும்னு சொல்றாங்க.’

‘நாங்க, ஆடுறவங்களா சேந்து பிராக்டிஸ் பண்ணிக்குவோம்.’

‘ஆமா, இங்கன ரெண்டு மூணு புள்ளைங்க இருக்குது. அதுகளா சேந்து ஆடிப்பாத்துக்கும்ங்க. நானும் ஆடட்டும்னு உட்டுருவேன். சினிமாவுக்குப் போவா...புள்ளைங்களோடதான் போவா. போய்ட்டு வரட்டும்னு உட்டுருவேன். வேற எங்கயும் உடமாட்டேன். அவளும் போமாட்டா. நிகழ்ச்சி போய்ட்டு வந்தா ஒடம்பெல்லாம் அப்டி அசதியாருக்கும். நா முழுக்க தூங்குவா.’

‘ரெண்டு மூணு நாளு தொடர்ச்சியா ஆடுனாதான் அப்படி தூங்குவேன்.’

‘அப்ப எல்லாம், கறி வச்சி குடுப்பேன். அது ஒண்ணுதான் அவளுக்கு புடிக்கும்.’ நான் கௌசல்யாவைப் பார்த்தேன். அதே காலி முகம்! ஒவ்வொரு முறை அவளைப் பற்றி நெருக்கமாய் ஏதாவது சொல்லும் போதும் இந்த வெத்து முகத்தை வைத்துக் கொள்கிறாளா?

10

நாட்டுப்புறக்கலைகளில் திரைப்படப் பாடல்களைப் பாடுவது, அதே நடனங்களை ஆடுவது போன்றவை கட்டாயமாக்கப்பட்ட பின்பு, கௌசல்யா மாதிரியான கலைஞர்கள் தொலைக்காட்சி மூலமே நிறைய விஷயங்களைக் கற்றுக் கொள்கிறார்கள் என்பதில் ஆச்சரியம் ஒன்றுமில்லை. அதை அவர்கள் கிராம நிகழ்ச்சிகளில் ஆடிக் காட்டும் போது, திரைப்படத்தில் காட்டப்பட்டதை திரும்ப நிகழ்த்துவதற்கு முயற்சிக்கிறார்கள் என்பதும் புரிந்துகொள்ள எளிமையானதுதான். திரைப்படம் உயர் தொழில் நுட்பங்களால் செய்யப்பட்டது என்பதால் அவர்களால் என்றைக்குமே அந்தப் பாடலையோ நடனத்தையோ அப்படியே திரும்பச் செய்து விட முடிவது இல்லை. ஆனாலும், அவர்கள் துவண்டு போகாமல் திரும்பத் திரும்ப அதையே செய்து கொண்டிருக்கிறார்கள்.

முடியவே முடியாத ஒன்றை ஏன் இவர்கள் தொடர்ச்சியாக முயற்சி செய்து கொண்டிருக்க வேண்டும்? இவர்களால் முடியவே முடியாது என்று தெரிந்தும், மக்களும் ஏன் தொடர்ந்து ஆதரித்துக் கொண்டிருக்க வேண்டும்?

இந்த இடத்தில் மில்மன் பாரியும், ஆல்பர்ட் பேட்ஸ் லார்டும் குறிப்பிடும், 'பாரம்பரியம் - நிகழ்த்துதல்' என்ற விஷயத்தை கொஞ்சம் ஞாபகப்படுத்திக் கொள்ளலாம். நாட்டுப்புறக் கலை நிகழ்வுகளில் பாரம்பரியம் இன்றியமையாதது; காலங்காலமாக வழங்கி வரும் நிகழ்த்து மரபுகளை ஒவ்வொரு கலைஞனும் பின்பற்ற வேண்டியது கடமை. ஆனால், அது சாத்தியமும் இல்லை; சாத்தியப்பட்டால் அது கலையும் இல்லை!

பின் என்னதான் செய்வது? பாரம்பரிய நிகழ்த்துதலை மறு உருவாக்கம் செய்ய முடிந்த வரை முயற்சிப்பது; அதாவது, மரபான நிகழ்த்துதல்தான் முழுமையான நிகழ்த்துதல் - அதை நோக்கியே ஒவ்வொரு முறையும் பயணம் செய்வது. ஆனால், கலைஞர்களின் தனித்தன்மை அப்படி நடந்து விட அனுமதிப்பதில்லை. இந்த வகையில் எந்தவொரு நாட்டுப்புறக் கலை நிகழ்வும் 'பாரம்பரியம் - தனித்துவம்' இரண்டிற்குமான மோதல்தான்.

தனித்துவம், அந்தந்த கலைஞரிடம் உள்ளது; அவரது பயிற்சி, கற்பனை, உணர்விலிருந்து தனித்தன்மை உருவாகுகிறது. அப்படியானால், பாரம்பரியம்? எங்கிருக்கிறது அது?

பாரம்பரியத்தின் கதையும் கடவுளின் கதையும் ஒன்று. இருக்கிறது என்று நம்பினால், எல்லா இடத்திலும் இருக்கிறது. பார்க்க எப்படி இருக்கும் என்று கேட்டால் சொல்ல வராது. ஒவ்வொரு கலைக்கும் பாரம்பரிய வடிவம் ஒன்று உண்டு. அதை யாரும், எந்த காலத்திலும் நிகழ்த்தியதும் இல்லை; நிகழ்ந்து பார்த்தவர்களும் இல்லை.

மில்மன் பாரி, ஆல்பர்ட் பேட்ஸ் லார்ட் 'பாரம்பரிய நிகழ்த்துதல்' என்று சொன்னதை, சமீபத்தில் லாரி ஹாங்கோ என்ற பின்லாந்து ஆய்வாளர் 'மனப் பனுவல்' என்று வேறு மாதிரி சொல்லிப் பார்த்தார். கர்நாடக மாநிலத்தில், துலு பேசும் பகுதியில், வழங்கப்படும் 'சிரி' (அட! தமிழ்ல சரி வரல்லியே... SIRI தாங்க சரி) என்ற நீண்ண்ட காப்பியமொன்றைப் பதிவு செய்ய முயற்சிக்கும் பொழுது 'பாரம்பரியப் பனுவலை'யே தேடிச் சென்றார். அதற்கு என்ன உத்திகளைக் கையாண்டார் என்பதெல்லாம் இப்போதைக்கு வேண்டாம். இந்தப் 'பாரம்பரிய நிகழ்த்துதல்', 'மனப் பனுவல்' போன்ற அனைத்தும் கண்ணுக்குப் புலப்படாதது என்பதை மட்டும்

எடுத்துக் கொள்ளலாம். இந்த கண்ணுக்குப் புலப்படாத மூலத்திலிருந்தே ஒவ்வொரு கலைஞனும் தனது படைப்பை உருவாக்குகிறான்.

இதையே நீங்கள், எழுத்திலக்கியங்களுக்கும் சொல்லிப் பார்க்கலாம். எது சிறுகதை? எது கவிதை? எது நாவல்? அது எப்படி இருக்கும்? விளக்க முடியுமா? காட்ட முடியுமா?

முடியும், ஆனால், முழுமையாக முடியாது!

எது சிறுகதை என்பதைக் காட்ட முடிந்தால், அத்தோடு தீர்ந்தது; அதற்குப் பின் உலகில் சிறுகதைகளே எழுதப்படாது.

11

இசையிலும் இதே கதைதான். இளையராஜாவிடம் யாரோ ஒருவர், ஒரு கேள்வி கேட்கிறார். எப்படி இப்படியெல்லாம் இசை அமைக்கிறீர்கள்? எங்கிருந்து வருகிறது இது?

இளையராஜா உடனே அக்கேள்வி தந்த கூச்சத்தில் சங்கடமான சிரிப்பொன்றை வெளிப்படுத்துகிறார்.

பின், ‘தெரியலயே’ என்கிறார்.

‘தெரிந்தால், நான் அப்புறம் இசையமைக்க முடியாதே’ என்கிறார்.

இது எல்லா படைப்புகளுக்கும் பொருந்தும். கலை குறித்து பேசிய எல்லோரும் இப்படியே பேசியிருக்கிறார்கள்.

இன்னொரு உதாரணத்தையும் என்னால் சொல்ல முடியும். 12ம் நூற்றாண்டு பிரான்சில், தீராக் காதலனாகவும் துறவியாகவும் வாழ்ந்த பியர் அபிலார்ட், இந்த விஷயத்தை ‘தூய வடிவங்கள்’ என்பது போலச் சொல்கிறார். காதல், அரதப் பழசான ஒரு உணர்வு. ஆனாலும், அதைப் பேசி முடித்து விட்டோமா என்ன?

திரும்பத் திரும்ப எத்தனை கோடிக் கவிதைகள் எழுதப்படுகின்றன! இன்னும் அதை முழுமையாக வெளிப்படுத்த முடியவில்லை என்றுதானே அர்த்தம்? என்றைக்காவது காதல் என்றால் இதுதான் என்று சொல்லி விடக்கூடிய கவிதையை யாராலாவது எழுதிவிட முடியுமா? முடியாது!

ஆனால், அப்படியொன்றை எழுதுவதற்குத்தானே தொடர்ந்து முயற்சி செய்கிறோம்.

•••

திரைப்படங்களை போலி செய்யத் தொடங்கும் கலைகளுக்கு 'பாரம்பரிய நிகழ்த்துதல்' / 'மனப் பனுவல்' / 'தூய வடிவம்' எதுவாக இருக்கும்? சந்தேகமே இல்லாமல், அவற்றிற்கெல்லாம் திரைப்படம் தான் பாரம்பரியம், மரபு!

இதுதான் மரபு; இதுதான் மனப் பனுவல்; இதுதான் தூய வடிவம் என்று தெரிந்துவிட்டால் மற்ற அனைத்தும் சலித்துப் போய்விடுமே! மற்ற அனைத்தின் மீதும் வெறுப்பு வந்து விடுமே! ஆனால், திரைப்படங்களை மீண்டும் மீண்டும் என்ன செய்தாலும் மக்கள் ரசிக்கிறார்களே ஏன்?

கரகாட்டம், ரிக்கார்ட் டான்ஸ் மட்டுமல்ல, மெல்லிசைக் கச்சேரிகள், தமிழ்த் தொலைக்காட்சிகளில் காட்டப்படும் விதவிதமான போட்டி நிகழ்ச்சிகள் என்று அனைத்தும் திரைப்படங்களை மீண்டும் மீண்டும் செய்து பார்ப்பதுதானே? திரைப்படங்களே இருக்கையில் இவை எல்லாம் எதற்காக? திரைப்படங்களை மரபாக / மனப்பனுவலாக ஏற்றுக்கொண்ட இந்நிகழ்வுகளைக் கலைத்தன்மை இல்லாதவை என்று ஒதுக்கி விட முடியுமா?

அதாவது, அரூப மூலங்களிலிருந்துதான் கலைப் படைப்புகள் உருவாக முடியும்; அப்பொழுதே அவற்றில் தனித்துவம் வெளிப்பட வாய்ப்பிருக்கிறது. கண்ணுக்குப் புலப்படும் திரைப்படங்களிலிருந்து ஒரு படைப்பு செய்யப்படுகிறது என்றால் அது போலி படைப்பு; அதில் படைப்பூக்கம் இல்லை என்று சொல்லி நிராகரித்து விடலாமா?

12

நாம் இப்பொழுது பழைய பிரச்சினைக்கே திரும்ப வந்திருக்கிறோம். என்னிடம் பிடிக்காத விஷயத்தில் இதுவும் ஒன்று. சுற்றி சுற்றி வந்து கொண்டிருக்கிறேன்.

தனது மரபான குணங்களை இழந்து, திரைப்படத்தினால் முழுக்க முழுக்க கபளீகரம் செய்யப்பட்டிருக்கிற கரகாட்டம் போன்றவற்றை 'நாட்டுப்புறக் கலைகள்' என்று அழைப்பது சரிதானா? அவற்றில் கலைத்தன்மை என்று எதைச் சொல்லமுடியும்?

ஏற்கனவே கேட்கப்பட்ட, இந்தக் கலைத்தன்மை கேள்வியை நைஸாக கழட்டி விட்டு, 'மாறிக்கொண்டிருப்பது வழக்காறுகளின் இயல்பு' என்று வேறு திசையில் வந்து கொண்டிருந்தேன். ஆனால், இந்தப் பாதையிலும் அதே கேள்வி எதிர்படுகிறது. இந்த முறை என்ன செய்யலாம்?

அதேதான், அந்தக் கலைத்தன்மைக் கேள்வியை அம்போ என்று விட்டு விட்டு, வேறொரு கேள்விக்கு பதில் சொல்லிக் கிளம்பி விடலாம்.

அந்த வேறொரு கேள்வி இதுதான்: திரைப்படங்களை மூலப் பிரதியாகக் கொண்டு உருவாகும் நிகழ்ச்சிகளை மக்கள் விழுந்து விழுந்து ரசித்துக் கொண்டிருப்பானேன்? அதற்கு அவர்கள் நேரடியாகத் திரைப்படங்களையே ரசித்து விடலாம்தானே?

13

திரைப்படங்களுக்கும் இந்தப் போலி நிகழ்ச்சிகளுக்கும் ஒரு அடிப்படையான வித்தியாசம் இருக்கிறது. அது, நிஜம்! ஆமாம், இந்தப் போலி நிகழ்ச்சிகள் நிஜமானவை!

திரைப்படங்கள் நிஜமானவை அல்ல. இதை வேறு வார்த்தையில் சொல்வது என்றால், மனிதத்தன்மை என்றும் சொல்லலாம்.

திரைப்படங்களில் மனிதத்தன்மையைக் காணவில்லை. அது சற்றே பிரம்மாண்டமாக இருக்கிறது; தரையில் கால் பாவாமல், புகை போல அந்தரத்தில் தொங்குகிறது; இன்னும் அதிகமாக, அதில் எல்லாமே நேர்த்தியாய் இருக்கிறது - ஒளி, நிழல், வண்ணம், கோணம், பார்வை, மனிதர்கள், அவர்கள் பேசும் பேச்சு, பாடல், இசை, நடனம், அழுகை, கோபம், இத்யாதி போன்ற உணர்ச்சிகள்.... என்று எல்லாமே சொல்லிச் செய்தது போல, அவ்வளவு கச்சிதமாய், மாசு மருவற்று, தடங்கல்களற்று, கோளாறுகளற்று, பிசிறடிக்காமல், துல்லியமாய், எல்லாமே சரியாய், அதனால் அந்நியமாய் ஏதோ போல இருக்கிறது.

மிக அற்புதமான வானத்தை, மலர்களை, பறவைகளை, ஆண்களை, பெண்களை, குழந்தைகளை திரைப்படங்களில் மட்டுமே பார்த்திருக்கிறோம். மலைப்பாகவும், விசித்திரமாகவும் இருக்கிறது. அது, வேறொரு துப்புறவான உலகம்!

ஆனால், திரைப்படங்களைப் போலி செய்யும் நிகழ்ச்சிகளில் தவறுகள் மலிந்துள்ளன. அவற்றில் அத்தனை நேர்த்தியில்லை. கோளாறுகள் இருக்கின்றன. இதனால் மனிதத்தன்மை பீறிட்டு பொங்குகிறது. நம்மால் நெருக்கமாக உணர முடிகிறது. ஒரு ஸ்நேக பாவம் உருவாகுகிறது. உண்மையில் எல்லோருமே இந்தத் தவறுகளைத் தான் ரசிக்கிறோம். ஆனால், பாராட்டிக் கொள்வது மட்டும் திரைப்படங்களின் செய்நேர்த்தியை கொண்டிருக்கும் போலிகளை!

இது ஒரு வினோதமான நடவடிக்கை.

திரைப்படங்கள் உருவாக்குகிற இலட்சிய உலகை வாய்பிளந்தும் பார்த்துக் கொண்டிருக்கிறோம். ஆனால், அது நாம் வாழும் வகைக்கான தகவமைப்புகளைக் கொண்டிருக்கவில்லை என்பதையும் ரகசியமாய் உணர்கிறோம்.

திரைப்படங்களைப் பார்ப்பது புராணக்கதைகளைக் கேட்டுக் கொண்டிருப்பதைப் போல் இருக்கிறது. மீமனிதர்களின் உலகம். 'அந்த காலத்தில் எல்லாமே பளிச்சென்று சுத்தமாய் இருந்தது' என்று நம்புகிற வெள்ளந்தித்தனம். இதனால், பாரம்பரியம், மரபு, பண்பாட்டுச் செழுமை போன்ற கற்பனைகளையெல்லாம் திரைப் படங்களின் மீது ஏற்றி வைப்பது நமக்குச் சுலபமாயிருக்கிறது.

14

'திரைப்படம், திரைப்படம்' என்று நான் சொல்வதனைத்தும் அந்த ஊடகத்தைத்தான் என்பதை தயவு செய்து புரிந்து கொள்ளுங்கள். 'அத்திரைப்படம் காட்டுகிற உலகம்' என்பதும் அவ்வூடகம் காட்டுவதைத்தான். அதில் என்ன கதைகள் பேசப்படுகின்றன, என்ன உணர்வுகள் வெளிப்படுத்தப்படுகின்றன என்பதெல்லாம் இரண்டாம் பட்சம். என்ன சொன்னாலும், எதைச் சொன்னாலும் நமது 'பாரம்பரியம்', 'மரபு' போன்ற கற்பனைகளின் சாயலைக் கொண்டிருக்கின்றது.

பொதுவாக, திரைப்படம் என்பது கனவு தேசம் என்றும், அது கனவுகளை உற்பத்தி செய்கிறது என்றும் ஒரு பேச்சு இருக்கிறது. என்னைக் கேட்டால் அது பாரம்பரியம் / மரபு / இலட்சியங்களின் மொழியில் பேசுகிறது என்பேன். அது தன்னை அதிதுல்லியமாக உருவாக்கிக் கொள்வதன் மூலம், சாதாரணமாய் நமக்கு விளங்காத உலக ரகசியங்களனைத்தையும் அறிந்தது போன்ற மனத்தோற்றத்தை நம்மிடம் ஏற்படுத்துகிறது.

ஒரு வகையில் எல்லாக் கலை வெளிப்பாடுகளும் இத்தகைய மனத்தோற்றத்தையே நம்மிடம் ஏற்படுத்துகின்றன. புனைவின் அடிப்படை தர்க்கம் இது. அது நம்மை மீமனிதனாக உணரச் செய்கிறது. பார்க்க முடியாததையெல்லாம் பார்க்க, கேட்க முடியாததையெல்லாம் கேட்க...

அறியமுடியாதவை, ரகசியம், அந்தரங்கம் என்று நினைத்திருந்த அனைத்தையும் தன்னால் வெளிப்படுத்த முடியும் என்றே புனைவு சொல்கிறது. எழுத்திலக்கியக்கங்கள் உருவாக்கப்பட்ட போது, புனைவு அம்பலப்படுத்தும் ரகசியங்களின் அகலமும் ஆழமும்

அதிகரித்ததை நம்மால் உணரமுடிந்தது. இப்படியே ஓவியம், இசை, நடனம், நாடகம் என்று அத்தனை கலை வடிவங்களும் நாம் அறிந்திராத, ஆனால் அறிய விரும்பும் உலகத்தையே நமக்குக் காட்டிக் கொண்டிருந்தன.

திரைப்படங்கள் இன்னும் ஒரு படி மேலே போய், இது வரையிலான அத்தனைக் கலை ஊடகங்களையும் தொழில் நுட்பத்தின் வழியாய் கட்டிச் சேர்த்து, மேம்படுத்தப்பட்ட புனைவுலகமொன்றை நமக்குக் காட்டத் தொடங்குகிறது. அது வெளிப்படுத்தும் ரகசியங்கள் எந்தத் தரத்தைச் சார்ந்தவை என்று அளவிடுவதற்கு முன்பு, அவ்வூடகம் ஏற்படுத்தும் கிளர்ச்சியிலிருந்து விடுபடுவது வெகுஜன ரசனைக்கு பிரம்மபிரயத்தனமாக இருக்கிறது. ஏனென்றால், அந்த ஊடகத்தின் பாஷை 'பாரம்பரியத்தின்' பாஷையைப் போல இருக்கிறது.

15

கரகாட்டக் கலைஞரின் மார்பில் குத்துவதென்றால் நாட்டுப்புற ரசிகனுக்கு அவ்வளவு இஷ்டம். தங்களது அபிமானத்தை காட்டுவதன் ஆரம்ப நிலையே இந்த 'மார்புக்குத்து'. இன்னும் நேரம் ஆக ஆக அவர் பாராட்டும் தொனி வேறு வேறு ஆபத்தான வட்டாரங்களுக்குள் பயணம் செய்யும்.

மாரியம்மாளிடம் நான் கேட்டேன். 'இந்தச் சிறு பெண் இதையெல்லாம் எப்படி சமாளிப்பாள்?'

'ஆரம்பத்துல நானும் கூட போய்ட்டு இருந்தேன் சார். மிரண்டுறக் கூடாதுனு நானும் போவேன். இப்ப செட்டுக்காரங்க கவனிச்சுக்கு வாங்க. எல்லா ஊர்கள்லயும் அப்டி இருக்காது. சில குறிப்பிட்ட ஊர்கள்லதான், கேக்கவே மாட்டங்க. ஆனா, அப்டி ஊருக்கு அடுத்து போக மாட்டோம்.'

கௌசல்யா இது பற்றி கருத்தே இல்லாதது போல இருந்தாள்.

'இப்பல்லாம் தனியா அவளே சமாளிச்சுக்குவாளா?'

'வேற என்ன செய்ய? எனக்கும் முடியல. ஆனா, ஒரு வார்த்த மட்டும் சொல்லிருக்கேன். எக்காரணத்த முன்னிட்டும் நிகழ்ச்சி முடிஞ்சப்புறம் அந்த ஊர்ல இருக்கக் கூடாது. மறுநா கறிச்சோறு இருக்கு சாப்புட்டுட்டு போங்கனு சொல்வாங்க. அதுக்கு மட்டும் ஆசப்பட்டு இருக்கவே கூடாது. உடனே கௌம்பிரனும்னு சொல்லிருக்கேன்.'

16

எந்த நேரத்தில் எந்தக் கேள்விக்கு விடை கிடைக்கும் என்பதை யார்தான் சொல்ல முடிகிறது?

முடத்தாமக் கண்ணியார் எழுதிய பொருநராற்றுப்படையில் (சங்க இலக்கியம்தான்; பத்துப்பாட்டுதான்) எடுத்த எடுப்பில் ஒரு நாட்டுப்புறக் கலைஞரைப் பற்றிய பாராட்டுரைகள் சொல்லப் பட்டுள்ளன. அதன் இரண்டாவது வரிக்கு எனக்கு ரொம்ப நாளாய் அர்த்தம் விளங்கவே இல்லை. மாரியம்மாள் கறிச்சோறு பற்றி சொன்னதும்தான் எனக்கு அதன் முழு அர்த்தமும் விளங்கியது.

அந்த வரி இததான்:

> ‘அறாஅ யாணர் அகன் தலைப் பேரூர்
> சாறு கழி வழி நாள் சோறு நசை உறாது
> வேறு புலம் முன்னிய விரகு அறி பொருந....’

அதாவது, ‘அந்தப் பெரிய ஊரின் திருவிழாவை முடித்துவிட்டு, மறு நாள் கறிச்சோறுக்கு ஆசைப்பட்டு இருந்து விடாமல், அடுத்த இடத்தைத் தேடிக் கிளம்பி விட்ட புத்திசாலிக் கலைஞன் நீ...’ யாம்.

கலைஞன் ஏன் புத்திசாலி என்று விளங்குகிறதா? இரண்டாயிரம் வருடம் ஆனாலும் தமிழ்ப் பண்பாடு மட்டும் மாறவே இல்லை!

•

7

ஏழாம் அறிவும் அடித்தளமக்கள் ஆய்வுகளும்

திரைப்படத்திற்கான விமர்சனமா இது என்று கேட்டால், இல்லை. இந்தக் கட்டுரை தமிழ்ச் சமூகத்தில் நடைபெற்று வரும் ஒரு உரையாடல் தொடர்பானது. கடந்த இருபது வருடங்காளாக, தமிழ் ஆய்வுலகில் 'அடித்தளமக்கள் வரலாறு' என்றும் 'வரலாற்று மீட்டுருவாக்கம்' என்றும் 'நாட்டுப்புறவியல்' என்றும் 'தலித்தியம்' என்றும் 'அடையாள அரசியல்' என்றும் 'நவீனத் தமிழ்ச் சமூக உருவாக்கம்' என்றும் நடைபெற்று வருகிற உரையாடல்களுக்கும், 'ஏழாம் அறிவு' என்ற திரைப்படத்திற்குமான முரண்களை கவனப்படுத்துவதே இக்கட்டுரையின் ஒரே நோக்கம்.

•

ஏழாம் அறிவு என்ற திரைப்படத்தில் சொல்லப்படும் மையமான விஷயம் இதுதான்: தமிழர்களாகிய நாம் அறிவிலும் திறமையிலும் மிகச்சிறப்பான இடத்தை வகித்திருந்தோம்; கலை, அறிவியல், மருத்துவம், தத்துவம் போன்ற துறைகளில் நாம் பிற சமூகங்களை விடவும் முன்னேறிய நிலையில் இருந்தோம்; ஆனால், இவையனைத்தும் பழங்கதைகள்!

இந்தப் பெருமைகளையெல்லாம் நாம் எப்படியோ தொலைத்து விட்டோம். அப்பெருமைகளை மீட்டு வர வேண்டிய தேவை

இன்றைக்கு இருக்கிறது. இன்றைய உலகமய சூழலில் பிற நாடுகளிலிருந்து வரக்கூடிய அச்சுறுத்தல்களை எதிர்கொள்வதற்க்கு அந்த மறந்து போன அறிவுகளை மீட்டெடுப்பது அவசியம். அதைச் செய்வதற்கு ஒரு தமிழ்ப்பெண் முயற்சி செய்கிறாள்; அந்தக்கதைதான் ஏழாம் அறிவு!

அந்தப்பெண் இப்படித்தான் செய்கிறாள். சித்த வைத்தியரின் மகளாக சொல்லப்படும் அப்பெண் மரபணு அறிவியலில் ஆய்வு செய்கிறாள். போதி தர்மன் என்ற பழந்தமிழனின் உயிர் மூலக்கூறு அவளுக்குக் கிடைக்கிறது. அத்தமிழனின் வம்சாவழியினரையும் கண்டு பிடிக்கிறாள். போதி தர்மனின் உயிர் மூலக்கூறு இன்றைய தலை முறையில் ஒருவனின் உடலில் இருப்பதைக் கண்டுகொள்கிறாள். மரபணு சிகிச்சையின் மூலம் இன்றைய தமிழனின் உடலுக்கு அந்தப் பழைய பெருமைகள் கிடைக்கும் படி செய்து, சீனா மாதிரியான வருங்கால வல்லரசு ஒன்றின் சதித்திட்டத்தை முறியடிக்கிறாள்.

இந்தக் கதையை கொஞ்சம் வரிசைப்படுத்திக் கொள்ளலாமா?

1. தமிழர்களாகிய நாம் முற்காலத்தில் கலையிலும் கல்வியிலும் சிறப்புற்று இருந்தோம்.
2. அந்தச் சிறப்புகளை இடையில் தொலைத்து விட்டோம்.
3. உலகமயச் சூழலில் பிற நாடுகளின் அச்சுறுத்தலை நாம் எதிர்கொள்ள வேண்டியிருக்கிறது.
4. தமிழர்களின் பழந்திறமைகளை மீட்டெடுக்க வேண்டி இருக்கிறது.
5. இதற்காக உடற்கூறு அறிவியலின் மேம்பட்ட அறிவான மரபணு அறிவியலின் துணையை நாம் நாடலாம். இன்றைய தமிழனின் மரபணுவில் சில மாற்றங்களைச் செய்வதன் மூலம் நாம் அந்தப் பழைய உன்னத நிலையை அடைய முடியும்.

இனி ஒவ்வொன்றாகப் பார்க்கலாம்.

1. தமிழர்களாகிய நாம் முற்காலத்தில் கலையிலும் கல்வியிலும் சிறப்புற்று இருந்தோம்.

இந்தக் கற்பனை எல்லாச் சமூகங்களிலும் இருக்கிறதுதான் என்றாலும் தமிழ் போன்ற நீண்ட எழுத்துப் பாரம்பரியம் கொண்ட சமூகங்களில் இந்தக் கற்பனை விசாலமானது. இதைக் கற்பனை என்று சொல்வதால் புண்ணியவான்கள் தயவு செய்து பொய் என்று நினைத்துக் கொள்ள வேண்டாம்.

இந்தக் கற்பனை சிலப்பதிகார காலம் தொட்டே நம்மிடம் வழக்கில் உண்டு என்றாலும் இதை நிரூபித்தாக வேண்டிய கடமை நமக்கு உள்ளது. இதை நிரூபிக்கும் முயற்சிகளில் ஈடுபட்டவர்கள் என்று நம்மால் சிலரை அடையாளம் காட்ட முடியும். அவர்களுள் மிக முக்கியமான தடங்களை அடையாளம் கண்டு அறிவித்தவர்கள் மூவர் - அயோத்திதாசர், ஆபிரகாம் பண்டிதர், தேவநேயப் பாவாணர்.

இவர்கள், மருத்துவம், கலை, மொழி, தத்துவம் போன்ற தளங்களில் தமிழ்ச் சமூகம் எவ்வாறு பிற பண்பாடுகளிலிருந்து வேறுபட்டு முன்மாதிரியாக இருந்தது என்பதைத் தங்களின் ஆய்வுகள் மூலமாக நிறுவியிருக்கிறார்கள். ஆனால், இன்னும் இந்தத் தடத்தில் நாம் பயணம் செய்ய வேண்டிய தூரம் நிறையவே இருக்கிறது. எனவே, தமிழர்களாகிய நாம் முற்காலத்தில் கலையிலும் கல்வியிலும் சிறப்புற்று இருந்தோம் என்ற கற்பனையில் தவறில்லை, அதைத் தொட்டுவிடும் தூரத்தில்தான் உள்ளோம். அதை எங்கு போய் தேட வேண்டும் என்பதிலும், அதற்கு உரியவர்கள் யார் என்பதிலும், அதன் பின்னணியிலான அரசியல் என்ன என்பதிலும் மேற்கூறப்பட்ட வர்களுக்கு குறைந்தபட்ச ஒற்றுமைகள் உண்டு என்பது இங்கு முக்கியம்.

2. அந்தச் சிறப்புகளை இடையில் தொலைத்து விட்டோம்.

இந்திய வரலாற்றிலும் சரி தமிழக வரலாற்றிலும் சரி இப்படியொரு இழப்பு ஏற்பட்டதான விவாதமொன்று பரவலாக நடை பெற்றிருக்கிறது. சமூகப் பண்பாட்டுத் தளத்தில் பெரும் வீழ்ச்சி ஒன்று ஏற்பட்டதாக வரலாற்றிலும் சொல்லப்பட்டிருக்கிறது. அது குறித்த குறிப்புகள் பஞ்சமென்று உருவகப்படுத்தப்பட்டும், சமூகக்கலவரம் - அதாவது இருண்ட காலம் என்று வேறு சிலராலும், பௌத்த - சமண சமயங்களுக்கு எதிரான வன்முறைகள் (கழுவேற்றம் போன்றவை) என்று வேறு சிலரும், சாதிப்பிரிவினைகள் வலுப்பெற்ற காலம் என்று இன்னும் பலரும் கருதுகின்றனர்.

அதாவது, மிகப்பெரிய மாற்றமொன்றை இந்த நிலப்பரப்பு சந்தித்திருக்கிறது என்பதில் மட்டும் யாருக்கும் சந்தேகமில்லை. இந்த விரிசலை, இடைவெளியை, தொடர்ச்சியின்மையை பலரும் ஆய்வு செய்திருக்கிறார்கள். அவர்களுக்குப் பல்வேறு கருதுகோள்கள் இருந்திருக்கின்றன. அவற்றுள் வரலாற்றாசிரியர்களும் ஏற்றுக் கொள்ளும் கருதுகோள்களை ஜோதிராவ் பூலே, அயோத்திதாசர் மற்றும் அம்பேத்கர் முன்வைக்கிறார்கள். இம்மூவரின்

கருதுகோள்களுக்கும் ஒரு ஒற்றுமை உண்டு. அது, இம்மூவரும் இந்திய சமூகத்தில் ஏற்பட்ட அறிவுத்தொடர்ச்சியிலான இடை வெளியை பௌத்த சமயத்தின் வீழ்ச்சியோடும், தீண்டத்தகாத சமூகப்பிரிவின் தோற்றத்தோடும் சம்பந்தப்படுத்தி பேசுகிறார்கள்.

வரலாற்றில் பிராமணர்களின் எழுச்சி, பௌத்த சமயத்தின் வீழ்ச்சி, சாதிப்பாகுபாடுகளின் கடுமை, தீண்டத்தகாதவர்கள் என்ற சமூக ஒதுக்கல் என்று பல்வேறு சம்பவங்கள் அக்குறிப்பிட்ட காலக ட்டத்தில் நடைபெற்றிருக்க வேண்டுமென்பது இவர்களின் கணிப்பாக உள்ளது. பிராமணியத்தின் விஸ்வரூப வளர்ச்சி தமிழ்ச் சிந்தனை மரபில் அளப்பரிய சீர்கேடுகளை ஏற்படுத்தியதாக அயோத்திதாசர் எழுதத் தொடங்குகிறார்.

பிராமணர்கள், மிகக்குறிப்பாக இங்கிருந்த அறிவுத்துறைகளை கபளீகரம் செய்வதையே தங்களது செயல்திட்டமாக வைத்திருந்தனர். தமிழ்ச் சமூகத்தில் அது நாள் வரையில் பாரம்பரியமாய் அறிவியலில் ஈடுபாடு காட்டி வந்த சமூகப்பிரிவுகள் அனைத்தையும் பொது வெளியிலிருந்து அகற்றுவதும், மரபாக அவர்களுக்கு வழங்கப்பட்டு வந்த அந்தஸ்தையும் அதிகாரத்தையும் கைகொள்வதும்தான் அவர்களது நோக்கமாக இருந்தது.

இதில் நேரடியாகப் பாதிக்கப்பட்ட தமிழ் மரபுக் குழுக்கள், கம்மாளர் என்ற தொழில் நுட்ப அறிஞர்களும், வள்ளுவர் என்ற காலக் கணியர்களுமே. இவ்விரு குழுக்களும் சமீப காலம் வரையில் பிராமணர்களுடன் தொடர்ச்சியாக மோதலில் ஈடுபட்டு வந்ததை அறிந்தால் நான் சொல்லக்கூடிய மோதல் உங்களுக்கு இன்னும் கூடுதலாய் விளங்கும்.

சிற்ப சாஸ்திரம், கட்டடக்கலை, மருத்துவம், வானியல், காலக் கணிதம், இலக்கிய விசாரணை போன்ற அறிவியல்களெல்லாம் மக்களின் வாழ்வியல் தேவைகளை முன்னிட்டு நடைமுறைப்படுத்தப் பட்டு வந்தன. இன்றைக்கு வண்ணார் என்று இழிவுபடுத்தப் படுகிறவர்கள் முற்காலத்தில் மகளிர் மருத்துவத்தில் விற்பன்னர்களாக இருந்தனர்; நாவிதர் என்பவர்கள்தான் அந்த காலத்து ‘அறுவை சிகிச்சை மருத்துவர்கள்’; பட்டியலினத்தவராகக் கருதப்படும் ‘வாதிரியார்கள்’தான் பருத்திநெசவில் கை தேர்ந்தவர்களாக இருந்தனர்; தீண்டத்தகாதவர்களாக சொல்லப்படும் ‘வள்ளுவர்கள்’ தான் அன்றைய வானியல் வல்லுனர்கள்; தாழ்த்தப்பட்டவர்கள் என்று வகைப்படுத்தப்படும் ‘பள்ளர்கள்’தான் அக்காலத்திலிருந்து வேளாண் நுட்பத்தைப் பாதுகாத்து வருகிறவர்கள். இவ்வாறு சமூகத்தின் அடித்தளத்திற்கு தள்ளப்பட்ட இம்மக்கள்தான் இன்றைக்கும்

சிலம்பம், களரி போன்ற போர்க்கலைகளை காப்பாற்றி வருகிறவர்கள்.

வரலாற்றில் நடைபெற்றதாகச் சொல்லப்படும் மிகப்பெரிய வீழ்ச்சி நமது மரபையும் அறிவுத் தொகுதியையும் மட்டும் வீழ்த்தவில்லை, அதைப் பேணிப்பாதுகாத்து வந்த சமூகக்குழுக்களையும் வீழ்த்தியது என்பதுதான் வரலாறு. இதற்கு மாறாக, வானியல் அறிவு 'ஜோதிடம்' என்ற மூட நம்பிக்கையாகக் குறுக்கப்பட்டது; வைத்தியம், 'வேள்வி, யாகம்' என்ற மாயமந்திரங்களாக மாற்றப்பட்டன; மரபான வேளாண்மை அழிக்கப்பட்டு 'ரசாயன விவசாயம்' கொண்டுவரப் பட்டது; சிலம்பம், களரி போன்ற தற்காப்புக்கலைகள் புறக்கணிக்கப் பட்டு உயிர் வாங்கும் கொலைக்கருவிகளைக் கொண்ட குழுக்கள் அதிகாரத்தை கைப்பற்றின; ஆதி மருத்துவர்கள் துரத்தப்பட்டு 'ஆங்கில மருத்துவம்' முன்னிலைப்படுத்தப்பட்டது.

பாரம்பரியமான சிறப்புகளை இழந்தோம் என்று சொல்வதன் பின்னணியில் ஒரு பெரும் சமூக சீரழிவே நடைபெற்றிருக்கிறது என்பதை உங்களால் கற்பனை செய்ய முடிகிறதா? ஒரு பெரும் வீழ்ச்சியைச் சமூகம் சந்தித்தது என்பதே உண்மை. அது, தமிழ்ச் சமூகத்தை கோரமான ஏற்றத்தாழ்வுகள் உடைய சமூகமாக மாற்றியமைத்தது.

ஒழுக்கம் அழிந்து சுயநலம் பெருத்த சமூகமாக மாற்றியிருந்தது. நீதி கெட்டு, அறம் தோற்ற சமூகமாக உருமாற்றியிருந்தது. பாரம் பரியமாய் இந்த நிலத்தோடு தங்களைப் பிணைத்துக் கொண்டு பன்னெடுங்கால அனுபவ அறிவை சுமந்து நின்றிருந்த மக்களையெல்லாம் ஊர்களுக்கு வெளியே துரத்திவிட்டு, மூடத்தனத்தில் மூழ்கிப்போயிருந்தது தமிழ்ச் சமூகம்.

அறிவின்மை, மூடத்தனம், கடவுள், கோவில், சாதி, சம்பிரதாயம், வேதம், சூழ்ச்சி, சுயநலம்... இவையெல்லாம்தான் தமிழர்களின் வாழ்க்கை முறையாக மாறி ஒருபாட்டம் காலம் உருண்டோடி விட்டது. இந்தச் சமூகத்திற்கும் தங்களுக்கும் எந்த சம்பந்தமும் இல்லையோ என்று யோசிக்கும் நிலைக்கு இதன் பாரம்பரிய குடிகள் தள்ளப்பட்டிருந்தனர்.

இதுதான் பூலேயும், அயோத்திதாசர், அம்பேத்கர் போன்றவர்களும் முன்வைத்த வரலாற்று மறுவாசிப்பு. தமிழ்ச் சமூக வரலாற்றை அடித்தளமக்களின் பார்வையில் வாசித்தால், இந்தச் சமூகம் பெரும் சீரழிவை சந்தித்து அழுகி துர்நாற்றம் வீசுவதைப் போன்ற சித்திரமே உங்களுக்கு மிஞ்சும். ஒட்டுமொத்த இந்திய சமூகமே கூட மேற்கூறிய சீரழிவைச் சந்தித்தது என்றாலும், அதன் ஆழமான பாதிப்புகள் நீண்ட

நெடிய சிந்தனை வரலாற்றைக் கொண்ட தமிழ் சமூகத்தில்தான் உணரப்பட்டன. இந்தப் பாதிப்பை நிவர்த்தி செய்து கொள்வதற் காகவே காலனிய தொடர்பால் கிடைத்த மேற்கத்திய சமூகத்தின் அறிவியலையும் நுட்பத்தையும் தீவிரக்காதலோடு தமிழ்ச் சமூகம் கட்டி அணைத்துக் கொண்டது; ஆங்கிலத்தின் மீது வேறெந்த இந்திய சமூகங்களைக்காட்டிலும் பெருத்த மோகம் கொண்டு அலைந்தது.

சிந்தனையில் ஏற்பட்ட வீழ்ச்சியைக் கற்பனை செய்தவர்கள், அதனை மிகத்தெளிவாக பண்பாட்டு வீழ்ச்சியாகவே விவரித்தார்கள். மறந்து போனது அல்லது அறுந்து போனது அறிவுத் தொடர்ச்சி மட்டுமல்ல, சமூக நீதியும்தான் என்பதே இவர்களின் தீர்மானமான முடிவாக இருந்தது. இல்லையென்றால், ஒரு பாரம்பரிய சமூகம் இவ்வளவு கேவலமாக வீழ்ச்சியடைய வாய்ப்பில்லை என்பதும் அவர்களுடைய வாதம்.

3. உலகமய சூழலில் பிற நாடுகளின் அச்சுறுத்தலை நாம் எதிர்கொள்ள வேண்டியிருக்கிறது.

தாராளமயவாதம், புதிய பொருளாதாரக்கொள்கைகளின் மூலமாக நமது பொருளியல் கேந்திரங்களை வல்லரசுகளுக்கு தாரை வார்த்ததன் பின்னணியில், அணு உலைக்கூடங்களும், சிறப்புப் பொருளாதார மண்டலங்களும் பெருகுவதையும், நமது நீர்வளங்கள் போன்ற இயற்கை வளங்களைப் பெரு நிறுவனங்களுக்கு குத்தகை பேசி விடுவதையும் எதிர்க்கிற மக்கள் போராட்டங்களுக்கு மாற்றாக, அப்துல் கலாம் முதல் அன்னா ஹாசாரே முதலான வயோதிகக் கோமாளிகள் பரப்பிவிடும் கட்டுக்கதைகளுள் ஒன்று, இந்தியா வல்லரசாகப் போகிறது என்பதாகும்.

இந்த வல்லரசுக் கதை ஆங்கிலத்தை மூலதனமாகக் கொண்டு பிழைத்து வரும் நகரத்து இளைஞர்களுக்கும், முதலாம் உலக நாடுகளில் சேவகம் செய்யும் ஃபார்வர்டுகளுக்கும் ரொம்பவும் உவப்பாக இருப்பதில் நமக்கு ஆச்சரியம் ஒன்றும் இல்லை. இந்தியா வல்லரசாக உருமாறிக் கொண்டிருக்கிறது என்றும், அதற்காக நாம் ராக்கெட் தொழில் நுட்பத்தில் கோடி கோடியாய் செலவழிக்க வேண்டும் என்றும் சொல்லும் இதே வயோதிகக் கோமாளிகள்தான், நமது நாடு எதிர் நோக்கியுள்ள மிக முக்கியமான பிரச்சினை, ஊழல் என்றும் பேசுகிறார்கள்.

இவர்களது 'வல்லரசு' கட்டுக்கதையின் சாராம்சம் இவைதான்: இந்த நாட்டின் ஃபார்வர்டுகள் வெளி நாட்டிற்கு சேவகம் செய்யாமல் இந்தியாவிற்கே திரும்பி வர வேண்டும் - அதற்காக நாம்

‘இடஒதுக்கீடு’ என்ற முறையை ஒழித்துக்கட்ட வேண்டும்; இரண்டாவது, புதிய தொழில் நுட்பங்களான - ராக்கெட், அணு உலைகள், மரபணு ஆராய்ச்சி போன்றவற்றை எவ்வளவு செலவானாலும் செய்து வர வேண்டும்; ஊழலை ஒழித்து இந்த நாட்டை பழையபடியே ஆன்மீக குருக்களின் கைகளில் ஒப்படைத்துவிட்டால் எல்லாம் நல்லபடியாய் முடிந்து போகும்; இஸ்லாம், கிறிஸ்தவம் போன்ற மதங்கள் நம் நாட்டில் ஏற்படுத்திய மாற்றங்களை நிர்மூலமாக்கிவிட்டு பழையபடியே ராம ராஜ்ஜியத்தை ஏற்படுத்திவிட்டால் அனைத்து விதமான சீர்கேடுகளும் நேர்பட்டுவிடும்.

இந்த அபிப்பிராயங்கள் யாருடைய நலனை முன்வைக்கின்றன என்பதை மிக எளிதாய் எவரும் புரிந்து கொள்ள முடியும். ஆனால், இவற்றில் எதையும் விளங்கிக்கொள்ளாமல் தத்தமது சாதி, சமய, குல, குடும்ப நலனை மட்டுமே பிரதானப்படுத்தி யோசிக்கும் நடுத்தர வர்க்க ஃபார்வர்டு அறிவுஜீவிகளின் இன்னுமொரு கோஷம்தான், சீனா என்ற பூதம். பௌத்தத்தின் தன்னுணர்வை மிகச்சரியாக உள்வாங்கிக் கொண்டு, தன் மொழி மீதும் பண்பாட்டின் மீதும் மரபின் மீதும் விடாப்பிடியான பற்றுதலையும் (அதாவது தனது அறிவு மரபின் தொடர்ச்சியை இன்றளவும் பேணி வருகிற) கொண்டிருக்கிற சீன தேசம், இங்குள்ள இந்துமதப் போர்வையில் பிராமணர்கள் நடத்தும் மாயாஜாலங்களுக்கு எதிராக இருப்பதை உணர்ந்த ‘ஃபார்வர்டுகள்’, சீன தேசத்தை இந்தியாவிற்கு எதிரான பூதமாகக் கட்டமைப்பதில் முனைந்து நிற்பதையும், இந்த சங்கதிகளை மக்களிடம் எடுத்துச் செல்வதில் முனைந்து நிற்பவை சினிமாவும் தொலைக்காட்சியும் தான் என்பதை உணர்ந்தால் இந்த அரசியல் எங்கிருந்து கிளம்பி வருகிறது என்பதைக் கண்டு கொள்ளலாம்.

4. தமிழர்களின் பழந்திறமைகளை மீட்டெடுக்க வேண்டியிருக்கிறது.

நிச்சயமாக இதை நாமும்தான் ஒத்துக்கொள்வோம். நமது தொலந்து போன அறிவு மரபை மீட்டெடுப்பதன் மூலம், நமது உள்முரண்களை முதலில் களைய முடியும். பல நூறு வருடங்களாக நமது சமூகத்திலிருந்து புறக்கணிக்கப்பட்டிருக்கிற பூர்வீக மக்களுக்கான நியாயத்தை செய்ததாக இருக்கும். அவர்களையும் மைய நீரோட்டத்திற்கு கொண்டு வந்ததாக அமையும்.

வர்ணம், சாதி என்ற பெயரில் இழைக்கப்பட்ட அநீதிக்கு சரியான தீர்வாக இது இருக்க முடியும். பழ மரபை மீட்டெடுப்பதன் மூலம்,

நவீன சமத்துவ சமூகமொன்றை உருவாக்குவதற்கான சாத்தியங்களை நாம் வருவித்துக் கொள்ளமுடியும். அதிகாரங்களை இன்னும் பரவலாக்கி அதன் பகிர்விலும் பங்கெடுப்பிலும் ஜனநாயகத்தை செயல்படுத்த முடியும். இதுவெல்லாம் நடந்த பின்பு, நாம் நமது சிந்தனை மரபின் வலிமையை நினைத்து பெருமைப்பட்டுக் கொள்ளலாம். அதனை முன்னகர்த்தி செல்வதற்கான வழிமுறைகளை யோசிக்கலாம்.

இந்த மீட்டெடுக்கிற காரியத்திலும் நாம் கவனமாக இருக்க வேண்டியது அவசியம். ஏனெனில் கடந்த காலம் என்பது ஓர் உந்துதலுக்காக பொற்காலம் போல் கற்பனை செய்யப்படுகிறது என்றாலும், அது முழுக்க முழுக்க ‘உன்னதங்களால்’ செய்யப்பட்டது அல்ல. அதிலும் ஏராளமான கோளாறுகளும் குளறுபடிகளும் காணப்படுகின்றன.

எனவே கடந்த காலத்திலிருந்து சிந்தனை மரபை நாம் மீட்டுருவாக்குகிற செயல் கறாரான தேர்வுகளை உள்ளடக்கியது. உதாரணத்திற்கு, நமது மருத்துவ அறிவையும், கட்டடக்கலை ஞானத்தையும், வானியல் சிந்தனைகளையும் மீட்டெடுக்கிற அதே சமயம், ஏழாம் அறிவில் செய்யப்படுவது போல நோக்கு வர்மம் இன்னும் அதனோடு தொடர்புடையதாக சொல்லப்படும், கூடு விட்டு கூடு பாய்தல், உப்பைத் தங்கமாக மாற்றும் ரசவாதம், வசியம் செய்தல் போன்ற அழிவை நோக்கியவை என்று தெளிவாக விளங்கக் கூடிய எதையும் மீட்டுருவாக்கம் செய்வதில் எனக்கு உடன் பாடில்லை. மீட்டுருவாக்குதல் என்பது தற்கால நவீன சமூகத்தின் மேம்பாட்டிற்கும் சமத்துவத்திற்கும் துணை நிற்பதாய் அமைய வேண்டுமேயொழிய ‘வல்லரசாக’ உருமாறுவதற்கு பயன்படக் கூடாது என்பதில் நாம் தெளிவாக இருக்க வேண்டும்.

5. இதற்காக உடற்கூறு அறிவியலின் மேம்பட்ட அறிவான மரபணு அறிவியலின் துணையை நாம் நாடலாம்.

ஏழாம் அறிவு என்ற திரைப்படம் சொல்லக்கூடிய தடத்திலிருந்து நாம் முதல் முறையாய் வேறுபட்டு நிற்கக்கூடிய இடம் இதுதான். தமிழர்களின் தொலைந்து போன அறிவுச்செல்வத்தை மீட்டெடுப்ப தற்கான வழிமுறைகள் என்ன என்று கேட்டால், நான் நிச்சயமாய் மரபணு அறிவியலை தேர்ந்தெடுக்க மாட்டேன். அது இந்தச் சிக்கலை மேலும் வலுப்படுத்துமே ஒழிய தீர்ப்பதற்கு உதவாது என்பதில் நான் தெளிவாக இருக்கிறேன்.

இன்னும் கேட்டால், நமது பாரம்பரிய அறிவியலைத் தொலைத்த தற்கான காரணங்களில் ஒன்று, இந்த உடற்கூறு அறிவியல்தான் என்பதையும் நான் திட்டவட்டமாகச் சொல்வேன். நம்மைப் படு பாதாளத்தில் விழச்செய்த யோசனைதான் நம்மை மீட்டெடுக்கவும் உதவப் போகிறது என்பதை நம்புவதற்கு நானொன்றும் அவ்வளவு எளிமையானவன் இல்லையே! இந்த இடத்தில் நான் கொஞ்சம் விளக்கமாக பேசியாக வேண்டுமென்று நினைக்கிறேன்.

வர்ணாஸ்ரம தர்மமும் சரி, சாதிப் பாகுபாடுகளும் சரி ஒரு விஷயத்தைத் திரும்பத் திரும்ப சொல்லிக்கொண்டிருப்பதைக் கேள்விப்பட்டிருக்கலாம். அது, பிறப்பு! உங்களது பிறப்புதான் நீங்கள் யார் என்று தீர்மானிக்கிறது. கேட்பதற்கு வேடிக்கையாகவும் மூடத்தனமாகவும் தோன்றினாலும் இந்த விளக்கத்தினடிப் படையில்தான் இந்திய சமூகமே இயங்கிக் கொண்டிருக்கிறது.

பிறப்புதான் உங்களை தீர்மானிக்கிறது. உங்கள் உடலில் ஓடக்கூடிய இரத்தம்தான் உங்களது யோசனையை தீர்மானிக்கிறது. நீங்கள் இந்த உலகில் என்ன வினையாற்ற வேண்டும் என்பதை உங்கள் பிறப்புதான் தீர்மானிக்கிறது. 'சாதி', 'வர்ணம்' போன்ற காரணிகளுக்கு உடற் கூறியல் மிக முக்கியமான வாதங்களைத் தந்து கொண்டிருக்கிறது.

மனித உடல், ஒரு உருவகம். அதுதான் இந்த உலகின் ஆதார உருவகம். இந்த உலகமே மனித உடல் போலத்தான் கட்டமைக்கப் பட்டிருக்கிறது. இந்தச் சமூகம் இன்னும் நெருக்கமாக மனித உடலேதான். தலை, தோள், தொடை, கால் என்று மனித அவயங்கள் போலத்தான் இந்தச் சமூகமும் பாகுபடுத்தப்பட்டிருக்கிறது - தலையாக அறிவுஜீவிகள் காணப்படுகிறார்கள்; தோளாக புஜபல வல்லாண்மையர்; தொடையாக வியாபாரிகள்; காலாக இந்த ஒட்டுமொத்த சமூகத்தையும் தாங்கி நிற்பவர்கள் உடல் உழைப் பாளர்கள். மனித உடற்கூறியலின் மீது அடங்காத மோகம் கொண்டு, அதனையே இப்பிரபஞ்சத்தின் மையம் என்று கொண்டாடும் சிந்தனையிலிருந்து உருவானதுதான், வர்ணக் கோட்பாடு. இந்தப் பிரபஞ்சத்தின் மையம் 'பூமி'தான் என்று தானும் நம்பி அறிஞர் களையும் நம்பும்படி கட்டாயப்படுத்திக்கொண்டிருந்த கிறிஸ்தவத்தைப் போன்றே பிராமணீயமும் 'இந்த உலகின் மையமான உருவகம் மனித உடல்தான்' என்று நம்மை நம்பச்சொல்கிறது.

மனித உடலில் படிநிலைகளும் பாகுபாடுகளும் இருப்பது போல் சமூகத்திலும் பாகுபாடுகள் இருந்தே தீரும் என்று வலியுறுத்துகிறது. மனித உடலில் ஒவ்வொரு அவயத்திற்கும் செய்யக்கூடிய வேலைகள் என்ற திட்டம் தெளிவாக வரையறுக்கப்பட்டிருக்கிறது.

தலை, சிந்தனைக்காகப் படைக்கப்பட்டது. தலை, காலின் வேலையையோ, கால் தலையின் வேலையையோ செய்ய முடிவ தில்லை. ஏனென்றால் அவ்வவ் உறுப்புகள் அந்தந்த வேலைக்காகப் படைக்கப்பட்டுள்ளன. தலை, மார்பு, தொடை, கால் என்ற நான்கு பகுதிகளும் ஒன்றிணைந்து செயல்படும் போதே இந்த உடல் இயங்க முடிகிறது. ஒன்று இன்னொன்றாக மாறுவதற்கான சாத்தியங்கள் அடியோடு மறுக்கப்பட்டிருக்கிறது.

அதே போல் எல்லா அவயங்களும் படிநிலை அமைப்பில்லாமல் ஒழுங்கமைக்கப்படவும் இயலாத வகையில் இயற்கையே ஒரு தேர்வை நிகழ்த்தியிருக்கிறது. தலை உச்சியிலும், கால் கீழேயும் இருப்பதுதான் இயற்கையின் தேர்வு. தலை, மார்பு, தொடை, கால் போன்றவை எவ்வாறு பிறப்பிலேயே தீர்மானிக்கப்படுகின்றனவோ அதேபோல் சமூகத்திலும் ஒவ்வொரு குழுவும் என்னென்ன பணியைச் செய்வது என்பது பிறப்பிலேயே தீர்மானிக்கப்பட்டு விடுகிறது.

இந்த யோசனையின் கோளாறு எங்கே ஆரம்பிக்கிறது என்று உங்களுக்கு விளங்குகிறதா? மனித உடலை மையப்புள்ளியாகக் கொண்டு யோசிப்பதில்தான் இந்த ஒட்டுமொத்த சீரழிவும் தொடங்குகிறது. இந்தப் பிரபஞ்சத்தையும், சமூக அமைப்பையும் மனித உடலை மாதிரியாகக் கொண்டு விளங்கிக் கொள்ளலாம் என்ற யோசனை அடிப்படையானக் கோளாறுகளை உடையது என்பதைத் தான் நமது மரபான அறிவியல்கள் சொல்லித்தந்துள்ளன.

அதன்படி, மனிதன் இந்தப் பிரபஞ்சத்தின் மையம் அல்ல என்பதும், இந்த உலகின் உன்னத படைப்பு மனித உடல் மட்டுமல்ல என்பதும், இயற்கையை இவ்வளவு எளிமையான உருவகத்தின் மூலம் கண்டறிய முடியாது என்பதும் வர்ணக்கோட்பாட்டிற்கு தெரிந்திருக்க நியாயமில்லை. ஏனெனில் அந்தக் கோட்பாடே கூட அறிவுத் தேடலை முதன்மையாகக் கொள்ளாமல், அதிகார வேட்கையைத் தானே தனது உந்து சக்தியாகக் கொண்டிருந்தது! அந்தக் கோட்பாட்டின் நோக்கம் இந்த சமூக அமைப்பை விளங்கிக் கொள்வது அல்ல என்பது மிகத்தெளிவாகவே நமக்குப் புரிகிறது.

இதிலிருந்தே 'சாதி' கோட்பாட்டின் பிற முடிவுகள் தருவிக்கப் படுகின்றன. பிறப்பில்தான் எல்லாமும் தீர்மானிக்கப்படுகிறது; நீங்கள் யார் என்பதும், என்ன செய்ய வேண்டும் என்பதும், என்ன செய்ய முடியும் என்பதும் பிறப்பிலேயே தீர்மானிக்கப்படுகிறது; உங்கள் உடலில் ஓடக்கூடிய இரத்தம் உங்களது குணத்தை வடிவமைக்கிறது; இதனால் குணம் என்பதும் அறிவு என்பதும் கருவிலேயே முடிவு செய்யப்பட்டு விட்டன.

இவ்வுலக அனுபவம் 'பிறவிக் குணத்தை' கொஞ்சம் மட்டுப் படுத்தலாமே தவிர அதுவே நீங்களாக உருவாக முடியாது; நீங்கள் செய்யக்கூடிய எந்தக் காரியமும் உங்களது சிந்தனையிலிருந்து உருவானது அல்ல; அவை அனைத்தும் ஏற்கனவே தீர்மானிக்கப் பட்டவை. இயற்கை நிகழ்வுகளை முன் கூட்டியே கணிப்பதற்காக நாம் உருவாக்கி வைத்திருந்த வானியலைக் கொண்டு தனது உடல் மையக்கோட்பாட்டின் துணையோடு 'ஜாதகக் கணிப்பு' என்ற மூடநம்பிக்கையை இப்படித்தான் வடிவமைத்துக் கொண்டார்கள். மனித யத்தனத்தால் எதுவுமே சாத்தியமில்லை என்பதையும், நமக்கெல்லாம் அப்பால் தீர்மானிக்கக்கூடிய சக்தியொன்று நம்மை ஆட்டிவைக்கிறது என்ற யோசனையே இதன் பிரதான கோஷமாக இருந்தது.

இந்த உடல்மையக்கோட்பாட்டிற்கு எதிரானதாகத்தான் வினைக் கோட்பாடு முன்மொழியப்பட்டது. ஒவ்வொரு மனிதனின் அடிப்படைத் தன்மைகளையும் அவனது காரியங்களே தீர்மானிக் கின்றன. அவன் என்ன செய்கிறான் என்பதே அவன் குணமாக இருக்கிறது. அவன் என்ன செய்ய வேண்டும் என்பதை அவனே தீர்மானிக்க முடியும். அவனுக்கு அப்பால், அதாவது அவனது உடல், உயிர் இவையிரண்டிற்கும் அப்பால் வேறொரு உடலோ உயிரோ அவனை தீர்மானித்துக் கொண்டிருக்கவில்லை. நல்லதும் கெட்டதும் அவனாலேயே உருவாக்கப்படுகின்றன. வேறு யாரும் அவனுக்கு இதை வழங்கி விடவில்லை.

ஒவ்வொரு நபரையும் மாற்றக்கூடிய சக்தியாக கல்வி மட்டுமே விளங்குகிறது. கல்வியின் மூலம் ஒருவன் தன்னைச் சுயமாக வடிவமைத்துக் கொள்ள முடியும். அவன் எந்த தாய் தந்தையருக்குப் பிறந்திருந்தாலும் எந்தச் சமூகக் குடியில் பிறந்திருந்தாலும், கல்வி அவனை அவனே தீர்மானித்துக் கொள்கிற வாய்ப்பினை வழங்குக்கிறது. மனித யத்தனத்தால் சாத்தியமில்லாத எதுவுமே இல்லையென்ற வினைக்கோட்பாடு, வைதீகத்திற்கு எதிரான பௌதீக சிந்தனைகளின் அடிநாதமாக விளங்கியது.

வர்ணம், சாதி போன்ற கருத்தாக்கங்களுக்குப் பின்னால் தொழிற்படும் உடல் அரசியல், அனைத்தையும் புறத்தோற்றத்தைக் கொண்டே தீர்மானிக்க விரும்புகிறது. ஒருவனின் நிறம், உயரம், அமைப்பு போன்றவற்றின் அடிப்படையிலேயே அவனது சிந்தனை ஒழுங்கு படுத்தப்பட்டிருகிறது என்று நம்புகிறது. இதன் தொடர்ச்சியாக வர்ணப் படிநிலைகளும். உருவப் படிநிலைகளும் உருவாக்கப் பட்டன. புறத்தோற்றங்களின் அடிப்படையில் மேல் - கீழ் என்ற

பாகுபாடுகள் கற்பிக்கப்பட்டன. கறுப்பினத்தவரின் சிக்கல் எவ்வாறு உடற்கூறியலிலிருந்து தோற்றம் கொள்கிறதோ அதே போல், சாதி என்ற கொடூரத்தின் அடியாழத்திலும் உடல்கூறியல் அரசியலே பிரதானமாக செயல்படுகிறது.

நமது பாரம்பரிய அறிவியல் தொகுதிகள் மறைந்து போனதற்கும், சிந்தனை மரபின் கண்ணி அறுந்து போனதற்கும் முழுமுதற்காரணம் உடற்கூறியலின் அடிப்படையில் சமூகத்தை வரையறுக்க முனைந்ததும், அதன் தொடர்ச்சியாக வருவிக்கப்பட்ட சாதியமைப்பு என்ற யோசனையும்தான் என்றால், சிக்கல் தற்செயலாகவோ அல்லது விபத்து போலவோ நடைபெற்றதல்ல.

சமூக முரண்களால் வெடித்த மோதலில்தான் தனது அறிவு மரபை தமிழ்ச் சமூகம் புறக்கணித்திருக்கிறது. அதன் வாழும் சாட்சியாகத் தான் இன்றைக்கும் ஊர்களின் புறங்களில் வசிக்கும் 'தாழ்த்தப் பட்டவர்கள்' காணப்படுகிறார்கள். எனவே, அறிவுத்தளத்தில் தமிழ்ச் சமூகத்திற்கு ஏற்பட்ட வீழ்ச்சி சமூகப்பண்பாட்டு கோளாறு என்பது நமக்குத் தெளிவாக விளங்குகிறது. இந்தச் சமூகச்சிக்கலை சமூக மறுசீரமைப்பு மூலம் மட்டுமே தீர்க்க முடியும். அதாவது, சிந்தனையளவில் ஏற்பட்டுள்ள கோளாறுகளை களைய முதலில் நாம் தயாராக வேண்டும்.

அந்தச் சிந்தனையளவிலான மாற்றம் நமது ஒழுக்கம், அறம் பற்றிய கருதுகோள்களை மாற்றியமைக்க உதவும்; இந்தத் தெளிவுகளோடு சமூக ஒழுங்கமைப்பை சீர்திருத்துவதற்கான கடினமான பயிற்சியை மேற்கொள்ள வேண்டிவரும்; அதன் இறுதியில்தான் நமது தொல் அறிவு மரபை மீட்டெடுப்பது சாத்தியம் ஆகும். பாரம்பரியத்தின் செழுமைகளைத் தவற விட்டுவிட்டோம், அதனை திரும்பக் கொண்டு வர வேண்டும் என்பது நம் வீட்டுப் பரணிலிருந்து பொருட்களை தூசி தட்டி எடுப்பது போன்றது அல்ல. அது தமிழ்ச் சமூகம் தன் தவறுகளை தானே சரி செய்து கொள்வதற்கான வாய்ப்பு.

இந்த இடத்தில்தான், ஏழாம் அறிவுக்காரர்கள் நம்மிடமிருந்து வெகுதூரம் விலகிப்போவதை நம்மால் பார்க்க முடிகிறது. அவர்கள் மீட்டெடுக்கும் முயற்சியை உயிரியல் அறிவோடு செய்ய முடியும் என்று கதை கட்டுகிறார்கள். அது வழக்கம் போல் ஏராளமான மாயமந்திர செயல்பாடுகளைக் கொண்டதாக இருக்கிறது.

பத்துப்பதினைந்து நாட்கள் போல் ஒருவரை ஏராளமான மருத்துவ உபகரணங்களுடன் இணைத்து, தண்ணீர் தொட்டியில் மிதக்க விட்டு எடுத்தால் அவருக்குப் பழைய மரபுகள் பூப்போல ஞாபகம்

வந்துவிடும் என்று சொல்கிறார்கள். நாட்டுப்புறக்கதைகளில் பாம்பாக, ஆமையாக, மீனாக, தவளையாகப் பிறந்துவிட்ட இளவரசனை மந்திரம் சொல்லி, பால் தெளித்து, மந்திரக்கோலால் தட்டி மனிதனாக மாற்றுவது போல் இவர்களின் கதையிலும் ஒரு மாயமந்திரத்தை நிகழ்த்திக் காட்டுகிறார்கள். இது சிறுபிள்ளைகள் விரும்பிக் கேட்கும் மந்திரக்கதை என்று தெரிந்துவிடக்கூடாது என்பதற்காக ஜெனட்டிக் சயின்ஸ், டிஎன்ஏ, நவீன ஆய்வுக்கூடம் என்று ஜோடனை செய்திருக்கிறார்கள்.

அது போகட்டும்! உண்மையில் வேர்களை அறுத்துக்கொண்ட நிகழ்வு இது போன்ற உயிரியல் சிக்கல் மட்டும் தானா என்பதுதான் நமது கேள்வி.

•

8

கற்பனையைத் திருடுதல்

'**க**த்தி' படத்தில் இரண்டு காட்சிகள் முக்கியமானவை. தற்செயலாகவோ அல்லது திட்டமிட்டமிட்டபடியோ அவை படத்தின் முதல் காட்சியாகவும், இறுதிக் காட்சியாகவும் இருக்கின்றன.

கொல்கத்தா சிறையிலிருந்து விஜய் தப்பித்து ஓடுவதில் நமக்கு ஆச்சரியம் ஒன்றுமில்லை; விஜயைச் சிறையிலடைத்தால், தப்பித்து ஓடிவிடுகிற திறமை அவருக்கு இருப்பதில் என்ன ஆச்சரியம் இருக்கப் போகிறது?

ஆனால், அந்தத் தப்பிக்கும் காட்சி, பாதியிலிருந்து மீண்டுமொரு முறை திரும்பிக்காட்டப்படும் போதும், தப்பிப்பதற்கான காரணமாகச் சொல்லப்படுவதும் நமக்கு சுவராஸ்யத்தை ஏற்படுத்துகிறது. விஜய், உண்மையில் தப்பித்து ஓடும் கைதி அல்ல; தப்பித்து ஓடும் கைதியை விரட்டிச் சென்று போட்டுக் கொடுக்கும் 'மோப்ப நாய்!' தப்பித்துச் செல்லும் கைதியைக் காட்டித் தருவதோடு, இடுப்பிற்குக் கீழ் சுட்டுப் பிடிக்கவும் ஏற்பாடு செய்து, இறுதியில் அந்தக் கைதி அடைய விரும்பிய 'விடுதலை'யையும் விஜய் திருடிக்கொண்டு ஓடுகிறார். 'திருடிச் செல்லும் மோப்ப நாய்!'

படத்தின் இறுதிக் காட்சியில், தனது சாகசங்கள் மூலம் கிடைக்கப் பெற்ற பாராட்டு, அனுதாபம், புகழ் அனைத்தையும் 'ஜீவா'விற்கு தாரை வார்த்துவிட்டு, ஏதுமற்ற அனாதையாய், உடற்காயங்களோடு, தடுமாறியபடி 'கத்தி' நடந்து செல்கையில், கொல்காத்தாவிலிருந்து வந்த கொலையாளிகள் ஏதாவதொரு தருணத்தில் கத்தியால் குத்துவார்கள் என்று நாம் எதிர்பார்க்கிறோம்; யாரும் குத்தவில்லை! கத்தியின் காதலி அவனை நோக்கி ஓடிப்போவாள் என்று எதிர்பார்க்கிறோம்; அவளும் ஓடவில்லை! நம்முடைய எதிர்பார்ப்பு களுக்கு மாறாகக் கொல்கத்தா காவல்துறை அவனை கைப்பற்றிச் செல்கிறது. பாவம்! எல்லாமே சுமுகமாக முடிந்திருந்த வேளையில் இவன் ஒருவன் மட்டும் காயங்களோடு வெறுங்கையனாய் சென்று கொண்டிருக்கிறான். இந்த இடத்தில் பார்வையாளர்களான நமது ஒட்டுமொத்த அனுதாபத்தையும் கத்தியே திருடிக்கொண்டு போகிறான்!

என்னவொரு துரதிர்ஷ்டம் பாருங்கள்! பன்னாட்டு நிறுவனங்களின் சதியிலிருந்து கூட தமிழகம் விடுதலை பெற்று விட்டது! ஆனால், இதையெல்லாம் சாத்தியப்படுத்திய வீரபுருஷன் மட்டும் அனைத்தையும் இழந்து அனாதையாய் நிற்கிறான்!

இந்த இரண்டு காட்சிகளுக்கு இடையே சொல்லப்பட்ட கதை என்ன என்பதை நான் இப்படி சொல்ல முயற்சிக்கிறேன்: கத்தி ஒரு திருடன்; மோப்ப நாயின் குணங்கள் வாய்த்தத் திருடன். அவன் ஒரு முறை தன்னைப் போலவே இருக்கும் ஜீவாவை சந்திக்கும் பொழுது, தன்னிச்சையாய் ஜீவாவின் வாழ்க்கையை மோப்பமிடத் தொடங்குகிறான். பன்னாட்டு நிறுவனங்களுக்கு எதிரான அரசியலை வாழ்க்கையாகக் கொண்ட ஜீவாவின் வாழ்க்கைப் பாதையை முகர்ந்து கொண்டே செல்லும் அவனுக்கு, கோடி கோடியாய் பணம் கிடைக்கும் வாய்ப்பு புலப்படுகிறது. அந்தப் பணத்தைத் திருடிச்செல்லும் வழியில், கோடிப் பணம் கிடைத்தாலும் கிடைக்காத பெயரும் புகழும் (ஜீவாவின் உயிருக்காக தங்களையே மாய்த்துக் கொள்ளும் வயோதிகர்கள்) கிடைக்கிற வாய்ப்பை முகர்கிறான். பணத்தை விடவும் இந்த மக்கள் பலம் கத்திக்கு பெரிதாகத் தெரிகிறது. பணம் திருடும் திட்டத்தை கைவிட்டு, மக்களின் அபிமானம் திருடும் திட்டத்தை மேற்கொள்கிறான்.

ஊடகத் துணையிலான பன்னாட்டு நிறுவனங்களின் சூழ்ச்சிகளை கத்தி தனது இயல்பான மோப்ப சக்தியின் மூலமாக, சூழ்ச்சிகளின் மூலமே வெற்றி கொள்கிறான். கழுத்தில் கத்தி வைத்தால் பதிலுக்குக் கத்தி வைப்பது, நிலத்தடி நீரை உறிஞ்சினால், வீட்டிற்கு வரும் குடி

நீர்க் குழாய்களை அடைத்து விடுவது, நீதிபதியை பன்னாட்டு நிறுவனம் மிரட்டுகிறது என்றால் தானும் மிரட்டுவது என்று அவர்கள் வழியிலேயே சென்று அவர்களை வெற்றி கொள்கிறான். இறுதியில், தனது மோசடி நாய்த் திட்டம் அம்பலமாகும் போது, தான் திருட நினைத்த மக்களின் அபிமானத்தையும், புகழையும், பாராட்டையும் பெருந்தன்மையாய், ஜீவாவிடமே தந்துவிட்டு, சிறைச்சாலைக்கே திரும்புகிறான்.

•

இந்தப் படத்தின் மையச் சிக்கல் என்ன? பெரும்பாலோர் கருதுவது போல, நிலத்தடி நீர் அல்ல. 'பூமிக்கடியில் ஓடுகின்ற நீரோட்டத்தை உறிஞ்ச வரும் பன்னாட்டு நிறுவனங்களை எதிர்க்கும் விவசாயிகள்' என்பது திரையில் கதை சொல்லப்பட்ட விதத்தைப் பொறுத்த வரையில் ஜீவா என்ற கதாபாத்திரத்தின் பின்கதை தானேயொழிய, அதுவல்ல படத்தின் முரண்!

படம், ஒரு திருடனைப் பற்றியே நம்மிடம் அதிகமும் பேசுகிறது. அவன்தான் கதாநாயகனும் கூட. தற்செயலாய் தன்னைப் போலவே இன்னொருவனைப் பார்க்கையில், அந்த இன்னொருவனின் அடையாளத்தை (சமூகப் போராளி என்ற அடையாளத்தை) திருடுவதற்குக் கதாநாயகன் தயாராகின்றான். இதற்கிடையே, போராளி என்ற புது அடையாளத்தால் பெரும் பணம் கிடைக்கிறது என்று தெரிய வருகையில் அதையும் திருடத் துணிகிறான்.

அதைத் திருடும் மறுகணமே, சமூகப் போராளி கதாபாத்திரத்தின் 'நீர் அரசியல்' என்ற கற்பனை அவனுக்குச் சொல்லப்பட, பணத்தை விடவும் இந்தக் கற்பனையைத் திருடுவது என்று கதாநாயகன் முடிவு செய்கிறான். அதற்கப்புறமான கதையெல்லாம், ஜீவா என்ற சமூகப்போராளி கதாபாத்திரத்தின் கற்பனையை, கத்தி என்ற திருடன் கதாபாத்திரம் எவ்வாறு திருடுகிறது என்று விளக்குவதாக அமைகிறது.

'கத்தி' என்ற திரைப்படத்தின் எதிரும் புதிருமான கதாபாத்திரங்கள், வெளிப்பார்வைக்குத் தெரிவது போல, விவசாயிகளும் பன்னாட்டு நிறுவனங்களும் அல்ல; உண்மையில், நீர் விடுதலை என்ற கற்பனையை நடைமுறைப்படுத்த விரும்பும் ஜீவா என்ற கதாபாத்திரமும், அந்தக் கற்பனையைத் திருட விரும்பும் கத்தி என்ற கதாபாத்திரமும்தான் எதிரெதிர் கதாபாத்திரங்கள்.

•

கிறிஸ்டோபர் நோலனின் படங்களின் ரகசியக் காதலனாக அறியப்படும் 'கத்தி' படத்தின் இயக்குநர் முருகதாஸ், 'ஒரு மனிதனின் கற்பனையை இன்னொரு மனிதன் திருடுகிறான்' என்பதைத் தனது படத்தின் மையச் சிக்கலாகக் கொண்டிருப்பார் என்பதை நம்புவதற்கு பெரிதாய் மெனக்கிடத் தேவையில்லை. இதைப் பிரக்ஞையோடு முருகதாஸ் செய்திருப்பாரா என்ற சந்தேகம் வேண்டுமானால் நமக்கு வரக்கூடும். ஆனால், இன்செப்ஷன் மாதிரியான படங்களைப் பார்க்கிற எவருக்கும் அதே சாயலில் ஒரு மசாலா தமிழ்ப் படத்தைக் கற்பனை செய்வது சாத்தியம்தானே?

'கதாநாயகன் கற்பனையைத் திருடுகிறான்' என்று சொல்வதற்கு படத்தில் ஏராளமான சான்றுகள் இருக்கின்றன. கதிரேசன் என்ற கதாபாத்திரம், நீர் அரசியலை கருத்தியலாக விளங்கிக் கொண்டோ அல்லது அதன் யதார்த்ததை நேரடியாக அனுபவித்தோ அந்தப் போராட்டத்தில் இறங்கியிருக்கவில்லை. அதற்காகப் போராடும் ஜீவா என்ற கதாபாத்திரத்திற்காக உயிரையேத் தாரை வார்க்கும் அளவிற்கான மக்கள் ஆதரவு இருப்பதுதான் கதிரேசனை யோசிக்க வைக்கிறது. இருபத்தைந்து கோடி ரூபாய் பணத்தைக் காட்டிலும் மக்களின் வெறித்தனமான, கண்மூடித்தனமான பக்தி அவனுக்குக் கூடுதல் போதையாகத் தெரிகிறது. அந்த போதைக்காக, ஜீவாவின் கற்பனையைத் திருட முடிவு செய்கிறான்.

•

நீர் அரசியலைத் திருடுகிறானா அல்லது நீர் அரசியல் என்ற கற்பனையைத் திருடுகிறானா என்றால், கற்பனையைத்தான் திருடுகிறான் என்றே நாம் சொல்ல வேண்டியிருக்கிறது. நீர் அரசியல் என்பது அந்தப் படத்தின் கதை நிகழ்வதாகச் சொல்லப்படும் விரல் விட்டு எண்ணக்கூடிய நாட்களில் நடந்து முடிந்து விடுவது இல்லை; அந்தக் கடைசி சில நாட்கள் என்பது, ஜீவா போன்ற கதாபாத்திரங்கள் வருடக் கணக்காய் கிராமங்களில் பணி செய்த பின்பு கிடைக்க விருக்கின்ற ஒரு சிறு வெற்றி மட்டுமே. மற்றபடி எந்தவொரு அரசியலும் தொடர்ச்சியான இழப்புகளால் மட்டுமே செய்யப் பட்டிருக்கிறது - உயிர் இழப்புகள், பொருளாதார இழப்புகள் என்று பல.

கத்தி என்ற கதிரேசன், நீர் அரசியலின், இழப்புகள் மலிந்த யதார்த்தத்தை, பார்வையாளர்களான நம்மைப் போலவே, நாடகார்த் தமான ஒலி - ஒளி படக்காட்சி மூலமே சந்திக்கிறார். அந்தப் படக்காட்சி, மிகத்தெளிவாக, மொத்த படத்தின் ஒலி, ஒளி

அமைப்புகளிலிருந்தும், காட்சிப்படுத்தல்களிலிருந்தும் வேறுபட்டு நிற்கிறது. ஆனால், இந்தப் படக்காட்சியும் கூட, நீர் அரசியலின் யதார்த்தத்தை, கதாநாயகனின் தியாகம், வீரம், அவன் மீது மக்கள் காட்டுகிற பக்தி / வெறி என்று நாயக பாவத்தைக் கட்டியெழுப்பும் நோக்கமுடையதாகத்தான் இருக்கிறதே தவிர, விவசாயிகளின் பிரச்சினையை விவரிப்பதாய் இல்லை. அந்த ஒலி - ஒளி காட்சியமைப்பும் கூட ஜீவாவின் பணியை விளக்கும் காட்சி அமைப்பாகத்தான் சொல்லப்படுகிறது என்பதால், கத்தி ஜீவாவின் கற்பனையைத்தான் திருடினான் என்று சொல்லவேண்டியிருக்கிறது.

•

கற்பனையைத் திருடுவதில் தனி நபர்களைக் காட்டிலும் நிறுவனங்களே நுட்பமானவை. அவை, திருட்டு வேலையைச் செய்கின்றன என்று கண்டுபிடிப்பதே பிரம்மபிரயத்தனம்; அப்படியே கண்டுபிடித்தாலும் அவை உங்களிடமிருந்தே கூட திருடுகின்றன என்று உணர்வது இன்னும் கடினம்; அப்படியே கண்டுபிடித்தாலும் அந்தத் திருட்டை நிரூபிப்பது முடியவே முடியாத ஒன்று.

பெரும்பாலான 'கற்பனைத் திருட்டுகள்' ஆலோசனைக் கூட்டங்களிலும், குழு விவாதங்களிலுமே நிகழ்கின்றன. இந்த மாதிரியான கூட்டங்களில் பகிர்ந்து கொள்ளப்படும் யோசனைகளும், கற்பனைகளும், அவை யாரால் முன் வைக்கப்பட்டவை என்றாலும், அக்கூட்டங்களின் தலைவர்களின் யோசனைகளாகவும் கற்பனை களாகவும் வரவு வைக்கப்படுகின்றன. அதாவது, சிப்பந்திகள், உதவியாளர்கள் போன்றோரின் கற்பனைகள் அனைத்தும் மேலாளர்களின் மூளையில் உதித்தவை.

பன்னாட்டு நிறுவனங்கள்தான் என்றில்லை அது எந்தவொரு நிறுவனமாக இருந்தாலும் இந்தக் கற்பனைத் திருட்டு என்பது அதன் அடிப்படைக் குணமாக இருக்கிறது. Brain storming, group discussion, free discussion, informal meeting என்ற பெயரில் சொல்லப்படும் அனைத்தும் கற்பனைகளைத் திருடுவதற்கான வெவ்வேறு வழிமுறைகள் என்று யோசித்தால் நமக்கு புரிபடும்.

தமிழ்த் திரைப்பட உருவாக்கத்தில் அதி தீவிரமாகச் செயல்படுத்தப் படும் கதை விவாதத்தில், இயக்குநராகிவிடும் லட்சியத்தோடு உட்கார்ந்திருக்கும் ஒவ்வொருவரும் பகிர்ந்துகொள்ளும் கற்பனைகள் இறுதியில் யாருடைய சொத்தாக மாற்றம் பெறுகின்றன? அந்த விவாதங்களில் உருவாக்கப்படும் கதாபாத்திரங்களும், காட்சி அமைப்புகளும், உரையாடல்களும் யாருடைய கற்பனையாக

கணக்கு வைக்கப்படுகின்றது? ஒரு பன்னாட்டு நிறுவனமோ அல்லது உள் நாட்டு நிறுவனமோ தனது ஊழியர்களின் கற்பனையைக் கபளீகரம் செய்வதற்கும், கதை விவாதங்களை நிகழ்த்தும் தமிழ்த் திரைப்படைப்பாளிகள் தங்களது உதவியாளர்களின் கற்பனையைத் திருடுவதற்கும் என்ன பெரிய வித்தியாசம் இருக்கிறது?

தன்னுடைய கற்பனையை முருகதாஸ் திருடி, 'கத்தி' என்ற படமாக எடுத்திருக்கிறார் என்று கோபி நயினார் தொடர்ச்சியாகக் குற்றம் சாட்டுவதோடு, நீதிமன்றத்திலும் வழக்கு தொடுத்திருக்கிறார். அப்படி அவர் கை நீட்டி சுட்டுகிற படம், கற்பனையைத் திருடுகிற ஒருவனைப் பற்றிய படமாக இருப்பதுதான் எனக்கு பெரிய ஆச்சரியம். யாருக்குமே சொல்லக்கூடாதென்று நீங்கள் அடிமனதில் பூட்டி வைக்கிற கள்ளத்தனங்கள்தான் உங்களது கலைப்படைப்பைத் தீர்மானிக்கின்றனவா?

•

9

சீனு ராமசாமி: தலைகீழ் பாரதிராஜா

சமீபத்திய திரைப்பட ஆச்சரியங்களில் ஒன்று, சீனு ராமசாமியின் தர்மதுரை. நான் திரும்பத் திரும்ப பேசிக்கொண்டிருக்கிற 'கிராமத்திலிருந்து தப்பித்தல்'தான் படத்தின் கதை! அதாவது, பாரதிராஜா பாணி 'கிராமப் புல்லரிப்புகளுக்கு' முற்றிலும் எதிரான கதை.

கதை இவ்வளவுதான். பட்டறிவும் பகுத்தறிவும் பெற்று, கிராமத்திற்கு திரும்பி வருகிறான் ஒருவன். அவனை, ஊரும் உறவும் பிய்த்து எறிகின்றன . உயிர் பிழைத்தால் போதும் என்று அவன் தப்பித்து ஓடுகிறான். இதை, சீனு ராமசாமி திகிலும் கருணையும் கலந்து சொல்லியிருக்கிறார். கிராமத்தில் திகில்; நகரத்தில் கருணை!

இன்னும் விளக்கமாகச் சொல்லப் போனால், 16 வயதினிலே படத்தில் 'மயிலு, மயிலு' என்று நாடகத்தனமாக சொல்லித் திரியும் ஒரு மருத்துவரை ஞாபகம் இருக்கிறதா? அந்தப் படத்தில் ஒரு அசட்டு வில்லனாக அவர் வந்து போயிருப்பார். நாகரீக நகரம், கிராமத்து வெகுளித்தனத்தை எவ்வாறு வஞ்சிக்கிறது என்று விளக்க அவரைக் காட்டியிருப்பார்கள்.

ஏறக்குறைய 40 வருடங்கள் கழித்து, மொத்தமும் தலைகீழாக மாறியிருக்கிறது. இப்பொழுது நகரம் வெகுளி; கிராமம் வஞ்சனை!

இந்த தலைகீழாக்கத்தின் அடிப்படையே தவறானது என்றாலும், அதன் காரணமாக கிராம வாழ்க்கை குறித்து முன்வைக்கப்படும் விமர்சனம் முக்கியமானது. அந்த வகையில், சீனு ராமசாமியின் இந்தப் படம் அவசியமானது.

பாரதிராஜாவில் தொடங்கிய புல்லரிப்பு, கொஞ்சம் கொஞ்சமாக சிலாகிப்பாக மாறி, சாதிப் பெருமையாக உறுதிப்பட்டிருக்கும் சூழலில் இந்தப் படம் ஆரோக்கியமாகப் பேசுகிறது.

மதுரையை மையமாகக் கொண்டு, கிராம வன்முறையைக் கொண்டாடிய படங்களை நாம் அறிவோம். அவற்றின் சூத்திரம் எளிமையானது. எடுத்த எடுப்பில் அந்த முரட்டு கதாபாத்திரங்களை நம்மிடம் கிண்டலாக அறிமுகம் செய்வார்கள். ஆட்டுக்கறிக்காக சண்டையிட்டுக் கொள்கிறவர்கள், முதுகில் அருவாள் சொருகி இருப்பவர்கள், பட்டாபட்டி உள்ளாடை தெரிய திரிபவர்கள், முகம் முழுக்க மயிர் மண்டியிருப்பவர்கள், அதிகமாய் 'சவுண்ட்' விடுகிறவர்கள், காதல் - கத்தரிக்காய் போன்றவற்றையெல்லாம் அறியாதவர்கள் - மொத்தத்தில் வேடிக்கையான முரடர்கள் என்றே நமக்கு அறிமுகம் செய்வார்கள்.

இதிலுள்ள கேலியையும் கிண்டலையும் மனதிற்குள் நமட்டி சிரித்து முடிப்பதற்குள், அந்தக் கதாபாத்திரங்கள் பெரும் வன்முறையோன்றை நிகழ்த்தி (கழுத்தை அறுப்பதிலிருந்து அணுஅணுவாய் சித்திரவதை செய்வது வரை) திரையரங்கில் நம்மை கதிகலங்க வைத்திருக்கும். நாம் அரண்டு போய் உட்கார்ந்திருப்போம். ஆனால், மொத்த திரைப்படக் குழுவும் 'பைத்தியக்காரக் கூட்டம்! பாசத்திற்காக, மரியாதைக்காக, மானத்திற்காகத்தான் இத்தனை வன்முறையும். மற்றபடி பாசக்கார பயல்கள்தான்!' என்று நம்மிடம் சத்தியம் செய்யும்.

அவர்களின் சத்தியத்தை நாம் நம்ப வேண்டும் என்பதெல்லாம் கூட இல்லை. அவர்கள் காட்டுகிற வாழ்க்கையைக் கண்டு நாம் பதற வேண்டும், அரள வேண்டும் என்பதுதான் அவர்களது மொத்த நோக்கமும்.

தர்மதுரை படத்தில், ஆச்சரியமாக, மதுரைக்கார கதாநாயகன் ஒருவன் நம்மைப் போலவே வன்முறைக்கு பயந்து ஊரை விட்டு தப்பித்து ஓடுகிறான்! அரண்டு நிற்கிறான்! நம்மைப் போலவே அவனுக்கும் உடம்பெல்லாம் நடுக்கம்.

ஆனாலும் படம் பார்க்கும்போது எனக்கு நம்பிக்கையே இல்லை. எங்கே, ராதிகா கொதித்தெழுந்து, விஜய் சேதுபதியிடம், 'போடுடா, அத்தனை பேரையும்!' என்று சொல்லி விடுவாரோ? இல்லை,

முந்தைய படத்தைப் போல, அந்தப் பெண் தெய்வமே எல்லோரையும் போடுவதற்குக் கிளம்பி விடுமோ என்ற பயம் ஒரு ஓரத்தில் உயிரோடு இருந்தது.

தமிழ்த் திரைப்படங்களை பார்த்துத் திரும்புவதற்குள்தான் எத்தனை எத்தனை சோதனைகள்!

படம் முடியும்போதுதான் அப்பாடா என்று இருந்தது. 'நல்ல வேளையாக மருத்துவர் கதாபாத்திரத்தில் விஜய் சேதுபதி நடித்தார். இதே வேடத்தில் சசிகுமார் மட்டும் நடித்திருந்தால் என்ன ஆகியிருக்கும்?' என்று ஒரு ஆசுவாசம்.

இதனாலேயே, இந்தப் படத்தில் ஒலிக்கும் சீனு ராமசாமியின் குரல் கவனிக்கப்பட வேண்டியது என்று சொல்கிறேன். அந்தக்கால பாரதிராஜாவிலிருந்து அவரது நிஜ வாரிசுகளான பாலா, சசிகுமார் வரை தொடர்ச்சியாகக் காட்டி வரும் 'மதுரை கிராமங்களை' இந்தப் படம் துணிச்சலாகக் கேள்வி கேட்கிறது. அவற்றின் போலித்தனத்தை சுட்டிக் காட்டுகிறது. வன்முறையைக் கொண்டாடும் சூழலிலிருந்து விலகி நிற்கிறது.

இதற்காகவே படத்தின் பின் பாதியில் செய்யப்பட்ட பல தவறுகளை மன்னித்து விடலாம் என்றிருக்கிறேன். கிராமங்கள் வன்முறை யானவை என்று காட்டிய முன்பாதிக் கதையை வலுப்படுத்துவ தற்காக, அடுத்த பாதியில் 'நகரத்தில் அன்பு வழிந்தோடுகிறது' என்று சொல்வதை இப்போதைக்கு மன்னித்துவிடலாம். இப்போதைக்கு மட்டும்!

இந்த அன்பின் நீட்சியாக, கிராமத்து வன்முறையாளர்களை கதாநாயகன் காருண்யத்தோடு மன்னித்து விடுவதையும் இப்போதைக்கு மறந்து விட நினைக்கிறேன்.

படத்தின் இறுதியில் 'எல்லாம் சுபம்' என்றே சொல்கிறார்கள். அதனால் இந்தப் படத்தை 'நல்லதையே நினைக்கும் படங்கள்' (ஃபீல் குட் மூவி) என்று கூட நமது நண்பர்கள் பாராட்டுகிறார்கள்.

ஆனால், இத்தனை வன்முறைக்கும் அப்பால் (ஒரு தற்கொலை, ஒரு கொலை முயற்சி) அகிம்சையைப் போதிப்பது ஒரு மாபெரும் தந்திரமில்லையா என்றே கேட்கத் தோன்றுகிறது. இது அறத்தில் நிகழும் ஊழல் இல்லையா?

ஆனாலும், படத்தின் முதல் பாதி நேர்மைக்காக சீனு ராமசாமியை அறிவுறுத்தி விட்டு விடலாம்தான்.

கடைசியில் ஒரு சந்தேகம் மட்டும். துணிச்சலான இந்தப் படத்தில் வைரமுத்துவுக்கு என்ன வேலை? சாதிவெறியை நிலவெறியாக சித்தரித்து (கள்ளிக்காட்டு, செவக்காட்டு, கரிசல்காட்டு...) தொடர்ந்து பாட்டு கட்டி வரும் வைரமுத்து, இந்தப் படத்திலும் தனக்குத் தெரிந்த பழைய குட்டிக்கரணங்களையே அடித்துக் கொண்டிருக்கிறார். எழுதுவதை நிறுத்துவது கூட ஒரு வகை புண்ணியம்தான் என்று அவருக்கு யாராவது சொல்லக்கூடாதா?

•

10

96 தற்செயல்கள்

1

'96' திரைப்படத்தைப் பார்த்த உடனேயே எனக்குத் தோன்றியது இந்தக் கேள்விதான் - ஏன் இந்தப் படத்தில் இத்தனைத் தற்செயல்கள்? ராம் ஜானுவைத் தேடிக் கல்லூரிக்கு வந்தபொழுது நடந்த துர்சம்பவம் ஒரு 'தற்செயல்'. எதேச்சையாய் நிகழ்ந்தது. அப்படி நடந்ததற்குப் பின்னால் எந்தவொரு சதியும் இல்லை.

தற்செயலுக்குக் காரணங்கள் இல்லை. ஆனால், காரியம் உண்டு. விபத்து போலத் தானாக நடக்கும் செயல். அந்தச் செயலுக்கு அந்தச் செயலே பொறுப்பேற்கிறது. அல்லது இயற்கையே பொறுப்பு. தற்செயல் எப்பொழுதுமே இடுகுறியானது. சசூரின் வார்த்தைகளைப் போல. காரணமில்லாமல் வெளிப்படும் அர்த்தம். எனவே, தற்செயல்களுக்குச் சொல்லப்படும் காரணங்கள் அவற்றின் காரணங்கள் அல்ல.

அதே போல, ராமும் ஜானுவும் உடலளவில் நெருங்கி வரக்கூடிய ஒவ்வொரு தருணத்தையும் தற்செயல்களே தடுத்து நிறுத்துகின்றன. விடுதியின் பரிசாரகர் காபி பரிமாற வந்து கதவைத் தட்டுகிறார்; இரவு நேரக் காவலாளி இடையில் புகுகிறார்; போயிருந்த மின்சாரம் வந்து விடுகிறது - இப்படியாக திரைப்படமெங்கும் தற்செயல்கள்

தொடர்ந்து நடக்கின்றன. எந்தவொரு முன்திட்டமிடலும் இல்லாமல் இயற்கையாக நிகழ்கிறது.

எந்தவொரு செயலுக்கும் காரணங்கள் இருக்கும் பொழுது அச்செயல் ஒரு தொடர் நிகழ்வின் அங்கமாக மாறிவிடுகிறது. காரணங்கள் இல்லாத அல்லது தெரியாத செயல் மட்டுமே தனித்து நிற்கிறது.

மூலம் தெரியாத செயல்களைத் தற்செயல்கள் என்று சொல்லலாம். அல்லது, திடீரென்று தோன்றும் செயலே தற்செயல்.

தற்செயல் ஒட்டுமொத்த நிகழ்வையும் மாற்றியமைக்கும் வல்லமை உடையது. அவ்வாறு மாற்றியமைக்கும் பொழுதே அது தற்செயலாகவும் அறியப்படுகிறது. மாற்றியமைக்காத வரையில் அதைச் சீண்டுவார் இல்லை; அறிவாரும் இல்லை. அந்த வகையில், நிகழ்வின் போக்கை திசைதிருப்பாத எதுவும் தற்செயல் இல்லை.

தற்செயல் என்பது, இயற்கையான, காரணங்களற்ற, திடீரென்று தோன்றுகிற, ஒட்டுமொத்த நிகழ்வையும் மாற்றியமைக்கிற காரணி. தற்செயலில் எதுவும் தொடங்குவது இல்லை. அதாவது, தற்செயல் எதையும் ஆரம்பித்து வைப்பது இல்லை. தற்செயல், நடுவில் நிகழ்கிறது. மரபு, தற்செயல்களுக்குக் காரணங்களையே கற்பிக்க விளைகிறது. 'ஊழ்வினை' அப்படியொரு காரணம். ஊழ்வினை என்றால் முன்னர் செய்த வினை.

தற்செயலின் இடுகுறித்தன்மையைத் தொன்மங்கள் அழித்து விடுகின்றன. நிகழ்காலத்தை, அவை, கடந்த காலத்தின் தொடர்ச்சியாகக் காட்ட முனைகின்றன. காலம், தொடர்ச்சியானது என்பது தொன்மங்களின் விடாப்பிடியான நம்பிக்கை. எல்லா வற்றிற்கும் காரணங்களும் காரியங்களும் உண்டு என்பது மரபின் ஐதீகம்.

நாகார்ஜுனரின் மத்யாமிகா பௌத்தம், எல்லாவற்றையும் தற்செயல் என்கிறது. அதாவது, இந்த உலகில் எதற்கும் காரண காரியங்கள் இல்லை. பார்க்கிற எதுவும் பார்க்கிறது இல்லை. எல்லாவற்றிற்கும் பின்னால் வேறொரு யதார்த்தம் இருக்கிறது. எனவே, தற்செயல் மட்டுமல்ல, எல்லாச் செயல்களும் இடுகுறித்தன்மை உடையவையே. காரண காரிய விளக்கங்களுக்கு அப்பாற்பட்டவை என்கிறார் நாகார்ஜுனர். மொழியியலால் பீடிக்கப்பட்டவர் நாகார்ஜுனர்; எனவே அப்படிப் பேசுவதில் ஆச்சரியமில்லை.

ஆனால், தொன்மங்களோ காலத்தைத் தொடர்ச்சியானது என்று யோசிப்பதோடு, அனாதி காலம் வரைக்கும் கற்பனையை நீட்ட

முடியும் என்றும் காட்டித்தந்தன. அக்கற்பனை தவிர்க்கவியலாமல் வெகுஜனக் கதைகளால் மட்டுமே செய்யப்பட்டிருந்தது.

வெகுஜனக் கதைகளோ காரண காரிய கிறுக்குப் பிடித்தவை. அவை, தற்செயல்களை வெறுக்கின்றன. அல்லது, அக்கதைகளில் தற்செயல்கள் வருவதை யாரும் விரும்புவது இல்லை. கதைகள், மனிதர்களால் செய்யப்படுபவை எனபதால், அதில் இயற்கை என்று கருதத்தக்க தற்செயல்கள் இடம்பெறுவதை 'வெகுஜன கதை மனம்' விரும்புவது இல்லை. வெகுஜனக்கதை, மனித யோசனையின் குறைப்பிரசவம். தொன்மம் அப்படியொரு பிண்டம்.

தத்துவவாதிகளும் 'தற்செயலை விளக்குவதே தங்களது வாழ்நாள்க் கடமை' என்பது போலவே கற்பனை செய்து கொண்டனர். தாங்கள் தோற்கடிக்க வேண்டிய அறியாமை இந்தத் தற்செயல்களின் இடுகுறித்தன்மையே என்பதாக அவர்கள் பிரமையை வளர்த்துக் கொண்டிருந்தனர். தத்துவம் என்பது அறியாமைக்கு எதிரான போர் என்றொரு சித்திரத்தை அவர்கள் நம்புகின்றனர். விளக்க முடியாததை விளக்குவது. ஒரு போர் வீரனைப் போல, யாராலும் வெற்றி கொள்ள முடியாத அரக்கனை வீழ்த்துவது. மத்யாமிகா பௌத்தத்தை மரபான தத்துவ ஆசிரியர்கள் வெறுப்பதும் இதனால்தான்.

வெகுஜனக் கலை வடிவங்கள் தற்செயல்களை இருட்டடிப்பு செய்தன. அவை இல்லாத வாழ்க்கையை நமக்கு வழங்கத் தொடங்கின. இந்தத் தர்க்கத்தின் படி ஒரு சிறந்த கலைவடிவம் தற்செயல்கள் நிகழ அனுமதிக்க வேண்டும். நவீன கலைவடிவங்களில் தற்செயல் களுக்கான வாய்ப்புகளை உருவாக்கும் தருணம் மிகச்சிறப்பானது. இதையே, மிகைய்ல் பக்தினும் ரோலாண்ட் பார்த்தும் கலை வடிவங்களின் பன்மை, பூஜ்யம் என்றெல்லாம் பேசிக் கொண்டிருக்கிறார்கள்.

96 திரைப்படத்தில் நம்மைத் திணறடிப்பது இந்தத் 'தற்செயல்களே'! வழக்கமாய் வெகுஜனக் கலைவடிவங்களில் இடம் பெறாத தற்செயல்கள். அத்திரைப்படத்தில் இரண்டு வகையான தற்செயல் களைப் பார்க்கிறோம். ஒன்று, காதலர்கள் நேருக்கு நேர் சந்திக்க முடியாமல் போகும் தற்செயல்; மற்றொன்று, உடலளவில் இணைய முடியாத தற்செயல்.

இரண்டாவது தற்செயல் மீண்டும் மீண்டும் மூன்று முறை நிகழ்கிறது. துரதிர்ஷ்டவசமாக, தற்செயல்களைத் தற்செயல்களாய் பாவிப்பதற்கு உங்களுக்கு மிகப்பெரிய சிக்கனம் தேவைப்படுகிறது. ஒன்றுக்கு மேற்பட்ட தருணங்களில் நீங்கள் தற்செயல்களை வருவிக்கும்

பொழுது, அது தன்னிச்சையாய் காரணகாரியங்களை உருவாக்கிக் கொள்ளத் தொடங்குகிறது.

காதலனும் காதலியும் உடலளவில் நெருங்கி வரும் ஒவ்வொரு தருணமும் தற்செயலாய் யாராவது அல்லது எதுவாவது நடந்து விடுவது இதனாலேயே வெகுஜனக் கதைசொல்லலாக மாறி விடுகிறது. இந்தத் தற்செயல்கள் நிஜமாக நடப்பவை அல்ல, பண்பாட்டைக் காப்பாற்ற விரும்பும் கதைசொல்லியால் பின்னப் படுபவை என்று நமக்கு விளங்கி விடுகிறது.

2

ஜானுவைப் பார்த்ததும் ராம் துவண்டு போகிறான். மற்றவர்கள் முன்னிலையில் ஜானுவுடன் சகஜமாகப் பேசவோ பழகவோ அவனால் முடிவது இல்லை. ஜானுவோ படு இயல்பாக இருக்கிறாள்.

ராம் அடையும் சங்கோஜம் அவளுக்கும் நன்றாகவே தெரிகிறது. எனவே, கூடுமானவரை ரகசியமாக அவனோடு பேசத் தொடங்குகிறாள். ‘என்னாச்சு?’ என்று ஜாடையிலேயே கேட்பது. ஓரக்கண்ணால் பார்ப்பது, திரும்பிப் பார்த்து சிரிப்பது. அவன் விரும்புகிற பாடலை மட்டும் பாடாமல் அலைய விடுவது. ‘வாய் திறந்துதான் கேளேன்…’ என்று சீண்டுவது. அவன் பிறர் முன்னிலையில் எதையும் / எதுவும் கேட்க மாட்டான் என்பது அவளுக்கு நன்றாகவே தெரியும். அதை அவள் ரசிக்கவும் செய்கிறாள். ஆனாலும், சீண்டல்களை நிறுத்துவதே இல்லை.

இந்தச் சீண்டல்களுக்கே நாம் ‘காதல் மொழி’ என்று பெயர் வைத்திருக்கிறோம்.

காதல், முரண்பட்ட இரண்டு குணாம்சங்களுக்குள் நிகழ்கிறது என்றொரு சொலவடை உண்டு. 96ல் இது ஆணின் சங்கோஜமாகவும், பெண்ணின் தைரியமாகவும் காட்டப்படுகிறது.

இந்தக் கூச்சம் / தைரியம் என்றால் என்ன?

ராமின் சங்கோஜத்திற்கான காரணங்கள் வெளிப்படையாய்ச் சொல்லப் படுவது இல்லை. ஆனால், ராம் ஜானுவைப் பார்த்துப் பதுங்குவதை பம்முவதை எல்லோரும் அறிந்திருந்தார்கள். ராம், ஜானு உட்பட எல்லோருக்குமே அது ‘காதல்’ என்று விளங்கியது.

தமிழ்த் திரைப்படங்களில் காதல் எப்பொழுதுமே தனிப்பட்ட விஷயம் இல்லை. அதாவது, இரண்டு நபர்கள் மட்டுமே சம்பந்தப்பட்ட காரியம் இல்லை.

தோழர், தோழியர் சூழ்ந்த ஒரு பட்டாளமாகத்தான் காதல் நடக்கிறது. காதல் அந்தரங்கமானதுதான்; ஆனால், தமிழ்த் திரைப்படங்களில் அதைப் பகிரங்கமாக நிகழ்த்திக் கொண்டிருக்கிறார்கள்.

தமிழறிஞர்களிடம் கேட்டால், காலங்காலமாகவே இது இப்படித்தான் என்று 'பாங்கன்', 'பாணன்', 'தோழி' என்று சான்றுகள் காட்டக்கூடும். தமிழில் காதல் மொழி ஏன் ஒரு குழுவின் மொழியாக இருக்கிறது? அல்லது, காதலர்களுக்கு இடையே ஒரு பாங்கனோ அல்லது தோழியோ தூது செல்ல வேண்டியிருப்பது ஏன்? ஒரு துபாஷி போல அல்லது ஒரு மொழிபெயர்ப்பாளரைப் போல.

தலைவன் நினைப்பதைத் தலைவிக்கும் தலைவி விரும்புவதை தலைவனுக்கும் மொழிபெயர்ப்பதற்கு ஒரு ஆள் தேவைப்படுகிறது என்றால் அங்கே காதல் என்று எதைச் சொல்வது என்று குழப்பம் ஏற்படுகிறது. ஒருவரையொருவர் உணர்ந்திராத / அறிந்திராத இருவர் தானா தமிழில் காதல் செய்து கொள்கிறார்கள்?

உண்மையில் அந்தத் தூதர்கள் காதலர்களுக்கிடையில் செயல் படுவதை விடவும், நமக்கும் அந்தக் காதல் கதைக்கும் இடையேதான் அதிகமாகத் தூது செல்கிறார்கள். காதலர்களை விடவும் பார்வை யாளர்களான நமக்குத்தான் அவர்கள் அதிகம் தேவைப்படுகிறார்கள். காதலர்களின் ஒவ்வொரு அசைவையும் இந்த மொழிபெயர்ப் பாளர்களே நமக்குக் காதல் பேச்சாக மாற்றிக் காட்டுகிறார்கள். நாம் காதலை காதலர்களிடமிருந்து பெறுவது இல்லை, அவர்களைச் சூழ்ந்திருப்பவர்களிடமிருந்தே பெற்றுக் கொண்டிருக்கிறோம்.

காதலி தனது உணவிலிருந்து சில பதார்த்தங்களை காதலனுக்கு வழங்கும் போது, அது இடையிலுள்ளவர்களின் கைகள் மாறி வரும் பொழுதே காதல் பரிமாற்றமாக மாறுகிறது. அப்படிக் கடந்து வராத வரை அது இல்லாதவனுக்கு வழங்கும் யாசகம். அது கருணை அல்ல காதல் என்று நண்பர்களே நமக்குச் சொல்கிறார்கள்.

நோயிலிருந்து மீண்டு வந்த காதலியை தோழிகளும் பாணன்களும் விசாரிக்கும்பொழுது காதலன் மட்டும் விசாரிக்காமல் தயங்கி நிற்பதுதான் காதலின் தீவிரத்தை நமக்கு உணர்த்துகிறது. சாதாரண செய்கைகளைக் காதல் செய்கைகளாக நமக்கு மாற்றிக் காட்டுவது காதல் தூதர்களின் வேலை. அவர்கள் வேறுபடுத்தும் வேலையைச் செய்கிறார்கள். அந்த வேறுபாட்டை உணர்ந்து கொள்வதன் மூலமே அங்கே காதல் நிகழ்கிறது என்று நாம் விளங்கிக் கொள்கிறோம். உண்மையில், அவர்கள் காதலர்களுக்கு இடையே அல்ல, காதலர்களுக்கும் நமக்கும் இடையேதான் தூது சென்று கொண்டிருக்கிறார்கள்.

ஒரு வகையில், அங்கே காதல் இருப்பதாக நாம் அனுமானிப்பதற்கு மொழிபெயர்ப்பாளர்கள் தேவைப்படுகிறார்கள். ஆதியிலிருந்து தமிழ்ப் படைப்புலகில் காதல் இப்படித்தான் வெளிக்காட்டப் பட்டிருக்கிறது. எந்தவொரு படைப்பிலும் காதலர்கள் பார்வையாளர் களான நம்மிடம் நேரடியாகத் தங்கள் காதலைச் சொல்ல முயன்றது இல்லை. அல்லது, அப்படிச் சொன்னாலும் நமக்கு அது காதலாகத் தோன்றுவது இல்லை.

காதல் மொழி எப்பொழுதுமே இது போன்ற தூதுக்களால்தான் நிரம்பியிருக்கிறது. ஒரு மலர், பரிசுப்பொருள், தின்பண்டம் என்று குறியீடுகளால் நிரம்பியிருக்கிறது.

வகுப்பறையில் எல்லோருக்கும் அவரவர் ஏடுகளைத் தருகையில், ஒருவனுக்கு மட்டும் செல்லமாய் தலையில் அடித்துத் தருவதும், அடுத்திருப்பவனுக்கு முகத்தில் விசிறுவதும் காதலின் வெளிப் பாடாகத் தோன்றுவதற்கு இந்த வேறுபடுத்தலே காரணம். அதே போல, நண்பன் கோமாளியாகவும் (பஃபுன்), தோழி விபரமானவ ளாகவும் சித்தரிக்கப்படுவதும் இதனால்தான்.

சின்னச் சின்ன செய்கைகளையும் காதல் மொழியாக மாற்றிக் காட்டுவதை காதலர்களின் நண்பர் குழாமே செய்கிறது. எந்தவொரு மொழியிலும் அர்த்தங்களை உருவாக்குவது குறிப்பானோ குறிப்பீடோ அல்ல, அவற்றிற்கிடையேயான தர்க்கமே என்பது போல இதை விளங்கிக் கொள்ள வேண்டும். சசூரின் வார்த்தைகளில் சொல்லப்போனால், அந்த நண்பர் குழாம் ஒரு 'இடுகுறித்தன்மை'; பியர்ஸின் வார்த்தைகளில் இது 'விளக்கமளிப்போன்'.

தமிழ்க் காதல் மொழி ஒரே நேரத்தில் இடுகுறித்தன்மையையும் (கோமாளி) விளக்கமளித்தலையும் (தோழி) கொண்டு இயங்குகிறது.

இதுவொரு முக்கியமான தருணம். காதல் மொழியைத் தமிழ் ஆண்மை இடுகுறியாகவும், பெண்மை தர்க்கத்தோடும் அணுகுகிறது. தமிழ்க் காதலன் தனது கதை சொல்லும் குரலாகக் கோமாளித்தனத்தை தேர்ந்தெடுத்தால், பெண் சூட்சுமக் குரலைத் தேர்ந்தெடுக்கிறாள். இன்னும் ஒரு படி மேலே போய்ச் சொல்வதானால், ஆண்மை இடுகுறியாகவும், பெண்மை விளக்கங்களோடும் காதலை அர்த்தப் படுத்துகிறது.

சசூரின் ஆண் மொழியியல், மொழியின் தடைகளைக் கடந்து, அது மறைத்து நிற்கும் நிஜத்தைக் கவனப்படுத்தவே பெரிதும் விரும்புகிறது. அதாவது, வார்த்தைகள் மேகம் போல உண்மையின் மீது கவிந்திருக்கின்றன என்று அது கருதுகிறது. மொழியின்

பயன்பாடே அம்மூடாக்கை விலக்குவதுதான். அதுதான் உண்மைக்கான தேடலும் கூட.

பியர்ஸின் பெண் மொழியியல், மொழியைத் தடையென யோசிப்பது இல்லை. வார்த்தைகள் உருவாக்கும் அர்த்தமும் தனது அங்கமே என அது யோசிக்கிறது. காதலியின் உள்ளக் கிடக்கையை தோழியே (விளக்கமளிப்போள்) பெரும்பாலும் வெளிப்படுத்துகிறாள். அவள் வேறு தோழி வேறு இல்லை. காதலனுக்கோ, தோழன் ஒரு பஃபுன் (இடுகுறி). மீறி, தன் உணர்வைப் பேச வேண்டி வந்தால் தன் நெஞ்சோடு பேசிக் கொள்கிறான். காதலியின் அந்தரங்க உணர்வு களைப் பேசுகிறவளாகத் தோழி உருவாக்கப்பட்டாள் என்றால், காதலனின் அந்தரங்கத்தை அவனே தன் மனதிற்குள் சொல்லிக் கொள்கிறான்.

தமிழகக் காதல் மொழியை ஆண் ஒரு வகையாகவும், பெண் ஒரு வகையாகவும் கையாளுவதன் வெளிப்பாடே 96ல் ஜானுவுக்கும் ராமிற்குமான வேறுபாடுகள்.

ராமிற்குக் காதல் மொழி ஒரு சராசரி ஆணுக்கானதைப் போல கடந்து செல்ல வேண்டிய பொய்யாகவே தெரிகிறது. அவன், காதல் மொழியைப் பேசுவதற்குத் திக்குகிறான். அல்லது அம்மொழியை அவன் கற்றுக் கொள்ளவே இல்லை. காதல் அவனைப் பொறுத்த வரையில் ஒரு பொய். எல்லோரும் ஏற்றுக் கொண்ட பொய். அது, காமத்தைத்தான் வேறு வேறு வார்த்தைகளில் வெளிப்படுத்திக் கொண்டிருக்கிறது.

ஜானுவைப் பிறர் முன்னிலையில் கண்டதும் ராம் அடையக்கூடிய பதட்டம் அவனை ஒரு நோய்போல் பற்றியிருப்பதன் காரணமும் இதுதான்.

ஜானு ஒரு முறை தற்செயலாய் ராமைத் தொட்டுவிட தாங்க முடியாமல் மயக்கமடைகிறான். ஜானுவோ ராமின் இதயத்தைத் தொடுகிறாள், ராமிற்கோ அது பெண்ணின் ஸ்பரிசமாகத் தெரிகிறது. இந்த மயக்கம், 22 வருடங்கள் கழித்தும் ராமிற்கு ஏற்படுகிறது.

தமிழ் ஆண்கள் காதல் மொழியைப் பேசத் திக்குவதும், பெண்கள் சரளமாகப் பேசுவதும் ஏன்?

3

ஜானு யார் கேட்டுக் கொண்டாலும் பாடுவாள். ஆனால், ஜானகி பாடிய பாட்டு மட்டும்தான். அவள் 'யமுனை ஆற்றிலே...' என்ற

பாடலைப் பாட வேண்டுமென்று ராம் விரும்புகிறான். அது ஜானகி பாடியது அல்ல. ராமின் விருப்பத்திற்கு இதுவும் கூட ஒரு காரணமாக இருக்கலாம். அவள் யாருக்கும் பாடாததை தனக்குப் பாட வேண்டும்.

ஜானுவும்கூட அதைப் பாடத் தயாராக இருக்கிறாள். ஒரே ஒரு நிபந்தனைதான், அதை ராமே அவளிடம் நேரடியாகச் சொல்ல வேண்டும். வேறு யார் சொன்னாலும் பாட மாட்டாள். ஆனால், ஜானுவிடம் பேசுவதற்கே கூச்சப்படும் ராம் கடைசி வரை அதைச் சொல்லவே இல்லை. யார் யார் மூலமோ சொல்லி விடுகிறான். அவனால் மட்டும் சொல்ல முடியவில்லை.

இது மட்டும் அல்ல, தான் விரும்புகிற எதையுமே, ராமால் ஜானுவிடம் சொல்ல முடிந்தது இல்லை. அவளுக்கு உடல் நலமில்லை என்பது தெரிந்தும் அவளிடம் நேரடியாக விசாரிக்க முடிவது இல்லை. அவளாகவே அவனிடம் வந்து 'என்னிடம் ஏதும் கேட்கனுமா?' என்றால் கூட அவனிடம் வார்த்தைகள் இல்லை. விடுமுறை என்பதால் இனி கொஞ்சம் நாட்களுக்குப் பார்க்க முடியாது என்று தெரிந்தும் கூட அவனால் ஜானுவோடு எதையுமே பேச முடிவது இல்லை. அவன் திக்குகிறான். திக்கிக் கொண்டே இருக்கிறான். அதன் உச்சகட்டமாய், ஒரு முறை மூர்ச்சையாகிக் கூட விழுகிறான்.

திக்குவது, உங்களை வேறுபடுத்திக் காட்டுகிறது. ஆனால், வேறுபாடு திக்கலாக வெளிப்படுவது ஏன் என்பதை யோசிக்க வேண்டும். யமுனை ஆற்றிலே பாடலை பாடச் சொல்வதும் தன் விருப்பத்தை வேறுபடுத்திக் காட்டுவதுதான். அதன் மூலம் கவனம் ஈர்ப்பதுதான். ஆனால், இந்தக் கவன ஈர்ப்பு / வேறுபடுத்தல் வெளிப்படும் விதமே வேறுபட்டு இருக்கிறது, திக்கல். தனது வேண்டுகோள் மட்டுமல்ல, தானே வேறுபட்டவன் என்பதை வெளிப்படுத்தும் உத்தி.

திரைப்படம் திக்கினால் புகைப்படம். உறைந்த காட்சி. உறைதல் ஒட்டுமொத்தக் காட்சியையும் நழுவும் படிச் செய்கிறது. ஒரு கை அள்ளித் திரும்புபவர்களுக்கு நதி இல்லை. ராம், எப்பொழுதுமே ஒரு கணத்திற்காக ஒட்டுமொத்த நிகழ்வையும் தவற விடுபவனாக இருக்கிறான்.

அவனிடம் உறைந்த தருணங்களுக்கான பெட்டி ஒன்று இருக்கிறது. அது ஒரு பிரமீடு போல, பதப்படுத்தப்பட்ட உணர்வுகளால் நிரம்பியிருக்கிறது. சீருடையில் மை தெளித்த காதலியின் குறும்பு, காய்ந்த மலரில் வீசும் காதலியின் வாசம், நோட்டுப் புத்தகத்தில் மடித்து வைக்கப்பட்ட கவிதையின் அர்த்தம், காதலியின் உடையைத்

திருடி எடுத்த ரகசியம் என்று அந்தப் பெட்டி மெய்நிகர் தருணங்களால் நிரம்பியிருக்கிறது.

நிகழ்வுகளைத் தவற விட்டுவிட்டு உறைந்த தருணங்களைச் சேகரிப்பவர்களும் நாளடைவில் உறை நிலையை எட்டி விடுகிறார்கள். குளிர் சாதனப் பெட்டியொன்றில் வாழ்ந்து கொண்டிருக்கும் ராமை, வெளியில் எடுத்து வைத்தால், அவன் உருகி உருகிப் பேசத் தொடங்குகிறான்.

4

ராம், ஜானு தன்னை வெறுத்து ஒதுக்கிவிட்டாள் என்ற எண்ணத்தில் இருக்கிறான். வெறுத்து ஒதுக்கினாலும், அவளையே நினைத்து, அந்தப் பழைய காதல் எண்ணத்திலேயே வாழ்ந்து கொண்டிருக்கிறான். அவளது திருமணம் முடியும் வரைக்கும் அவளையே அவள் அறியாத வண்ணம் பின் தொடர்ந்தும் கொண்டிருக்கிறான். அவளைப் பற்றிய ஒவ்வொரு தகவலையும் சேகரித்து வைத்திருக்கிறான். அவளைத் துன்புறுத்தும் ஒருதலைக் காதலை அவளுக்கே தெரியாமல் தடுத்து நிறுத்துகிறான். அவள் திருமணம் நடைபெறும் நாள் வரைக்கும் அவளை நிழல் போலத் தொடர்ந்து கொண்டிருக்கிறான். அதன் பின், தானுண்டு தனது காதல் நினைவுகளுண்டு என்று வாழ்ந்து கொண்டிருக்கிறான். உண்மையில் ராமுக்கு நடந்தது இது மட்டும்தான்.

தன்னை வெறுக்கிறாள் என்று கேள்விப்பட்ட பின்பும், அவளை ரகசியமாகப் பின் தொடர்வதில் ராமுக்கு ஒரு நோக்கம் உண்டு. என்றைக்காவது, ஒரு அதிசயம் போல ஜானு தன்னை மறுபடியும் காதலிக்கக்கூடும் என்ற நப்பாசை. இந்த ஆசை நிறைவேற சாத்தியங்கள் குறைவு என்று அவனுக்கும் தெரியும். ஆனால், அப்படியொன்று நிகழ்ந்து, அது நிகழும் தருணத்தை தவற விடக்கூடாது என்பதே அவனை ஜானுவின் பின்னால் நிழல் போல தொடரச் செய்கிறது. அந்த நப்பாசையும், ஜானுவின் திருமணத்தோடு முற்றுப் பெற்று விடுகிறது.

ஜானுவின் கதை வேறு மாதிரியானது. ராம், சொல்லாமல் கொள்ளாமல் காணாமல் போய்விட்டான் என்பதே அவளது மனப்பதிவு. ஆனாலும், அவளால் அவனை மறக்க முடியவில்லை. அவனது ஞாபகத்துடனே வாழ்ந்து கொண்டிருக்கிறாள். அதைக் குலைக்கும் வகையில் வரும் எந்த இடையூறையும் அவள் வன்மையாக எதிர்க்கிறாள். ஆனால், கடைசி வரை, அதாவது

அவளுக்கு வேறொருவருடன் திருமணம் நடக்கும் வரை ராம் வருவான் என்று எதிர்பார்க்கிறாள். இல்லாத பட்சத்தில் வேறு வழியின்றி, வீட்டில் ஏற்பாடு செய்யும் திருமணத்திற்கு சம்மதம் தெரிவிக்கிறாள். இதுதான் ஜானுவுக்கு நடந்தது.

ஜானுவுக்கும் ஒரு ரகசிய ஆசை இருந்தது. ஒரு அதிசயம் போல ராம் ஒரு நாள் தன்னைத் தேடி வந்து விடக்கூடும் என்ற ஆசை. அதை நினைத்து நினைத்து காத்துக் கொண்டிருக்கிறாள். ஒவ்வொரு நாளையும் அவன் வந்து விடுவான், வந்து கொண்டிருக்கிறான் என்ற ஆசையோடே அவளுக்குக் கழிகிறது. திருமண நாளில் கூட அந்த ஆசையை அவள் விட்டு விடவில்லை. அன்றைக்கும் கூட, திரைப்படங்களில் வருவது போல, ஒரு அதிசயத்திற்காக அவள் காத்துக் கொண்டிருந்தாள். திடீரென்று திருமணத்தை நிறுத்திவிட்டு ராம் தன்னைக் கூட்டிச் செல்வான் என்று நம்புகிறாள். ஆனால், இதில் எதுவுமே நடக்கவில்லை. திருமணம்தான் நடந்தது. ராம் வருவான் என்ற யோசனையும் அத்தோடு முடிந்தது.

நிஜத்தில் ஒருவரிடமிருந்து ஒருவர் விலகி, வேறு வேறு வாழ்க்கையை வாழ்ந்து கொண்டிருந்த இருவரும், ஒரே கனவில் வாழ்ந்து கொண்டிருந்தார்கள். யதார்த்தம் அவர்களை ஒருவரிடமிருந்து ஒருவரைப் பிரித்தது என்றாலும், அவர்கள் கொண்டிருந்த கற்பனை ஒரே மாதிரியாக இருந்தது. மெய் வேறு வேறு என்றாலும், அவர்களின் மெய் நிகர் ஒன்று. ஒரே கனவு. ஒரே வேட்கை. ஆனால், யதார்த்தம் அவர்களை வெவேறு திசைகளில் விரட்டியிருந்தது.

ஜானுவும் ராமும் திரும்பச் சந்தித்துக் கொள்ளும் போது, தாங்கள் கொண்டிருந்த ஏக்கம், ஆசை, கனவு ஒன்றுதான் என்பதையே தெரிந்து உடைந்து போகிறார்கள். விடுதி அறையில் அமர்ந்து பேசிக் கொண்டிருக்கையில், ‘உன் திருமணத்திற்கு நான் வந்தேன், ஜானு’ என்று ராம் சொல்லும் தருணமே அந்த உடைப்பு நிகழும் தருணம். வாழ்வின் ‘தற்செயல்’ இருவரையும் வெவ்வேறு திசைகளில் ஓடச் செய்தது என்றாலும் இருவரும் ஒரே கற்பனையைச் சுமந்து கொண்டிருந்தோம் என்று உணரும் கணம். அந்தக் கணம், கனமானது கூட.

•

11

அசுரனும் ஒடுக்கப்பட்டோர் சினிமாவும்

வெற்றிமாறன் இயக்கி, தனுஷ் நடித்து சமீபத்தில் வெளியாகியுள்ள 'அசுரன்' திரைப்படம் சில புதிய விவாதங்களை ஏற்படுத்தியிருக்கிறது.

அசுரன் ஒரு நவயுகப் படம். அண்மைக்காலமாக, சாதியால் ஒடுக்கப்பட்டவர்களைக் கதாநாயகர்களாகக் கொண்டு திரைப் படங்கள் வரத் தொடங்கியிருக்கின்றன. இதுவொரு பாராட்டத்தக்க முயற்சி. பா.ரஞ்சித்தின் திரைப்படங்கள் இதற்கான தொடக்கப்புள்ளி என்று சொல்ல முடியும்.

திரைப்பட வரலாற்றறிஞர்கள் இதை மறுக்கக்கூடும். ரொம்ப காலத்திற்கு முன்னாடியே இது ஆரம்பித்துவிட்டது என்று ஆதாரங்களைக் காட்டக்கூடும். ஆனால், சாதியால் ஒடுக்கப்பட்டவன் கதாநாயகனாக மாறுவதற்கு முதலில் தான் 'தாழ்த்தப்பட்டவனே' என்பதை துணிவாகச் சொல்லத் தெரிந்திருக்க வேண்டும். அந்த வகையில், நான் அட்டவணைச் சாதிதான் என்று துணிந்து சொல்கிற, சாதி விடுதலைக்காகப் போராடுகிற நாயகத் தன்மையை ரஞ்சித்தே ஆரம்பித்து வைக்கிறார்.

அந்த ஆரம்பம், மாரி செல்வராஜ், வெற்றிமாறன் என்று தொடர்கிறது. இந்த வகைப் படங்களை 'தலித் சினிமா' என்று

வகைப்படுத்தும் கட்டுரைகள் தமிழிலும் ஆங்கிலத்திலும் வெளியாகத் தொடங்கியுள்ளன. பன்றி, சாய்ரத் போன்ற மராத்தி படங்களை இயக்கிய நாகராஜ் மஞ்சுளேயை முன்வைத்து தலித் சினிமா என்றொரு விவாதம் முன்வைக்கப்படுகிறது. ஆனால், இலக்கியத்தில் 'தலித் இலக்கியம்' என்று பேசிப் பார்த்த அனுபவத்தில் 'தலித் சினிமா' என்றொரு வகைப்பாடு இருக்கமுடியும் என்று எனக்கு நம்பிக்கையில்லை. சினிமா, சினிமாதானே!

ஆனால், சாதியச் சிக்கல்களை முன்னிலைப்படுத்தும் சினிமாக்களை உங்களுக்கு ஏற்கெனவே தெரிந்திருக்கும் காட்சி மொழியில் சொல்லிவிட முடியாது என்பது மட்டும் இப்பொழுது விளங்குகிறது. ரஜினி நடித்து ஏற்கெனவே வெளியான கபாலி, காலா மற்றும் தனுஷ் நடித்துள்ள அசுரன் தந்த அனுபவத்தில், தமிழ் சினிமா தனது திரைமொழியை பரிசீலினைக்கு உட்படுத்த வேண்டும் என்று நான் நினைக்கிறேன்.

முப்பது வருடங்களுக்கு முன்பு, இதே போல இலக்கிய வெளிப்பாட்டு மொழியில் சிக்கல் வந்தது. தலித் வாழ்க்கையை இலக்கியத்தில் பதிவு செய்ய புதிய வகைமை தேவையா (தன்வரலாறு கண்டுபிடிக்கப்பட்டது), புதிய சொல்முறை தேவையா (பேச்சு மொழியில் எழுதுவது), எழுதுகிற நபர் யாராக இருக்க வேண்டும் (பிறப்பால் தலித்) என்ற விவாதங்கள் நடைபெற்று, அப்படி எழுதுவது புதிய வகை இலக்கியம் என்று மயங்கிய வரலாறு நமக்கு உண்டு. இப்பொழுதும் அப்படியே மயங்கத் தேவையில்லை.

சாதியால் ஒடுக்கப்பட்டவர்களின் உணர்வுகளைச் சொல்ல முற்படுகையில் உருவாகும் இந்தச் சிக்கல் இலக்கியத்திலும் சினிமாவிலும் மட்டும் அல்ல, ஓவியத்திலும், இசையிலும், நாடகத்திலும் கூட உண்டு. இதை வெற்றிகரமாக எதிர்கொள்கிற கலை வடிவம் தனது மொழியை மேம்படுத்திக் கொள்கிறது. தலித் உரையாடலுக்குப் பின் தமிழ் இலக்கியத்தில் இது நடைபெற்றது. தற்போது, சினிமாவின் முறை.

ஒரு தலித்தின் கதையைச் சொல்ல முயலும் ஒவ்வொரு முறையும் சினிமாவில் நீங்கள் சந்திக்கும் முதற் சிக்கல் - அந்த நாயகன் எப்படிப்பட்டவன் என்பதுதான்.

ஏனெனில், ஒடுக்கப்பட்டவன் குறித்து ஏற்கெனவே ஒரு சித்திரம், புராணம் தொடங்கி சினிமா வரைக்கும் இங்கே சொல்லப் பட்டிருக்கிறது. ராவணன், கர்ணன், ஏகலைவன், முள்ளும் மலரும் ரஜினி, பாரதி கண்ணம்மா பார்த்திபன் (மரியாதையான உதாரணங்கள்

இவ்வளவுதான்!) என்று வரிசையாக யோசித்துப் பாருங்கள். இந்தக் கற்பனைகளுக்குள் ஒரு ஒற்றுமையை உங்களால் உணரமுடிகிறதா? இவர்களெல்லாம் முரடர்கள், அதே நேரம் வெகுளியும்கூட. சூழ்நிலைக்கைதிகள் என்று சொல்லலாமா? இந்தக் கற்பனை இன்றைக்கு உங்களுக்கு உதவுவதில்லை. ஏனென்றால், உங்களுடைய ஒடுக்கப்பட்டவன் வெகுளிதான், முரடன்தான், ஆனால் அரசியலும் தெரிந்தவன்.

அந்த அரசியல், சாதியால் ஒடுக்கப்பட்ட அத்தனை பேரின் நலன்களையும் இணைக்கிற அரசியலாக இருக்கிறது. இப்பொழுதே, அந்த நாயகனின் குணநலன்களை வடிவமைப்பதில் உங்களுக்குச் சிக்கல் வர ஆரம்பிக்கிறது. ஒடுக்கப்பட்ட நாயகன், நம்மிடம் ஏற்கெனவே வழக்கத்திலிருக்கும் சாகச வீரபுருசன் இல்லை. ஏனெனில், அவன் கலை வடிவங்கள் நிர்பந்திக்கும் ஒற்றைப் பிரதிநிதிதானே தவிர ஆபத்பாந்தவன் இல்லை. எம்ஜியார் அல்லது ரஜினி வகை கதாநாயக பிம்பங்கள் ஒடுக்கப்பட்ட நாயகனாக முடியாமல் போவதும் இதனால்தான்.

ஒரு தலித்தை நாயகனாக முன்னிறுத்துவதில் உள்ள அடிப்படையான சிக்கல் இது. ஏனெனில், அவன் விடுதலை அரசியலால் வடிவமைக்கப் பட்டவன் என்பதால் அவதார பிம்பத்திற்குள் அடைபட மாட்டேன் என்கிறான்.

உதாரணமாக, அசுரன் திரைப்படத்தில் வடக்கூரானை வெட்டுவ தற்காக சிறுவன் முயற்சிக்கையில், அவனது தந்தை மின்சாரத்தைத் தடை செய்யும் காட்சியை நினைத்துப் பாருங்கள். தனுஷ், மிகச் சாதுர்யமாக, மின்னல் போல யோசித்து, சாகசம் செய்யும் காட்சி உங்களுக்கு ஞாபகம் வருகிறதா? ஆனால், இதே காட்சியை வெக்கையில் பூமணி இப்படி எழுதுகிறார் - '...சேவுக்கடைகு எதிர்ல போனா காரியம் கெட்ரும்னு சத்தரத்து மறவுல நின்னுக்கிட்டேன். வெளிச்சம் வேற மனசுல உறுத்துச்சு. ஒண்ணும் ஓடல். டிரான்ஸ்பாரத்துப்பக்கம் போயி தட்டுத் தடுமாறி பீஸப் புடுங்குறதுக்குள்ள பெரும்பாடாப் போச்சு'.

இதுதான் யதார்த்தம். இதைத்தான் இலக்கிய மொழி என்றும் சொல்கிறோம். திரைமொழி கற்றுக் கொள்ள வேண்டியதும் இதைத்தான். அதற்குப் பெருந்தடையாக இருப்பது அதன் ஏற்கெனவே வடிவமைக்கப்பட்ட நாயக பிம்பங்கள். அதை மீறுவதுதான், அரசியல் படங்கள் செய்ய வேண்டிய முதல் வேலை. ரஜினி, தனுஷ் போன்றவர்களை வைத்துக் கொண்டு இதைச் செய்ய முடியுமா என்று எனக்குத் தெரியவில்லை.

இரண்டாவது சிக்கல், ஒடுக்கப்பட்ட அரசியல் கதைகளில் இடம்பெறும் வன்முறையை எவ்வாறு காட்சிப்படுத்துவது என்பது. வன்முறையைக் காட்சிப் படுத்துவதற்கும் தமிழ்த் திரைப்படங்கள் சில வாய்ப்பாடுகளை வைத்திருக்கின்றன. சண்டைக்காட்சி என்பது இதற்குப் பெயர். திரையில் நீங்கள் பார்ப்பது நிஜ வன்முறை அல்ல. அது ஜோடிக்கப்பட்டிருக்கிறது. ஒரு சாகசக் கலையைப்போல சிங்காரிக்கப்பட்டிருக்கிறது.

வழக்கமான தமிழ்த் திரைப்படங்கள் அவதாரக் கதைகளையே சொல்லிக் கொண்டிருப்பதால், அதில் இடம்பெறும் வன்முறைக் காட்சிகள் அந்த அவதாரங்களின் சகலகலாவல்லமையைப் பறை சாற்றுவது போலவே திட்டமிடப்படுகின்றன. இது, ஒரு மலினமான வன்முறையைக் கொண்டாடுதல். இந்த வழிமுறை, ஒடுக்கப்பட்ட அரசியல் படங்களில் பெரும் சேதத்தை ஏற்படுத்துகின்றன.

ஏனென்றால், ஒடுக்கப்பட்டோரின் வன்முறை என்பது சாகசம் அல்ல என்பதை முதலில் நாம் உணர்ந்து கொள்ள வேண்டும். அது உயிர் வாழ்வதற்காகச் செய்யப்படும் கடைசி யத்தனம். அவர்கள் அவதார புருசர்களைப் போல அந்த வன்முறைக்குப் பழகியவர்கள் இல்லை. அதனால், தப்பும் தவறுமாகவே வன்முறையைப் பிரயோகிக் கிறார்கள்.

வெக்கை நாவல் முழுக்க, அந்தச் சிறுவன் தான் பிரயோகிக்க நினைத்த வன்முறை தவறாகப் போனதே என்று குமைந்து கொண்டே இருக்கிறான். அவன் எதிரியின் வலது கையைத் துண்டித்து, ஒற்றைக் கையுடன் நடமாடுவதைப் பார்க்க விரும்பியவன். அவன் கொடுக்க விரும்பிய தண்டனை அதுதான்.

ஆனால், தவறுதலாக எதிரி இறந்து போனதை அவனால் தாங்கிக் கொள்ளவே முடியவில்லை. இரக்கப்பட்டான் என்று தவறாகப் புரிந்து கொள்ள வேண்டாம். தான் வழங்க விரும்பிய தண்டனையை அனுபவிக்காமல் எதிரி இறந்து போனானே என்பதுதான் அவனுடைய வருத்தமெல்லாம்.

இதுதான் ஓர் இலக்கியப் பிரதி உங்களுக்கு ஏற்படுத்தும் சவாலும். சிறுவனின் இந்த மனநிலையை சித்தரிக்கும் திரைமொழி தமிழ் சினிமாவில் இருக்கிறதா என்று கலைஞர்கள் தங்களுக்குள் கேட்டுப் பார்த்துக் கொள்ளலாம்.

மற்றெல்லா பிரச்னைகளுக்கும் திரைக்கலைஞர்கள் தீர்வு சொல்வதைப் போல இப்பொழுது சாதிப் பிரச்னைக்கும் சொல்ல ஆரம்பிக்கிறார்கள். அந்தத் தீர்வு, வழக்கம் போல, ஒடுக்குகிற

சாதியை அழித்து விடுவது என்று வெளிப்படும் போதுதான் அவர்களது முட்டாள்தனம் சந்தி சிரிக்கிறது.

சாதியக் கொடுமைகளுக்கு எதிரான எந்தவொரு வன்முறையும் சினிமாக்களில் செய்வது போல ரசித்து ருசித்து செய்யப்படுவதல்ல. மனநிலை தவறியவன் அல்லது கண நேர உணர்ச்சிக்கு ஆளானவன் செய்யும் கொலைக்கும் சாதியால் துன்புறுத்தப்பட்டவன் செய்யும் கொலைக்கும் நிறைய வித்தியாசம் இருக்கிறது. ஒடுக்கப்பட்டவனின் வன்முறை மனநோயாளியாக மாறிவிடாமல் இருப்பதற்கான முயற்சி என்று சாரத்தர் சொல்வது இந்த இடத்தில் ரொம்ப சரி.

ஒடுக்கப்பட்டவர்களின் வன்முறை குறித்து அல்ஜீரிய சிந்தனையாளரான ஃப்ரான்ஸ் பனான் *"The Wretched of the Earth"* என்ற நூலில் எழுதுவதை நான் உங்களுக்குச் சொல்ல விரும்புகிறேன். அவர், 'வன்முறை, தாழ்வு மனப்பான்மையிலிருந்தும் விரக்தியில் இருந்தும் ஒடுக்கப்பட்டவர்களை விடுவிக்கிறது; அவர்களைப் பயமற்றவர்களாக மாற்றுகிறது; சுயமரியாதையை மீட்டெடுக்க உதவுகிறது' என்று எழுதுகிறார். வன்முறையை இந்தக் கோணத்தில் சித்தரிக்கும் திரை மொழியைக் கண்டடையாத வரைக்கும் ஒடுக்கப் பட்டவனை சினிமாவிற்குள் நீங்கள் கொண்டு வரவே முடியாது.

மூன்றாவதாக நீங்கள் எதிர்கொள்ளும் சிக்கல், நீதி போதனை வழங்க விரும்பும் பாரம்பரிய தமிழ்ச் சினிமா மொழி என்று சொல்வேன். அசுரனில் இறுதியாய் சொல்லப்படும் முத்திரை வாக்கியம் அப்படியொரு அரைவேக்காட்டுத்தனம். ஒடுக்கப்பட்டவனை நாயகனாக முன்னெடுப்பதே ஒரு அரசியல் நடவடிக்கை என்றான பின்பு, அந்தப் படத்தில் சொல்லப்படும் ஒவ்வொரு விஷயமும் அரசியல்தான், போதனைதான் என்பதை நீங்கள் உணர வேண்டும்.

கலை, போதனைகளைப் பூடகமாகவே செய்து பழகியிருக்கிறது. அதனால் என்றைக்குமே தீர்வுகளைச் சொல்ல முடிவது இல்லை. சாதிக் கொடுமையை அம்பலப்படுத்தும் சினிமாக்கள் சாதிப் பிரச்சினைக்கு தீர்வு சொல்லிவிட முடியுமா என்றால் நிச்சயமாய் முடியாது என்றுதான் சொல்ல வேண்டும். பின், கலை என்னதான் செய்ய முடியும்? அது யாரை நோக்கி என்னதான் பேச விரும்புகிறது என்ற கேள்வி எழலாம்.

சாதியப் பிரச்சினையைப் பேசுகிற கலை வடிவங்கள், சாதிக் கொடூரர்களை திருத்த முனைவது அல்ல. அக்கொடூரர்களை அரசும் நீதிமன்றங்களுமே தடுத்த நிறுத்த முடியும்.

ஆனால், மிகவும் சிக்கலான சாதி போன்ற பிரச்சினைகளை, எந்தவித நுண்ணுணர்வும் இல்லாமல், பழக்க தோஷத்தால் செய்து கொண்டிருக்கும் வெகுஜனங்களை நோக்கியே ஒரு கலை வடிவம் பேச விரும்புகிறது. அவர்கள் தான்தோன்றித்தனமாய், மரபு, பாரம்பரியம் என்ற பெயரில் செய்து கொண்டிருக்கும் அநாகரீக வழக்கங்களின் கீழ்மையை அவர்களுக்கு உணர்த்த முடியும். அவ்வழக்கங்களின் காரணமாக ஒரு பகுதி மக்கள் எத்தனை தூரம் ஒடுக்கப்படுகிறார்கள் என்பதைச் சுட்டிக்காட்ட முடியும். இவ்வளவுதான் கலையின் பங்கு. ஆனால், இது நடந்தாலே பெரிய விஷயம்.

அதே நேரம், இத்தகைய அரசியல் படங்கள், ஒடுக்கப் படுகிறவனுக்கு என்ன உணர்வை வழங்குகின்றன என்பதும் முக்கியம். அது, என்றைக்கும் ஒடுக்கப்பட்ட யதார்த்தத்தை ஒரு கொடுப்பினையாக அவன் உணரச் செய்து விடக்கூடாது. இத்தகைய கலைவடிவங்கள், அவன் வெகுஜன சமூகத்தோடு உரையாடு வதற்கான வாய்ப்பை மட்டுமே வழங்க முடியும். ஒரு சினிமாவை எடுப்பதம் மூலம், ஒடுக்கப்பட்டவன் தனது சுயமரியாதையை மீட்டெடுக்கிறான், தாழ்வு மனப்பான்மையிலிருந்தும் விரக்தியில் இருந்தும் விடுபடுகிறான், பயமற்றவனாக மாறுகிறான் என்று நீங்கள் சொல்ல விரும்பினால், மீண்டும் பனானைத்தான் நான் உதாரணம் காட்டுவேன் - சினிமா எடுப்பது வன்முறை அல்ல. ஏனென்றால், கலைஞன் வன்முறையாளன் அல்ல. ஒரு வேளை வியாபாரி அப்படி இருக்கலாம்.

•

12

காற்றுவெளியிடை,
Split, Hybrid

இந்தக் கதை ஒரு வேளை உங்களுக்குத் தெரிந்து கூட இருக்கலாம்.

ஒரு நாட்டில் ஒரு ராணுவ வீரன் இருந்தான். திறமையானவன். சண்டைகளில் பராக்கிரமசாலி. என்ன பிரச்சினையென்றால் அவனுக்கு ஒவ்வொரு சண்டையும், ஒரு சாகச பயணமாக மட்டுமே தெரிந்தது. இந்த, தேசப் பற்று, மானுட நேயம், தாய் நாடு என்றெல்லாம் ஜல்லியடிப்பார்களே, அது போன்ற எந்த விஷயத்திற்கும் அவனிடம் மரியாதை இல்லை. தன்னையும் ஒரு போர்க்கருவியாக மட்டுமே அவன் பார்க்கிறான். வார் மெஷின். தனது தொழில் உயிர்களை அழித்தல் என்றே அவன் நம்புகிறான். அழிப்பதெல்லாம் ஒரு தொழிலா என்று நீங்கள் விசனப்பட்டால், அவன் சிரிப்பானா இருக்கும். அவன் தோற்றத்தில் மிதமிஞ்சிய பெண் தன்மையும் (லிப்ஸ்டிக் உதடுகள்), செயலில் மித மிஞ்சிய ஆண் தன்மையும் தெரிகிறது. Ambivalence.

அவன் கலவையாக இருக்கிறான். Hybrid. ஐரோப்பிய வாழ்க்கை முறை, இந்திய சடங்குகள், சக்ரா என்ற பிள்ளைவாள் அப்பா, அம்மாவின் மீன் குழம்பு, ஒரே வீட்டிற்குள் ஆயிரம் தீவுகள்.

அவனது வாழ்க்கையில் ஒரு பெண் எதிர்ப்படுகிறாள். நிறைய பெண்களை அவன் சந்தித்திருந்தாலும், இந்தப் பெண் வேறு மாதிரி -

மருத்துவர்; ஒரு விபத்தில் சாகக்கிடந்தவனுக்கு உயிர் தந்தவள். ஏறக்குறைய இரண்டாவது தாய். (என்னுடைய முதல் பேஷண்ட் அவன்!) அநியாயத்திற்கு அவள் அழகாகவும் இருக்கிறாள்.

முதலில் அவளிடமிருந்து விலகி ஓடிவிடவே விரும்புகிறான். தாய் மாதிரியானவள், காமம் ததும்புகிறவள் - இந்த ஈடிப்பஸ் சிக்கலில் மாட்டிக் கொள்ள அவன் தயார் இல்லை. Anti-oedipus. அவளோ அவனை விடமாட்டேன் என்கிறாள். துரத்துகிறாள்.

அவன் பிளவுண்டவன் Split போல இரண்டு மனசாக இருக்கிறான். அவள் வேண்டும் என்றும் தோன்றுகிறது. மறுகணமே, அய்யய்யோ என்றும் தோன்றுகிறது. இதற்கு அவனிடம் வரலாற்றுக் காரணங்கள் இருந்தன. அவன் தன் தந்தையை வெறுத்தான். அதனால் அவனுக்கு அம்மாவைப் பிடிக்கும். அதனால் பாரதியையும் பிடிக்கும். பாரதியும் Splitதான். இரட்டை மனநிலையில்தான் இருந்தான். இந்தியப் பாரம்பரியத்திற்கும் ஐரோப்பிய நவீனத்துவத்திற்குமிடையே நாயாய் உளன்றவன். அதாவது, ஈடிப்பஸ் சிக்கல் கொண்ட குடும்பத்திற்கும், கலை மனம் ததும்பும் தனி மனித சுதந்திரத்திற்கும் இடையே சிக்கித் தவித்தவன்.

ராணுவ வீரன் பயந்த சம்பவம் நடந்தே விடுகிறது. தாய் போன்ற அந்தப் பெண்ணுடன் சம்போகம் கொள்கிறான். அவள் தாயும் ஆகிறாள். போதாக் குறைக்குப் பிறக்கப் போகும் குழந்தைக்கு அவன் தந்தையாக வேண்டுமென்றும் கேட்கிறாள்.

அவன் திரும்பவும் தெளிவாகச் சொல்கிறான் - அதற்கான ஆள் நான் இல்லை. என்னால் ஒரு நல்ல தந்தையாக இருக்க முடியாது (அல்லது நல்ல தந்தை என்று உலகத்தில் எவரும் இல்லை). அவளுக்கு இது விளங்குவது இல்லை.

திருமணம் செய்து கொள்வதாகச் சொல்கிறான், பின் அதை மறந்து விட்டேன் என்கிறான்; தன்னால் நல்ல தகப்பனாக இருக்க முடியாது என்று சொல்கிறான்; என்ன மனிதன் இவன் என்பது போல பார்க்கிறாள். அல்லது இவன் மனிதன் தானா அல்லது வேறு எதுவுமா என்றும் அவளுக்குச் சந்தேகம் வருகிறது. இதனால் அவனை விட்டுப் பிரிந்து சென்று விடுகிறாள். அப்பொழுது அவள் வயிற்றில் குழந்தை இருக்கிறது. தான் ஒரு மருத்துவர் என்பதால் தனக்கு என்ன செய்யவேண்டுமென்று தெரியும் என்று சொல்லிப் போகிறாள்.

தன்னாலொரு குடும்பஸ்தனாக வாழ முடியாது என்றுதான் அவன் நினைத்துக் கொண்டிருந்தான். சிறு வயதிலிருந்தே அப்படித்தான். அவனை அவனுக்கு நன்றாகவே தெரியும். சுட்டுப் போட்டாலும்

அவனுக்கு அதெல்லாம் வராது. ஆனால், கதையில் அவனை நிஜமாகவே சுட்டுப் போடுகிறார்கள். இந்த முறை சுட்டது பாகிஸ்தான் ராணுவம், கார்கில் போரில்.

பாகிஸ்தான் சிறைச்சாலையில்தான் அவன் ராணுவத்தின் நிஜ முகத்தைப் பார்க்கிறான். அவன் தந்தையை விடவும் கொடூரமானதாக இருக்கிறது. எப்படியாவது தாய் நாட்டை அடைய வேண்டும் என்பது ஒரு வெறி போல அவனுக்குள் ஊறுகிறது. Oedipal Nationalism. தனக்கு உயிர் தந்த, தனது உயிரைச் சுமந்திருந்த அந்தப் பெண்ணையே நினைத்துக் கொண்டிருக்கிறான். அவள் தாய்நாட்டில்தான் எங்கேயோ இருக்கிறாள். அவளைத் தேடிப் போய் பார்க்க வேண்டும் என்று தீர்மானம் செய்கிறான். ஆச்சரியப்படும் வகையில் இந்தத் தப்பிச் செல்லும் பயணமும் அவனுக்கு சாகசப் பயணமாகவே தோன்றுகிறது.

தாய்நாட்டிற்குத் திரும்பியதும் அந்தத் தாய் போன்ற பெண்ணைத் தேடி அலைகிறான். குற்றவுணர்வு அவனைக் கொல்கிறது. இறுதியில் அவளைச் சந்தித்தும் விடுகிறான். ஆனால் அவள் தனியாக இல்லை.

அவனது சிறு மகளும் அங்கே இருக்கிறாள். தன்னையும் மகளையும் அவனுக்குப் பிடிக்கிறதா என்று அவள் பயந்ததாகச் சொல்கிறாள். அவர்களை அவன் அணைத்துக் கொண்டு அழுகிறான். Electra complex சாத்தியங்களோடு கதை முடிகிறது.

•

டி. தருமராஜ்

மானுடவியல், நாட்டார் வழக்கியல், பண்பாடு, வரலாறு, கலை, இலக்கியம், திரைப்படம் உள்ளிட்ட துறைகளில் இருபத்தைந்து ஆண்டுகளுக்கும் மேலாகத் தொடர்ந்து இயங்கி வருபவர். மதுரை காமராசர் பல்கலைக்கழகத்தின் நாட்டுப்புறவியல் மற்றும் பண்பாட்டு ஆய்வுகள் துறையின் பேராசிரியர். தற்போது, மதுரை காமராசர் பல்கலைக்கழகத்தின் தேர்வாணையாளராகப் பொறுப்பேற்றிருக்கிறார். ஜெர்மனியிலுள்ள கோட்டிங்கன் பல்கலைக் கழகத்திலும், ட்யூபிங்கன் பல்கலைக்கழகத்திலும் வருகைதரு பேராசிரியராகப் பணியாற்றியவர்.

அயோத்திதாசரை முற்றிலும் புதிய கோணத்தில் அறிமுகப்படுத்தி விவாதிக்கும் 'நான் பூர்வ பௌத்தன்' (2003), நாட்டுப்புறவியல் துறை சார்ந்த அடிப்படை நூலாகத் திகழும் 'தமிழ் நாட்டுப்புறவியல்' (2011), மிகுந்த சர்ச்சைக்கும் விவாதத்துக்கும் உள்ளான 'நான் ஏன் தலித்தும் அல்ல?' (2015) உள்ளிட்ட நூல்களின் ஆசிரியர். காலச்சுவடு, புது விசை, தலித், வல்லினம், புதிய காற்று உள்ளிட்ட இதழ்களில் இவருடைய எழுத்துகள் வெளிவந்துள்ளன.

ஜல்லிக்கட்டு விளையாட்டின் சமூகப் பண்பாட்டு வரலாற்றை விவரிக்கும் விரிவான நூலொன்றைத் தற்சமயம் எழுதிவருகிறார்.

அயோத்திதாசர்

பார்ப்பனர் முதல் பறையர் வரை

டி. தருமராஜ்

பண்பாட்டு வரலாற்றையும் வாய்மொழிக் கதைகளையும் இழைத்து கற்பனையையும் நிஜத்தையும் கலந்து அயோத்திதாசர் கட்டமைத்த ஓர் அசாதாரணமான உலகை ரத்தமும் சதையுமாகக் கண்முன் நிறுத்துகிறது இந்நூல். சாத்தியமாகக்கூடிய அத்தனை கோணங்களிலும் அயோத்திதாசரை அணுகி, நுணுக்கமாக ஆராயும் இப்படியொரு நூல் வெளிவந்ததில்லை. இந்த அளவுக்கு விரிவாகவும் ஆழமாகவும் அயோத்திதாசர் கொண்டாடப் படுவது இதுவே முதல்முறை.

நான் ஏன் தலித்தும் அல்ல?

டி. தருமராஜ்

அயோத்திதாசர் முதல் அம்பேத்கர் வரை; திராவிட அரசியல் முதல் சாதி அரசியல் வரை; மாட்டுக்கறி முதல் ஆணவக் கொலை வரை; மெட்ராஸ் திரைப்படம் தொடங்கி எம்.எஸ்.எஸ். பாண்டியன் வரை... படர்ந்து விரிந்து செல்லும் பத்து ஆழமான ஆய்வுக் கட்டுரைகளை உள்ளடக்கியுள்ளது இந்நூல். இவை அனைத்துக்கும் மையப்புள்ளியாக அமைந்திருக்கும் கேள்வி ஒன்றுதான். 'நான் ஏன் தலித்தும் அல்ல?'

தமிழ் நாட்டுப்புறவியல்

டி. தருமராஜ்

வாய்மொழி வழக்காறுகள், நாட்டார் இலக்கியம், நிகழ்கலைகள், கைவினைக் கலைகள், பழமரபுகள், கிராமத்துக் கடவுள்கள், வழிபாட்டு முறைகள் என்று நாட்டுப்புறவியலில் என்னவெல்லாம் எதிர்பார்ப்பீர்களோ அவையனைத்தும் இதில் உள்ளன. ஆசிரியர் எதையும் விளக்குவதில்லை. எதை அறிமுகப் படுத்துவதாக இருந்தாலும் நம்மைக் கைப்பிடித்து அழைத்துச்சென்று அதன் முன்பு நிறுத்தி, நீங்களே பார்த்துக் கொள்ளுங்கள். தேவைப்பட்டால் தீண்டி உணர்ந்துகொள்ளுங்கள் என்கிறார்.

www.ingramcontent.com/pod-product-compliance
Lightning Source LLC
LaVergne TN
LVHW060452051026
849518LV00002B/738
9788194932161